«የደርጉ ተቀዳሚ ምክትል ሊቀ መንበር ሻለቃ መንግሥቱ ኃይለማርያም ባገር ፍቅር መንፈስ የተቃጠለ መኮንን ለመሆኑ ጥርጥር የለውም። ይህ ያገር ፍቅር መንፈስ ግን በዲሞክራሲ ካልታረቀ ሻለቃው ውሎ አድሮ አረመኔና ፋሽስታዊ መሆኑ የማይቀር ነው»።

ይህ አባባል እንዳለ የተወሰደው ከኃይሌ ፊዳ ሲሆን እሱም ጥቅምት 23 ቀን 1967 ዓ.ም መንግሥቱ ኃይለማርያም ለመጀመሪያ ጊዜ አደባባይ ወጥተው ለሕዝብ ያደረጉትንና እግረ መንገዳቸውንም እነ ሜጀር ጄነራል አማን አንዶምን ያስፈራሩበትን ንግግር በሳምንት አንድ ጊዜ ቅዳሜ ይወጣ በነበረው የዛሬይቱ ኢትዮጵያ ጋዜጣ ፈረንሳይ አገር እያለን አንድ ላይ ካነበብን በኋላ ከተናገረው የተገኘ ነው። በኋላም «የኢትዮጵያ አብዮትና የደርጉ አረማመድ» በሚል በጻፈው የአውሮፓ የኢትዮጵያ ተማሪዎች ማኅበር «ትግላችን» መጽሔት ላይ፣ ስለእኚሁ ሰው የነበረውን ይህንኑ መገረምና ሥጋት ያካተተ አመለካከት በብዕር ስም አስፍሮታል።

ኃይሌ ፊዳና የግሌ ትዝታ

2016
4ኛ እትም

ኃይሌ ፊዳ እና የግሌ ትዝታ

ያለደራሲው ፈቃድ መልሶ ማሳተም በሕግ የተከለከለ ነው።

978-91-639-6273-8

የሽፋን ሥዕል፦ ይታገሱ መርጊያ
የመጽሐፍ ዲዛይንና ቅንብር፦ ፈለቀ ደነቀ

መታሰቢያነቱ
ለልጆቼ ለሣራና ለዮዲት፣
ለባለቤቱ ለበርናዴት ኃይሌ ፈዳ እንዲሁም
ለወላጆቼ ለአቶ ፈዳ ኩማ እና ለወ/ሮ ጉዲኒ ደጋ
ይሁንልኝ።

ስለ ደራሲው

በፈለቀ ደነቀ

ደራሲው አማረ ተግባሩ በየነ በኢ.ኢ. ጥቅምት 3 ቀን 1944 ዓ.ም (በአውሮፓ አቆጣጠር 1952) አዲስ አበባ ራስ ደስታ ሆስፒታል ጀርባ ተወለደ። አንደኛና ሁለተኛ ደረጃ ትምህርቱን ቀድሞ ልዑል መኮንን በደርግ ዘመን ደግሞ አዲስ ከተማ በሚባለው ት/ቤት ተከታትሏል። ከዚያም አዲስ አበባ ዩኒቨርስቲ ገብቶ ለ2 ዓመታት ከተማረ በኋላ ከዩኒቨርስቲው በመባረሩ ወደፈረንሳይ አገር በመሄድ በፓሪስ ሶርቦን ዩኒቨርስቲ በሥነ መንግሥት (political science) ትምህርቱን ቀጥሏል። የየካቲት 66 አብዮት በፈንዳ በ2ኛው ዓመት ወደአገር በመመለስ በአብዮቱ ከመሳተፉም በላይ የመላው ኢትዮጵያ ሲሺያሊስት ንቅናቄ (መኢሶን) ድርጅትና የጋዜጣ ዝግጅት ክፍል አባል በመሆን «አዲስ ፋና» በመባል ትታውቅ የነበረውን የድርጅቱን ሕጋዊ

መጽሔት ዋና አዘጋጅ በመሆን አገልግሏል። የመኢሶን ታክቲካል ማፈግፈግ ሳይሳካ ቀርቶ የድርጅቱ በርካታ አባላት በደርግ እጅ በወደቁበት ሰዓት አማረ ተግባሩም የዚሁ ዕዋ ቀማሽ ከነበሩት አንዱ ነበር። ከረጅም ዘመን እሥራት በኋላ ወደ ስዊድን አገር በመሄድ ጤንነቱን ማስመለስ ከመቻሉም ባሻገር ስቶክሆልም ዩኒቨርስቲ በመግባት በሥነ ስብዓት (Anthropology) የዶክተርነት ማዕረግ ተቀብሏል። በዚሁም ዩኒቨርስቲ በሥነ ስብዓት (Anthropology) ለ10 ዓመታት ያህል በአስተማሪነት አገልግሏል። ለዶክተርነት የሚያበቃውን የምርምር ሥራ የሰራበት አገር ታይላንድ ሲሆን በዚያም የተባበሩት መንግሥታት የምግብ ድርጅት ሶስዮ ኤኮኖሚክ አማካሪ (socio-economic advisor) በመሆን አገልግሏል። በዚህቸው አገር ላይ ድህነትን ለመቅረፍ፣ የምግብ አቅርቦትንና ተገበያይነትን አስተማማኝ ለማድረግና ይህንንም ለተፈጥሮ ሃብት ጥበቃና እንክብካቤ ግጭትን ለመቅረፍ ከሚደረገው ሕዝባዊና መንግሥታዊ ጥረት ጋር እንዴት ሊጣመር እንደሚገባ የሚያስረዱና የሚያስተምሩ መጽሐፍትና ሥርዓት ትምህርቱንም በዚሁ እሴት ለመቅረጽ አጋዥ የሚሆኑ ከ10 በላይ የሚሆኑ የጥናት ውጤቶችን አበርክቷል። ቡታን በምትባል (Himalayan Kingdom) አገር የተባበሩት መንግሥታት የምግብ ድርጅትና ዓለም ባንክ በጋራ ይመሩት የነበረው የገጠር ልማት ድርጅት አማካሪ በመሆን የአርሶ አደሩና አርብቶ አደሩ ሕዝብ የውሃ፣ደንና ግጦሽ ሃብትን ተንከባካቢና ተጠቃሚ የሚሆንበትን ጥናትና ምርምር በማድረግ ለትምህርትና ስልጠና የሚበጁ ሥራዎችን አበርክቷል። ወደአፍሪካም ፊቱን በማዞር በኬንያ፣ ሩዋንዳ፣ ናይጄሪያ፣ ላይቤሪያ፣ ሴራሊዮንና ታንዛንያ በመዘዋወር ለተለያዩ ዓለም ዓቀፍ የእርሻ ምርምር ተቋማት በሲንየር ሳይንቲስትነት፣ ፕሮጄክት ማኔጀርነትና የእነኚሁ ዓለም

ዓቀፍ የእርሻ ምርምር ተቋማት ተወካይ በመሆን ካገለገለ በኋላ ከ27 ዓመታት የምርምርና ልማት ግልጋሎትና ክህሎት በኋላ በያዝነው 2010 በጡረታ ተገልሏል። አማረ ተግባሩ ከ30 በላይ የምርምር ሥራዎችን፣ በተለያዩና ዓለም ዓቀፍ ዕውቅና ባላቸው ሳይንቲፊክ ጆርናሎችና ኮንፈራንሶች ላይ አቅርቧል። ከሳሃራ በታች ያሉ የአፍሪካ አገሮች የእርሻ ምርምር ተቋማት አቅም ግንባታ ላይ ያተኮሩ ፕሮጄክቶችን በመንደፍና በተለይም ደግሞ ድህነትን ለመቅረፍ፡ የምግብ አቅርቦትን አስተማማኝ ለማድረግና የሥነ ጾታን እኩልነት ያካተተ የምርምርና ልማት እቅዶች ለምርታማነት፣ ሃብት ፈጠራና ተፈጥሮን በዘላቂነት ለመንከባከብ ያለውን ስፍራ በመረጃ ድጋፍ የሚያመለክቱ ጥናቶችን በበርካታ ዓለም ዓቀፍ የምርምር መድረኮች ለማቅረብ የቻለ ምሁር ነው። ወደኢትዮጵያም መለስ ያልን እንደሆነ ከ1970ዎቹ ጀምሮ በአገር ቤትና አውሮፓ የኢትዮጵያ ተማሪዎች እንቅስቃሴ ንቁ ተሳታፊ ከመሆኑም ያለፈ ከመሪዎቹ አንዱ ነበር። ገና በ28 ዓመቱ «ያንዲት ምድር ልጆች» የሚል ባለ ሁለት ቅጽ ታሪካዊ ልበወልድ መጽሐፍ ከመድረሱም በላይ እጅግ በርካታ የሆኑ የአብዮት፣ ዲሞክራሲ፣ ሰብዓዊ መብት፡ የሕዝቦች እኩልነትና በአፍሪካ ቀንድ አካባቢ ሰላምና መቻቻልን የተመለከቱ ጽሑፎችን በተለያዩ ጋዜጦችና ድኅረ ገጾች ላይ አሳትሟል። በሥነ ጽሑፍም በኩል በርካታ ግጥሞችንና አጫጭር ልበወለዶችን አበርክቷል።

የበለጠ ስለደራሲው ሥራዎች ለማወቅ ለሚሻ ጉግል ስኮላር (Google Scholar) ላይ ፍለጋ (search) ማድረግ ወይም ደግሞ ደራሲውን በኢሚል a.tegbaru@gmail.com ማግኘት ይቻላል።

ማውጫ

ምስጋና i
መግቢያ v
መቅድም vii
ኃይሌ ፊዳ ማነው? 1
የሰው ዕድልና ግጥጥሞሽ 13
አይሮፕላን ጠለፋና ኃይሌ ፊዳ 25
የምሁሩና የተማሪው ሚና ምንድነው? 39
የካቲት 66 አብዮት ፍንዳታና የምሁሩ ጉዳይ 51
ትዳርና አብዮታዊነት 59
ኃይሌ ፊዳና ዝመና (ሞደርኒዝም) 71
የካቲት 66 አብዮትና ኃይሌ ፊዳ 81
ቁቤ (አፋን ኦሮሞ ሰዋስው) እና የማስታውሰው 95
በአብዮቱ ለመሳተፍ በተመለስኩ ማግስት 107
ዘወትር በምሳ ሰዓት 115
ኃይሌ ፊዳና ጎህ መጽሔት 131
ፍቅሬ መርዕድ 137
የኤርትራ ጉዳይና ኃይሌ ፊዳ 143
ሲሳይ ሃብቴና ኃይሌ ፊዳ 153
የሊቀ መንበር መንግሥቱ ጠርሙስ ሰበራ ትርዒት 159
ብሔራዊ ነፃነትና በራስ መተማመን 167
እየተቃረቡ የመጡት የመጨረሻዎቹ ቀኖቹና ኃይሌ ፊዳ 195
ኃይሌ ፊዳና ብርሃነ መስቀል 209
ለመሆኑ ኮሎኔል መንግሥቱ ምን ይላሉ? 219
መደምደሚያ 225
መጠቁም 235

ምስጋና

ከሁሉ አስቀድሜ ይህችን በኃይሌ ፊዳ ስም የተሰየመችውንና፣ አብሬው ያሳለፍኩዋቸውን ደግና ክፉ ቀናት የምታስታውሰውን አጭር መጽሐፍ ለኃይሌ ፊዳና ቤተሰቦቹ መታሰቢያ ይሆን ዘንድ ለማዘጋጀት ካሰብኩበት ዘመን ጀምሮ ላበረታቱኝ ለፕሮፌሰር ካሣሁን ብርሃኑ፣ ዶ/ር ዘላለም ጎበዜ፣ ወ/ሮ እንጉዳይ በቀለ እና አቶ ሲሳይ ታከለ የከበረ ምስጋናዬን አቀርባለሁ። በተለይም ፕሮፌሰር ካሣሁን ብርሃኑ በተደጋጋሚ ረቂቁን በማንበብ እርማትና ተጨማሪ መረጃ በሚያስፈልጋቸው ጉዳዮች ላይ ላደረገልኝ እርዳታ የተለየ ምስጋናዬ ይድረሰው። እንዳጋጣሚ ሆኖ በየጊዜው የመገናኘት ዕድሉ ሳላልነበረን ይህንን ዕቅዴን ከመጀመሪያው ሳላካፍለው ብቀርም የመጽሐፉ ረቂቅ እንደተጠናቀቀ የራሱን ጊዜ በመሰዋት የተወሰኑ ቀናት አብሬው እንዳሳልፍ ፈቃደኝነቱን ገልጾልኝ ወዳለበት አገር በመሄድ አብረን ክለሳ በማድረግ፣ በተለይ ደግሞ የዘመንና ገጠመኞች መሳከር እንዳይኖር ጠቃሚ መረጃዎችን ለመመርመርና እርምት ለማድረግ ለረዳኝ ዶ/ር ነገደ ጎበዜ ምስጋናዬን አቀርባለሁ። አቶ አበራ የማነአብ ጨርሶ ያላሳብኩበትንና በዚህች አጭር ማስታወሻ ይልቅ በሌላ አጋጣሚ በሰፊው ሊነሳና ምናልባትም መጻፍ ካስፈለገ በዚያው አርዕስት ላይ ራሱን ችሎ ሊጻፍበት የሚችል ጉዳይ በመጽሐፌ ውስጥ በመጠቆምና ክለሳ እንዳደርግ፣ ካስፈለገም በሌላ አጋጣሚ እንድመለስበት በመምከርና በዚህ በዋናው ኃይሌ ፊዳና የግሌ ትዝታ ላይ ብቻ እንዳተኩር ስለረዳኝ ምስጋናዬ ይድረሰው።

ኃይሌ ፊዳ እና የግሌ ትዝታ i

ይህ ጽሑፍ የመጀመሪያው ረቂቅ በመዘጋጀት ላይ እንዳለ ፕሮፌሰር ሽብሩ ተድላ «ከጉሬዛም ማርያም እስከ አዲስ አበባ» በሚል ርዕስ የራሳቸውን ትውስታ ባቀረቡበት መጽሐፍ ከኃይሌ ፊዳ ጋር የነበራቸውን የጓደኝነትና የወንድማማች ግንኙነት ከፖለቲካና ርዕዮተ ዓለም ነፃ በሆነ መንገድ መግለፃቸውን በመስማቴ ይህንን መጽሐፍ አግኝቼ ለማንበብ ዕድሉን አግኝቻለሁ። የሳቸውን ምስክርነትና በመረጃ አባሪ ያደረጓቸውን የደብዳቤ ልውውጦቻቸውንም ሆነ በመታሰቢያነት ያኖሯቸውን ፎቶግራፎች ለመጠቀም ፈቃደኝነታቸውን ስለለገሱኝ ከፍተኛ ምስጋናዬን አቀርባለሁ። ይህ ብቻ ሳይሆን ውድ ጊዜያቸውን በመስጠት፣ በመኖርያ ቤታቸው ተቀብለው ስላነጋገሩኝና ኃይሌን በሚመለከት በመጽሐፋቸው ውስጥና ለሸገር ሬድዮ ስለ ኃይሌ የሰጡትን ቃለ ምልልስ የተመለከተ ሰፊ ውይይት ለማድረግ መፍቀዳቸው ከኃይሌ ፊዳ ጋር የነበራቸውን ጊዜና ሁኔታ የማይሽረው የእውነተኛ ጓደኝነታቸው ምስክር እንደሆነ እቆጥረዋለሁ። አልፎ ተርፎም ያለሁበት ስዊድን አገር ድረስ በመጽሐፋቸው ያልተካተቱ ተጨማሪ መረጃዎችን ስላካፈሉኝ ለሳቸው ያለኝ ምስጋና ከፍተኛ ነው።

ከዚህ በተጨማሪ የልጅነት ጓደኛዬ ዶ/ር አድማሱ ጣሰው ለዚህች የግሌን ትዝታ ላሰባሰብኩባት መጽሐፍ ድጋፍ እንዲሆነኝ ተጨማሪ መረጃ ለማፈላለግ አሜሪካን አገር ኮንግሬስ ቤተ መጽሐፍት ቤት መገኘቴን በወሬ በመስማት ያለሁበትን በማፈላለግ በአንድና ሁለት አጋጣሚ የሚያስታውሰውንና እንዳጋጣሚ ሆኖ እኔም ራሴ በመጽሐፏ ውስጥ ያካተትኩትን ትዝታ አንስቶልኝ መጨዋወት መቻላችን የራሴን ትውስታ ለማጠናከርና እንደምስክር ሆኖ ለማገልገል ረድቶኛል። በጋራ ጭውውታችን ወቅት ያስታወሳቸው ጉዳዮች ኃይሌ በእርሱም

አስተሳሰብ ላይ ተፅዕኖ ያሳደረ እንደነበር ከመግለፅ ባሻገር ከተለያየንም በኋላ ያለሁበት አገር ድረስ ያስፈልገኝ የነበረውን የኮሎኔል መንግሥቱን ፎቶግራፍ ልኮልኛል። ስለዚህም በዚህ አጋጣሚ ምስጋናዬን ላቀርብለት እወዳለሁ።

ከነዚህ ስማቸውን ከጠቀስኳቸው ውጭ ኃይሌን ከሩቅም ሆነ ቅርብ የሚያውቁና ጨርሶም ተገናኝተውት የማያውቁ እጅግ ብዙ ጓደኞቼና ወዳጆቼ አልፎ አልፎ የራሴን ትውስታዎች አጫውታቸው ነበር። እነርሱም ይህ ትዝታ እንዲሁ ተረስቶ እንዳይቀርና ለታሪክም ሆነ ትውልድ መወያያና መከራከሪያ ብቻ ሳይሆን ታሪክን፣ ጊዜና ወቅትን ያማከለና የተቻለውን ያህል ሚዛናዊ አመለካከት ለማስጨበጥ ይረዳ ይሆናል በማለት በጽሑፍ እንዳሰፍር ያበረታቱኝን ሁሉ በዚህ አጋጣሚ ማመስገን እወዳለሁ። ባለቤቴ ላቀች ዳኜ ረቂቁን ደጋግማ በማንበብ የሆሂያት ግድፈትን የተቻለውን ያህል በማረም ላደረገችልኝ ድጋፍ ምስጋናው ይድረሳት።

እንዳጋጣሚ ሆኖ ይህችን አጭር መታሰቢያ ለማገባደድ በምኖርበት ስዊድን አገር ላይ ታች በማለት ላይ እያለሁ ደረጀ ኃይሌና ባልደረባው የሆኑት አዜብ ወርቁ የሚባሉ ጋዜጠኞች በፋና የዜና ማዕከል «የደራው ጨዋታ» በሚል ስለ ኃይሌ ፊዳ ባዘጋጁት ፕሮግራም የመኢሶን መሥራች አባላት ብቻ ሳይሆኑ የረጅም ጊዜ የትግልና የግል ጓደኞቹ፣ አንዳንዶቹ ደግሞ ሚዜዎቹ የነበሩትን በማቅረብ ስለኃይሌ ምስክርነታቸውን የሰጡበትን ቃለ ምልልስ ለማዳመጥ ችያላሁ። መቆየት ደግ ነው ለማለት የምደፍረው ያ እስከቅርብ ጊዜ ድረስ የነበረው ኃይሌን የማሰይጠን መርዝና ደፍሮ ስለኃይሌ ምስክርነት ለመጠየቅም ሆነ ለመስጠት ያስፈራ የነበረው ደመና ተገፎ

ኃይሌ ፊዳ እና የግሌ ትዝታ iii

ለማየት መብቃቴ ነው። ያንን የመሰለ ምስክርነት የተሰጠበትን ፕሮግራም በማዘጋጀትና በማቅረብ ለነበረውም ሆነ ላዲሱም ትውልድ ቅርስ ሆኖ እንዲኖር የደከሙትን ጋዜጠኞችና ተሳታፊዎችን በዚህ አጋጣሚ ላመሰግን እወዳለሁ። ምንም ጊዜው ቢረዝም ባለቤቱ በርናዴት ኃይሌ ፊዳ በራሷ ጊዜና በተፈጠረው አጋጣሚ ያንን ከባድና እልባት ያላገኘ አሳዛኝ ታሪክ ደፍራ ለማውራትና ልብ በሚነካ መንገድ የዚሁ ቃለ ምልልስ ተሳታፊ በመሆን የራሷን ትውስታ ለማቅረብ በመቻሏ እንኳን ለዚህ አበቃት ለማለት እወዳለሁ።

አማረ ተግባሩ በየነ (ዶ/ር)
ስቶክሆልም (ስዊድን) 2017 (እ.አ.አ)

መግቢያ

በፕሮፌሰር ሽብሩ ተድላ ደስታ

ከኃይሌ ፊዳ ጋር የተዋወቅን ሁለታችንም ዩኒቨርሲቲ ኮሌጅ የአንደኛ ዓመት የሳይንስ ተማሪዎች በነበርንበት ዘመን መጀመሪያ፣ በመስከረም 1952 ዓ.ም. ነበር። በአጭር ጊዜ ውስጥ ቅርብ ግንኙነት መሥርተን፣ ጓደኞች ለመሆን በቃን። ምንም በዕድሜ የምንበላለጥ ባይመስለኝም፣ እኔ እርሱን እንደ ትልቅ ወንድም አድርጌ ነበር የምመለከተው። ያም እርሱ ከነበረው የተረጋጋ ሁኔታ እና የበሰለ አስተሳሰብ የመነጨ ይሆን ብዬ እገምታለሁ።

ኃይሌ ፊዳ ለዘመናት ለሰው ልጆች የኑሮ መሻሻል ይመኙ፣ ያስቡ፣ ያሰላስሉ፣ የነበረ፣ ያንን ምኞቱን ግብ ለማስመታት ያስችላል ብሎ ያመነበትን የፖለቲካ ፍልስፍና በተግባር ለመተርጎም የሚጥር ግለሰብ ነበር። ራሱ ብቻ ሳይሆን፣ ጓደኞቹም የዚያ ፖለቲካ ፍልስፍና ተከታይ እንዲሆኑ፣ በተደራጀ መልክ በተማሪዎች ማህበራት፣ እንዲሁም በግሉ ከፍተኛ ጥረት ያደርግ ነበር። እኔም የዚህ ማዕድ ተሳታፊ እንድሆን የሚጎተጉቱ ብዙ ደብዳቤዎች ልኮልኛል። ገፅ ለገፅ ስንገናኝም ተመሳሳይ ፖለቲካ አዘል ምክሮችን ይሰነዝርልኝ ነበር።

የኢትዮጵያ አብዮት እንደፈነዳ፣ ኃይሌ ወደ አገር ቤት ተመልሶ፣ ሕዝብን ለማደራጀት፣ ብሎም የፖለቲካ ንቃት

በአገራችን እንዲሰርጽ፣ በግሉም ሆነ ከጓዶቹ ጋር በመሠረቱት ድርጅት አማካይነት ከፍተኛ ሙከራ አድርጓል። በነበረው የፖለቲካ ውሽንፍር፣ ቀጥተኛ ተሳትፎ የነበራቸው ድርጅቶችም ሆኑ ግለሰቦች፣ ስለ አብዮቱ እንቅስቃሴ ተመሳሳይ እምነት፣ ምኞት፣ ስለ ፖለቲካ እንቅስቃሴ እና ስለ ሕዝብ ሥልጣን ተመሳሳይ ግንዛቤ የነበራቸው አይመስልም። ጥቂቶች እንደ ሥልጣን መውጫ ሲመለከቱት፣ እንደ ኃይሌ ያሉት ሰባዊ አማንያን ደግሞ ሂደቱን ከግል አንፃር አይመለከቱትም ነበር። በአንድ እይታ፣ ዓላማ፣ ይገዛ፣ ያልነበረው ፖለቲካዊ እንቅስቃሴ፣ ብዙዎች የተመኙትን አቅጣጫ ስቶ፣ አገሪቱን ውስብስብ ከሆነ ችግር ውስጥ እንድትዘፈቅ ዳረጋት።

አውቃለሁ፣ አዋቂ ነኝ፣ የሚለው፣ በየቦታው ካለቦታው እንደ አሸን በፈላበት ወቅት፣ ኃይሌ ፊዳ ረጋ ብሎ እና አውቃለሁ የሚል መልዕክት ከማስተላለፍ ተቆጠቦ፣ ከማንፀባረቅ ተሰውሮ፣ ተግባር አተኮር ሆኖ የህዝብን የፖለቲካ ንቃት ለማጎልበት የሚጥር ምሁር ነበር። ኃይሌ በዚህ ወቅት ዓላማውን ግብ ለማድረስ ይቅር እና በሕይወት ለመቀጠልም አልበቃም።

አብዮት ልጆቿን ትበላለች እንዲሉ፣ ከበላቻቸው ምርጥ ልጆቿ በመጀመሪያው እረድፍ ከሚደረደሩት አንዱ ኃይሌ ፊዳ ነበር ብዬ አምናለሁ። የእርሱን ዓይነት የበሰለ እና ቅን የሆነ አስተሳሰብ የተጎናጸፈ፣ ከፍተኛ የፖለቲካ ንቃት የነበረው፣ የጠለቀ የፖለቲካ ፍልስፍና ዕውቀት ያዳበረ፣ ብሩህ አእምሮ የታደለ፣ ግለሰብ ለማግኘት ቀላል ያልነበረ ቢሆንም ቅሉ፣ ባልሰከነ ሥልጣን ኮርቻ ላይ ተቀምጠው በነበሩ ፈላጭ ቆራጮች፣ እንደ አልባሌ ዕቃ ተቆጥሮ፣ ሕይወቱን ተነጠቀ፣ ኢትዮጵያም አንድ ምርጥ ልጅ አጣች።

መቅድም

በአውሮፓውያን አቆጣጠር 1987 ይመስለኛል። ስዊድን አገር ስቶክሆልም ዩኒቨርስቲ በሥነ ስብዕት (Anthropology) የራሴን ምርምር ሥራ እየተከታተልኩ በዚያውም በረዳት መምህርነት ማገልገል እንደጀመርኩ ከኔ ቀደም ብሎ በምጣኔ ሃብት (Economics) የዶክተርነት ማዕረግ ተቀብሎ በዚሁ ዩኒቨርስቲ በመምህርነት ከሚያገለግለው ዶ/ር ተካልኝ ጎዳና ጋር ምሣ ለመብላት በዩኒቨርስቲው የምግብ አዳራሽ ተገናኘን። ተካልኝ የልጅነት ጓደኛዬና አብሮ አደጌ በመሆኑና ከሕፃንነቱ ጀምሮ ባስተዋይነቱና ለትምህርት ባለው ፍቅር ከምኮራባቸው አብሮ አደጎቼ አንዱ ሲሆን የታሪክ አጋጣሚ ሆኖ እኔ ወደ መኢሶን ፖለቲካና ድርጅታዊ አቋም ሳመራ እሱ ደግሞ ወደኢህአፓ አቋምና ድርጅት በማምራቱ እስከ መቆራረጥና መረሳሳት ደርሰን ነበር። ጊዜ የማይሽረው ቁስል የለምና ዕድሜም ተጨምሮበት በእውቀትም ሆነ ተመክሮ ጎልብተን፣ ስሜታዊነትንና ድርጅታዊም ሆነ ርዕዮተ ዓለማዊ ወገናዊነትን ወደኋላችን ትተን፣ ያለፈውን የርስ በርስ መተላለቅና የመስዋዕትነት ታሪክ በጥሞና መመርመር ችለን፣ ለተተካው ትውልድ የኛ ጠቀሜታና ተፈላጊነት ምን ይሆን? የሚሉ ውይይቶችን በየጊዜው እናደርግ ነበር። በተገናኘን ቁጥር መሪር ከሆነው የጋራ ታሪካችን የቀሰምነው ዕውቀትና ያገኘነው ልምድ ቢኖር ለማካፈል በስዊድን አገር የሚኖሩ ኢትዮጵያውያን አገራቸውንና ሕዝቦቿን በተመለከተ በጠላት ዓይን ሳይተያዩ በጋራ የሚወያዩበት መድረክ እንዲኖራቸው እንመካከር ነበር።

ኃይሌ ፊዳ እና የግሌ ትዝታ vii

በመካከላቸው ልዩነትም ቢኖር የመቻቻሉ ባህልና ልምድ እንዲዋሃዳቸው ምን መደረግ ይኖርበት ይሆን? እያልን አንዳንድ ሙከራዎችን ማድረጋችን አልቀረም። ይህ አልሆን ሲለን ደግም በግል ችግሮቻችን የምንመካከር፣ አንዳችን ላንዳችን የምንደራረስ ወንድማማቾች እስከመሆን ደርሰናል። ይህ መተሳሰር እስከዛሬም አብሮን ይኖራል። ወደ ጀመርኩት ጉዳይ ልመለስና ምሳችንን በዩኒቨርስቲው የምግብ አዳራሽ እየተመገብን ሳለን በምን አጋጣሚ እንደሆነ አላስታውስም ስለ ኃይሌ ፊዳ አንስተን ስንጨዋወት አንድ ገጠመኝ አነሳሁለት። ይህም የሚከተለው ነበር።

እኔ ወደ አገር እንደተመለስኩ የረባና «ሰው ፊት» የምቀርብበት ልብስ ስላልነበረኝ ኃይሌ፣ ለኔ ልብስ ሊገዛ ተያይዘን ፒያሣ ወጣን[1]። ቀደም ሲል ሲኒማ ኢትዮጵያ በመባል ይታወቅ የነበረውን አለፍ ብለን ሰውና ተሳፋሪ ከሚበዛበት ያውቶብስ ማቆሚያ ከሰው ጋር እየተጋፋን ስንሄድ ለካስ በግምት በዕድሜያቸው በ12 እና 14 ዓመታት መካከል ያሉ ኪስ አውላቂዎች ኃይሌን ተጠግተውት ወደኪሱ ለመግባት ሙከራ አድረገው ኖሯል። እሱም ዞር ሲል አይቷቸው ኖሮ «አንተ ወስላታ ዱሪዬ! ሌባ! ሂድ ከዚህ ብሎ» በጩኸትና በማስፈራራት ሲያስበረግጋቸው እነርሱም በፍጥነት ሮጥ ብለው ካመለጡ በኋላ አንደኛው ራቅ እንዳለ «እንዴ? ለካሳ ይሄ ፈረንጅ አማርኛ ይችላል!» ብሎ ማለቱን ለተካልኝ ስነግረው እጅግ ከመገረሙ የተነሳ ማመን አቅቶት «እኔ እኮ ኃይሌ ፊዳ ሲባል፣ ስለሱ ሲጻፍና ሲወራ ባነበብኩትና በሰማሁት የሚታየኝ ሥዕል አንድ ጥቁር ሰው፣ መልኩና ቁመናው የሚያስፈራ፣ ጅራትና ቀንድ

---

[1] ሱፍ ልብስ ለማለት ነው። በነጋ በጠባው ከማትለየኝ ጥቁር ቆዳ ኮትና አርንጓዴ ከፋይ ጂንስ ለመላቀቅ። ጥሎብኝ ሱፍ ልብስ ከተገዛልኝም በኋላ ይኸው ጃኬትና ጂንስ ስለምወደው አልተለየኝም ነበር።

ባለው ሰይጣን የምትመስለው ዓይነት ሰው እንጂ አሁን አንተ የምትለው ዓይነት ቁመናና መልክ ያለው ብዬ ገምቼ አላውቅም» አለኝ። እኔም መልሼ ለተካልኝ ይህንኑ ገጠመኝ በዚያኑ ጊዜ እኔና ኃይሌ ዶ/ር ነገደን አግኝተን ስንነግረው ዶ/ር ነገደም መልሶ ኃይሌን «ኪስ አውላቂዎቹ ምን ያድርጉ! ሲያዩህ አንድ ከረፉፍ ፈረንጅ መስለሃቸው ነዋ!» ብሎ እንዳሳቀን ለተካልኝ አጫወትኩት። እሱም ኃይሌን በዲያቢሎስ መስሎ የማጣላላት ዘመቻ ምን ያህል ርቆ የሄደ እንደነበረ የሚያስታውስ በሚመስል መንገድ እንግሊዝኛ በቀላቀለ አነጋገር «ይህንን የመሰለ «personality assassination» መርዘኛ የጥላቻ ባህል የሚቀረው መቼ ይሆን?» በሚል ለኔ እንደገባኝ የመቆጨት ዓይነት አነጋገር ተናግሮ ምሳችንን ጨርሰን እሱም ወደ ማስተማሩ እኔም ወደሚጠብቁኝ ተማሪዎቼ አመራን።

«ኃይሌ ፊዳ እና የግሌ ትዝታ» በሚል ርዕስ ይህችን አነስተኛ ማስታወሻ ለመጻፍ ካሰብኩበት ቢያንስ ከ30 ዓመታት በላይ ይሆናል። ኃይሌ ፊዳ፣ ለማንኛውም የሰው ልጅ የሚገባውን ቀና አመለካከት መሠረት ያደረገና በኖረበት ዘመን ማንኛውንም ወጣትም ሆነ ምሁር ሊማርክ በቻለ ማርክሳዊ ፍልስፍና እምነት በገነነበት ዓለም ውስጥ፣ በበኩሌ የምመኘውን ያህል ባግባቡ ሳይመረመር ያለፈ ሰው ነው። በኢትዮጵያ ዘመናዊ የፖለቲካ ታሪክም ባጠቃላይና በተለይም በየካቲቱ 66 አብዮት የተጫወተው ሚና መረጃና ጥናት ላይ የተመረኮዘ ብያኔ ያላገኘ ሰው ነው ቢባል ሃሰት አይደለም። የቀዳማዊ ኃይለ ሥላሴን የዘውድ አገዛዝ ወደ ዲሞክራሲያዊና ውሎ አድሮም በእኩልነት ላይ ወደቆመ ሶሺያሊስታዊ ሥርዓት ለማሸጋገር የነበረው ሕልምና ተስፋ ምን ይመስል እንደነበር ከስሜታዊነትና ወገናዊነት ነፃ በሆኑ ተመራማሪዎች በበቂ የዳሰሰለት ሰው

እስካሁን አልታየም። በዘመኑ ባገራችን ከበቀሉ የፖለቲካ መሪዎች መካከል በዚያው ባመነበት ፍልስፍናና ርዕዮተ ዓለማዊ እይታም ቢሆን ምን ያህል የረጋና ብስለትን የተላበሰ፣ ትንተናውም ምን ያህል የሰከነ እንደነበር ሊያስረዱ የሚችሉት «ትግላችን» እና «ታጠቅ» በመባል ይታወቁ የነበሩት የቀድሞው የአውሮፓ ኢትዮጵያ ተማሪዎች ማህበር (አኢተማ) መጽሔቶች ላይና «የሰፊው ሕዝብ ድምፅ» በመባል ይታወቅ በነበረው የመላ ኢትዮጵያ ሶሺያሊስት ንቅናቄ ልሣን እንዲሁም ደግሞ «አዲስ ፋና» በምትባለው የድርጅቱ ሕጋዊ ወርሃዊ መጽሔት ላይ ያቀርባቸው የነበሩት በርካታ ጥናቶቹና ጽሑፎቹ እስካሁንም ድረስ በበቂ የመረመራቸው እንደሌለ የታወቀ ነው። ይህ መቅደም ሲገባው ማንነቱን በደፈናው በማሰይጠን ወይም አንድ ነጠላ ጉዳይ ላይ ብቻ በማተኮር፣ በዚያ ዘመን በነበሩም፣ አዲስ በተተካው ትውልድም ጭምር እንዲጠላ በቀጥታም ሆነ በተዘዋዋሪ አስተዋፅዖ ያደረጉ ወገኖች ትተውት ያለፉት ጠባሳ የግድ መጠየቅ ይኖርበታል በሚል መነሳሳት ይህችን የግሌን ትውስታ ለማቅረብ ዕድሉን አግኝቻለሁ።

ይህንን አጭር መጣጥፍ በማዘጋጀት ላይ እያለሁ ፕሮፌሰር ሽብሩ ተድላ የሚባሉ የኃይሌ ፊዳ የልጅነት ጓደኛና የወንድማማች ያህል ቅርበት የነበራቸው ሰው «ከጉሬዛም ማርያም እስከ አዲስ አበባ»[2] የሚል መጽሐፍ ማሳተማቸውን ሰማሁ። ወዲያውኑም ገዝቼ በማንበብ ምንም ዓይነት የፖለቲካም ሆነ የድርጅት ንኪኪነት በሌለው መንገድ የነበራቸውን ከጓደኝነት ያለፈ የወንድማማች ያህል ፍቅርና መተሳሰብ በመጽሐፋቸው ውስጥ በተለያዩ ገጾች ሰፋ አድርገው

[2] «ከጉሬዛም ማርያም እስከ አዲስ አበባ፣ የሕይወት ጉዞ እና ትዝታዬ» ሽብሩ ተድላ፣ ኤክሊፕስ ማተሚያ ቤት፣ 2008

ማቅረባቸውን ለማስተዋል በቅቻለሁ። ከዚህም የተነሳ እውነትም ለካስ ፕሮፌሰር ሽብሩን የመሳሰሉ በጎውንም ክፉውንም በማስታወስ በሃቅ የሚመሰክሩ ሰዎች መኖራቸውን ለመገንዘብ ችያለሁ። ፕሮፌሰር ሽብሩ፣ ኃይሌን በሚመለከት ለጓደኛ የነበረውን ፍቅርና መቆርቆር፣ ከዚያም ያለፈ በኢትዮጵያ ውስጥ በቀለው ከነበሩ የፖለቲካ ድርጅቶች መሪዎች መካከል የበሰለ፣ ልታይ ልታይ የማይልና እውቀቱን የማያሳይ፣ የወንድም ያህል የሚወዱትና የሚያደንቁት ሰው እንደነበር ለመመስከር መብቃታቸውን ስመለከት (ገጽ 194-5 እና 328 ይመልከቱ)[3] ወደፊት ሌሎችም ክፉውንም ሆነ ደጉን በማውሳት ለትውልድ ትምህርት የሚሆን ቅርስ ትተው ያልፋሉ የሚል ተስፋ አሳድሮብኛል። በተለይም ደግሞ የቅርብ ወዳጆቹና ጓደኞቹ ኃይሌ ፊዳ እንደ ፖለቲካ ሰው፣ ከዘር፣ ሃይማኖትና ብሔር ማንነት ተመንጥቆ የወጣ፣ በኢንተርናሺናል መንፈስ የፀና ሶሺያሊስት እንደነበር ለመመስከር ገና ብቅ ማለታቸው ስለሆነ ይህም ያለባቸውን የታሪክና ሕሊና ግዴታቸውን የመወጣት ያህል አድርጌ እወስደዋለሁ። ይህ ደግሞ ዘመኑ ስለተለወጠና የሶሺያሊስት ንቅናቄ ዓለም አቀፋዊ ገናናነት ለጊዜው በማፈግፈጉ የሕዝቦችን ያላግባብ መበዝበዝ፣ ለሰብዕነታቸው መከበርና ለፍትሕ፣ ለብሔራዊ ነፃነትና በራስ መተማመን በቅንነት በመቆማቸው ለተሰውት ሁሉ ወገን ሳይለዩ ለመመስከር የሚደፍሩትንና የሚነሱትን ይጨምራል።

---

[3] ፕሮፌሰር ሽብሩ ተድላ በመጽሐፋቸው ውስጥ የሰጡትን ምስክርነት የሚያብራራና እጅግ አድርጎ የሚደንቅ ቃለ ምልልስ በሸገር ሬድዮ ማድረጋቸው ለኃይሌና ለቤተሰቡ እንዲሁም ደግሞ ከወገናዊነት ነፃ በሆነ መንገድ ስለኃይሌ ማወቅ ለሚፈልግ፣ ያበረከቱት አስተዋጽዖ ለሁላችንም በተለይም ደግሞ ለታሪክ ተመራማሪዎች ባለውለታ ያደርጋቸዋል። በፋና የዜና ማዕከል «የደራው ጨዋታ» በሚል በተከታታይ ጓደኞቹንና ባለቤቱን በመጋበዝ ስለ ኃይሌ ለቀረበው የቃለ ምልልስ ፕሮግራም በር ከፋች ለመሆን በቅተዋል ማለት ይቻላል።

በዘመናት ስሌት የተሄደ እንደሆነ እኔና ኃይሌ ፊዳ ረጅም ዓመታት አብረን አላሳለፍንም። የዘመናት አቆጣጠር በፍጥነት በሚመጡና በሚያልፉ ገጠመኞች የታሰበ እንደሆነ ግን በኢትዮጵያ የቅርብ ታሪክ ውስጥ እጅግ የተፋፋመ እና ምናልባትም «ምድርና ሰማይ የተደበላለቀበት» ተብሎ ሊገመት በሚችለው የየካቲት 66ቱ አብዮት ዋዜማና በአብዮቱ ሂደት ውስጥ አብረን አሳልፈናል። በነዚህም ገጠመኞች ስፋትና ጥልቀት ስሌት የተሄደ እንደሆነ ያንድ ክፍለ ዘመን ሩብና ግማሽ ዘመን ያህል አብረን ያሳለፍን ያህል የሚመጥኑ ትዝታዎች አሉኝ። የተገናኘነው የየካትት 66 አብዮት ከመፈንዳቱ ሁለት ዓመታት በፊት ሲሆን እስከ 1973 ዓ.ም መጨረሻ ማለትም ለሰባት ዓመታት ያህል አብረን አሳልፈናል። በፈረንሳይ አገር አንድ ላይ ከመኖር ያለፈ፣ አንድ ሕንፃ ላይ ምድር ቤትና ፎቅ ላይ ተጎራባች ሆነን፣ የካቲት 66 አብዮት ፈንድቶ እኔም በ2ኛው ዓመት ወዳገር በተመለስኩበትም ጊዜ ከደህንነታችንና ድርጅታዊ ሃላፊነት ጋር በተያያዘ ምክንያት እስክንለያይ ድረስ አብረን አንድ ቤት ኖረናል። ወደፊት እንደምመጣበት በመኢሶን ወጣት ድርጅታዊ መዋቅርና ውሎ አድሮም በመኢሶን ድርጅት አባልነትም ለመመልመል ያበቃኝ ኃይሌ ነው። የየካቲት 66ቱ አብዮት እጅግ ፈጣን ከመሆኑ የተነሳ በርካታ የትግልና አብዮት፣ የተስፋና ጭንቀት፣ ሞትና መስዋዕትነት ገጠመኞች በፍጥነት የሚለዋወጡበት ነበር። እኔም ዛሬ ተመልሼ ሳስበው በዚያን ዘመን ለዕድሜዬም ሆነ ለተመክሮዬ የማይመጥን ሃላፊነትና አመኔታ ከተጣላበቸው አንዱ ሆኜ መሽ ነጋ ከኃይሌና ከቀሩትም የመኢሶን ማዕከላዊና ቋሚ ኮሚቴ አመራር አባላት ጋር በቅርቡ እገናኝ ነበር። ይህም የታሪክ አጋጣሚ በተለይም ኃይሌ ፊዳን በሚመለከት

xii

በማስታወሻዬም ሆነ በአእምሮዬ ይገቡ ያኖርኳቸውን የግሌ የሆኑ በርካታ ትዝታዎች ሊኖረኝ ችሏል።

ለራሴ ያቀረብኩትና የማቀርበው ጥያቄ ጊዜው እየረዘመ በሄደ ቁጥር የዚህ ማስታወሻ ጠቀሜታ ምንድን ነው? እጅግ ውድ መስዋዕትነት የተከፈለበት የየካቲት 66ቱ የኢትዮጵያ አብዮት ከታለመለት የዕኩልነትና ብልፅግና ግብ ሳይደርስ ከከሸፈና ኢትዮጵያውያንን ከዳር ዳር ወዳሳዘነ ምዕራፍ አምርቶ፣ ሥልጣኑንን በአምባገነንነት የያዙት የሌተና ኮሎኔል መንግሥቱ ኃይለማርያም አገዛዝ አልፎ፣ ኢህአደግ ሥልጣን ከያዘ እንኳን ብዙ ዘመን የተቆጠረበት ነው። ኢትዮጵያንና የሕዝቦቿን ዕድል በመሰለውና በሚያልመው ብሩህ ተስፋ ለመቅረፅ ላይ ታች ለሚለው አዲሱ ትውልድ ስለ ኃይሌ ፊዳ አወቀ አላወቀ ምን ይጠቅመዋል? በሚል ከራሴ ጋር ሙግት መግጠሜ አልቀረም። ነገር ግን ያለፈ ታሪክንና በየዘመኑ እየተነሱ ያለፉ ያገርም ሆነ የፖለቲካ መሪዎችን ማንነትና ምንነት መመርመሩ የጊዜ ገደብ የማይገደው መሆኑ ጥርጥር የለውም። ይህም በመሆኑ ባለፈው ላይ ያለንንና የነበረንን አመለካከት መልሶ ለመጠየቅና ለማሰላሰል፣ ከዚያም ባለፈ በጊዜው በመረጃ ጉድለት ሳብያ ፈርጀን ያለፍንባቸውን ክስተቶችና ከነዚህ ክስተቶች ጋር የተቆራኙ ግለሰቦችንም ጭምር በሰከነና ባዲስ ዓይን በመመርመር የታሪክ አመለካከታችንን ለማዳበርም ሆነ ሚዛናዊና በሞላ ጎደል የተሟላ ለማድረግ ይረዳል ብዬ አምናለሁ።

እንደገና ለማስገንዘብ ያህል ለታሪክ ምስክርነት ያህል፣ ኃይሌ ፊዳን በተሻለ የሚያውቁ፣ የላቀና የዳበረ ትዝትዎች ያሏቸው አሁንም በሕይወት የሚገኙ ወዳጆችና የትግል ጓዶች እንዳሉትና እንደነበሩት አውቃለሁ። ከወለጋ ክፍለ ሃገር አንደኛ ደረጃ ትምህርቱን ጨርሶ አዲስ አበባ ጄነራል ዊንጌት 2ኛ ደረጃ

ት/ቤት ከገባና ከዚያም ከአዲስ አበባ ዩኒቨርስቲ ተመርቆ አውሮፓ ለከፍተኛ ትምህርት በመሄድ የኢትዮጵያ ተማሪዎች ንቅናቄ መሪ፣ በመጨረሻውም የመላ ኢትዮጵያ ሶሺያሊስት ንቅናቄ መሥራችና ከመሪዎቹ አንዱ ሆኖ ወደ ኢትዮጵያ በመመለስ በየካቲት 66ቱ አብዮት ግንባር ቀደም ተዋናይ ከመሆን አንስቶ ከአንድ ዓመት ተኩል በላይ ከታሰረበት 4ኛ ክፍለ ጦር ተወስዶ በሌተና ኮሎኔል መንግሥቱ ኃይለ ማርያም ትዕዛዝ በግፍ እስከተገደለበት ጊዜ ድረስ ከሚዘልቀው ሕይወቱ መካካል የተወሰነውን በማሰባሰብ ምንም ጊዜው ቢረዝም ማንነቱን ከኔ የተሻለ ለትውልድ የሚያካፍሉ እንዳሉ አውቃለሁ። እኔም ባጋጣሚ ሆኖ ዝርዝር ነገሮችን የማስታወስ ችሎታ ብቻ ሳይሆን ከልጅነቴ ጀምሮ ማስታወሻ መያዝና የጠፋብኝም እንደሆነ እንደገና የመጻፍና መልሶ የማስታወስ ፍቅር ስለነበረኝ ይህንኑ እስከዚህ ዕድሜ ድረስ ገና ያላሸቀውን የማስታውስ ችሎታዬን በመጠቀም የበኩሌን ለማበርከት ሙከራ አድርጌአለሁ። ከተገናኘንበት ዘመን ጀምሮ ታላቅ ወንድምነቱ፣ አስተማሪና አስተዋይ መሪነቱ እንዴት ሊስቡኛና ሊያስተሳስሩኝ እንደቻሉ እነዚህን ገጠመኞችና ትውስታዎች በየጋጣሚው የራሴን ጥያቄዎች እያቀረብኩለት ይሰጠኝ የነበረውን መልሶች በጥቃቅን ማስታወሻዎች አሰፍር ነበር። እነርሱም ቢሆኑ በደርግ ዘመን የፖለቲካ እሥረኛ በነበርኩበት ዘመን በመጥፋታቸውና ወደ አውሮፓ ከወጣሁም በኋላ ከሙያዬ ጋር በተያያዘ በሁሉም አህጉራት እዘዋወር ስለነበር እነዚህን መልሶ ለማስታወስና በአእምሮዬ የያዝኩትንም ጨምሬ በጽሑፍ ለማስፈር ላስብበት እንጂ ሰብሰብ ያለ ጊዜ አግኝቼ የራሴን ትዝታ በዚህች አጭር ማስታወሻ መልክ ለማቅረብ ሁኔታው አልተመቻቸልኝም ነበር። ጡረታ መውጣትን የመሰለ ፀጋ የለምና ማንም የማያዝበትን

የራሴን ጊዜ ተጠቅሜ ምንም ዘመኑ ቢረዝም የግሌን ትዝታ በዚህ መልክ ለማቅረብ ዕድሉን አግኝቻለሁ። ይህም ውሳኔዬ ቢሆን ከማለፌ በፊት በቅድሚያ የራሴን ሕሊና ለማርካትና ምናልባትም ቅንና ብሩህ አእምሮ ላለው አንባቢ እንዲሁም ደግሞ ላዲሱ ተመራማሪ ትውልድ በታሪክ ምስክርነትና መወያያነት ያገለግል ይሆናል በሚል መነሳሳት እንጂ ለሌተና ኮሎኔል መንግሥቱ አምባገነን አገዛዝ ሁሉም በየተራው ሰለባ ከሆነው ወገን መካከል አንዱን ወገን በቀጥታም ሆነ በተዘዋዋሪ ለመውቀስ ሌላውን ወገን ደግሞ ለመካስ ሆን ተብሎና ታስቦ የተዘጋጀ እንዳልሆነ እንዲታወቅልኝ እሻለሁ። በተለይም ኢህአፓን በሚመለከት የቀረበው የዚህን ድርጅት የፖለቲካ መስመር፣ በተለይም የ"ሸብር ፈጠራ"ን ትግል ዘዴ ስህተተኛነት ሆን ተብሎ ለመጠቆም ሊመስል ይችል ይሆናል። ይሁን እንጂ የዚህን ድርጅት ሕቡዕ ድርጅታዊ አወቃቀርና በተደራጀና የታጠቀ የሕዝብ ትግል ቀዳማዊ ኃይለ ሥላሴንም ሆነ የደርግን መንግሥት ለመጣል የዘረጋው ድርጅታዊ መዋቅርና በገጠር የሞከረው ወታደራዊ ትንንቅ የአብዮታዊ ድርጅት ባህርይ እንደነበረው የሚካድ አይደለም። ይህም ሆኖ አልፎ አልፎ ኢህአፓንም ሆነ እንደእኛው ከደርግ ጋር አብረው ይሰሩ በነበሩ ድርጅቶች ላይ ወቀሳ ከመሰንዘር ያልተቆጠበ መስሎ ቢቀርብ ሊገርም አይገባም። ይህ የሆነው በመረጃ የተደገፉ ጉዳዮች ከመቅረባቸው ጋር የተያያዘ ፣ ከታሪክ ጋር የተቆራኘና ሊነጣጠል የማይቻል ብቻ በመሆኑ ነው። ይህ 4ኛ እትም ስለአፋን ኦሮም በሚያትተው የመጽሐፉ ክፍል ከዚህ በፊት በወጡት እትሞች ለማካተት ጥረት ተደርጎ መረጃውን በተጨባጭ ለማግኘት ሳይቻል ቀርቶ ሳይካተት የቀረ መረጃ ከማካተት በስተቀር ሌላ የተጨመረ ወይም የተቀነሰ እንደሌለ ማሳወቅ እወዳለሁ። በተረፈ አንብቦ የማሰላሰሉን ጉዳይ ላንባቢ እተወዋለሁ።

አማረ ተግባሩ በየነ (ዶ/ር)

ስቶክሆልም (ስዊድን) 2024 (እ.አ.አ.)

ኃይሌ ፊዳ ማነው?

እኔ በኢትዮጵያ አቆጣጠር የካቲት ወር አጋማሽ 1968 ዓ.ም. ከፈረንሳይ አገር ተመልሼ፣ ከፊነዳ 2ኛ ዓመቱን በያዘው የየካቲት 66ቱ አብዮት እንድሳተፍና የመላ ኢትዮጵያ ሶሺያሊስት ንቅናቄ (መኢሶን) አመራር የተስማማባትን «አዲስ ፋና» በመባል ትታወቅ የነበረውን የድርጅቱን ሕጋዊ መፅሔት በዋና አዘጋጅነት እንድመራ ተወስኖ የመጽሔቱ የመጀመሪያ ዕትም ምን መሆን አለበት በሚል የመጽሔቱ ዝግጅት ቦርድ

አባሎችን ይዘን ቢሯችን በነበረበት «አርበኞች ሕንፃ» 1ኛ ፎቅ ስብሰባ ተቀመጠን ነበር። በዚህም ስብሰባ የተገኙት ከኔ በፊት አዲስ ፋናን በግል ባለቤትነትና ዋና አዘጋጅነት በሕግ አስመዝግቦ እኔ ወዳገር ስመለስ የዋና አዘጋጅነቱን ሥፍራ ለኔ የለቀቀውና እሱ የየካቲት 66 የፖለቲካ ት/ቤት አስተማሪነት የተዛወረው አቶ አንዳርጋቸው አሰግድ[4]፣ ፊንጠር ብሎ የተቀመጠው የመኢሶን መሥራችና ከአንጋፋ የድርጅቱ መሪዎች አንዱ የነበረው ዶ/ር ወርቁ ፈረደና[5] አንገቱን ከማስታወሻው ላይ ደፋ አድርጎ በያዘው ብዕር የውይይቱን ፍሬ ነገር የሚያሰፍር መስሎ በዝምታ የሚያዳምጠው ኃይሌ ፊዳና ከእሱ አጠገብ እንደተቀመጠ የማስታውሰው ዶ/ር ነገደ ጎበዜ ነበሩ።

አዲስ ፋና ከመመስረቷ በፊት ለኢ.ህአፓ ሕጋዊ ልሣን በመሆን የምታገለግል «ጎህ» የምትባል፣ በርካታ አንባቢዎችንና በተለይም ወጣቱን የሳበች መጽሔት ነበረች። ይህችን መፅሔት ለመፎካከርና አንባቢዎችን ወደ መኢሶን አመለካከት ለመሳብ፣ በስርጭትም ሆነ ሽያጭ በኩል ከተፎካካሪነት ባሻገር ለድርጅቱ የገቢ ምንጭ የማስገኘቱንም ጉዳይ አካተን ስንወያይ በዚያን ዘመን ማንም ያላሰበባቸውን አዳዲስ (innovative) ሃሳቦች በማፍለቅ ልዩ ችሎታ እንደነበረው የማስታውሰው ዶ/ር ነገደ ጎበዜ አንድ ሃሳብ ሰነዘረ። ይህም «ኃይሌ ፊዳ ማነው?» በሚል ርዕስ ከኃይሌ ጋር ያደረከውን ቃለ መጠይቅ የመጽሔቷ የመጀመሪያ ዕትም አድርገህ ብታወጣ ማንነቱን ለማወቅ

---

4 «ባጭር የተቀጨው ረጅም ጉዞ፣ መኢሶን በኢትዮጵያ ሕዝቦች ትግል ውስጥ» በሚል ርዕስ በሴንትራል ማተሚያ ቤት 1992 ዓ.ም. ታትሞ የወጣውን መጽሐፍ የደረሰና የመኢሶን መስራች አባል።

5 «ዕድገት ብሎ ውድቀት፣ ወታደርና ሶሺያሊዝም» በሚል የምትታወቀውን መጽሐፍ በ1990 ዓ.ም የደረሰና የመኢሶን መስራችና የድርጅቱ መሪ የነበረ።

የሚጓጓውን አብዛኛውን አንባቢ በጉጉት (curiousity) ብቻ በቀላሉ መሳብ ትችላለህ። ይህ ቃለ መጠይቅ በኢሀአፓ በኩል የ«ጎህ» መጽሔትን በመጠቀም የተያዘውን ኃይሌን በተለይና መኢሶንን ባጠቃላይ የማሰይጠን ዘመቻ ሊቋቋምና መጽሔቱንም ለማስተዋወቅ፣ በዚያውም ቋሚ አንባቢ ለማፍራት ይረዳል የሚል ሃሳብ ሰነዘረ።

ዶ/ር ነገደ ይህንን ሃሳብ ለመሰንዘር ሌላም ምክንያት ነበረው። ዘመኑ ማርክሲዝም በሰፊው መስፋፋት የጀመረበትና ባገራችን ቀደም ሲል በበቀሉት አብዮታዊ ድርጅቶች ማለትም በመኢሶንና ኢሀአፓ መካከል ማን እውነተኛ ማርክሲስት እንደሆነ፣ የማርክስና የሌኒንን እንዲሁም የማኦ ሴ ቱንግ ሥራዎችን በማጣቀስ ወጣቱንና ምሁሩን ወደ የድርጅቶቻችን ለመሳብ ክርክር የሚደረግበት ወቅት ነበር። ያ ጊዜ ኃይሌ ፊዳ ወደአገር ተመልሶ ከሱ ቀደም ብለው ወዳገር የገቡት አንዳርጋቸው አሰግድና ዶ/ር ከድር መሃመድ የጀመሩትንና «ተራማጅ መጽሐፍት ቤት» በሚል ስያሜ የተሰየመውን የመጽሐፍ መደብር ይመራ ነበር። ዳቦ ወይም ዘይት ከቀበሌ በራፍ ተሰልፎ ለመሸመት የሚሻማውን ያህል ሕዝብ ይኮለኮልበት በነበረው «ተራማጅ መጽሐፍት ቤት» የሶሺያሊስት ሥነ ጽሑፍ ባጠቃላይና ከማርክስና ኤንግልስ፣ ሌኒና ማኦ ሴ ቱንግ እስከ ሆ ቺ ሚንና ቼ ጉቬራ፣ ፍራንስ ፋኖንና አሚልካር ካብራል ድረስ የሚደርሱ፣ ይህንን ሶሺያሊስታዊ ፍልስፍናንና አብዮት አይቀሬነትን የሚሰብኩ መጽሐፍት በሰፊው የተሰራጩበትና ኃይሌም ሆነ መኢሶን ባጭር ጊዜ ውስጥ መታወቅን ያተረፉበት ወቅት ነበር። ደርግ «ኢትዮጵያዊ ሶሽያሊዝም» ያወጀበት የታሪክ አጋጣሚ ወጣቱንና ምሁሩን ስለ ሶሺያሊዝም ምንነት ለማወቅ ከፍተኛ ጉጉት ያሳደረበት ዘመን

ኃይሌ ፊዳ እና የግሌ ትዝታ ገፅ 3

የነበረውን ያህል የዚያኑ ያህል ደግሞ አውሮፖና መካከለኛው ምሥራቅ አካባቢ የበቀለውና ኢህአፓ የኮተኮተው ፀረ-ኃይሌ ጥላቻ የ66ቱን አብዮት ተከትሎ በወጣቱና በሰፊው ሕዝብ መካከል በመሰራጨት ላይ የነበረበት ወቅት ነበር። ኢህአፓ «አደፍርስ» በሚል የብዕር ስም በ«ጎህ» መጽሔት ላይ ኃይሌ ፊዳ በአብዮቱ ፍንዳታ ሰሞን «ዲያሌክቲካዊና ታሪካዊ ቁስ አካልነት» (Dialectical and Historical Materialism) **የሚባለውን የካርል ማርክስና ኤንግልስ መስተማር ወደ አማርኛ ተርጉሞ ያወጣውን መጽሐፍ ከማጥላላት ያለፈ ለደርግ ያደረ «ባንዳ ምሁር» የሚል ዘመቻ በማካሄድ ላይ ነበር። አልፎ ተርፎም ያባቱን ስም አጓጉል** (derogatory) **በሆነና በትምክህተኛነት በሚያስጠረጥር መልኩ በመቆልመም «ፊዲስት» የሚል ስያሜ በመስጠት እሱንና የመኢሶንን አባላትና ደጋፊዎች በዚህ መጠሪያ በመጥራት በመዝመት ላይ ይገኝ ነበር[6]። ዶ/ር ነገደ ጎበዜ የመጀመሪያው የመኢሶን ሕጋዊ መጽሔት ዕትም «ኃይሌ**

---

[6] በኢህአፓ ከመገደሉ በፊት ላጭር ጊዜ አሮጌው ፓስታ ቤት ባጋጣሚ አግኝቼው የነበረውና በአዲስ አበባ ዩኒቨርስቲ የ4ኛ ዓመት የሕግ ተማሪ የነበረው ገብረ እግዜብሔር ተስፋዬ ቀደም ሲል ኢህአፓ ባደረጀው ማርክሳዊ ሌኒናዊ የጥናት ክበብ ይህንኑ ኃይሌ በብዕር ስም አውጥቶት የነበረውን ዲያሌክቲካዊ ታሪካዊ ቁስ አካልነት መጽሐፍ በኢህአፓ ትዕዛዝ እያባዛን ለየጥናት ክበቡ እንድናሰራጭ ተነግሮን ይህንኑ ስናደርግ ነበር። ኃይሌ ፊዳ የጻፈው መሆኑ ሲታወቅ ደግሞ ሰብስቡና አቃጥሉ ተባልን በማለት አጫውቶኛል። የገብረ እግዜብሔር ተስፋዬን ጉዳይ በተመለከተ ቀደም ሲል ከሌላ መኢሶን ጓድ ኤፍሬም ዳኜ ጋር ፍርድ ሚኒስቴር አብረው በስራ ይገናኙ ስለነበር በጊዜያዊ መንግሥት መቋቋም ጉዳይ ላይ ከመወያየት ያለፈ ገ/እግዜብሔር የመኢሶንን አቋም መደገፉንና በድርጅትም ለመታቀፍ ፍላጎት በማሳየቱም ኤፍሬም ዳኜ ከሌላ «አብዱል» በሚል የድርጅት ህቡዕ ስም ይታወቅ ከነበረ ጓድ ጋር እንዳገናኘው ከኤፍሬም ላውቅ ችያለሁ። ይህም «አብዱል» በሚል ህቡዕ መጠሪያ የሚታወቀው ጓድ እውነተኛ ስሙ ገ/እግዜብሔር ሐጎስ ሲሆን ከገብረ እግዜብሔር ተስፋዬ ጋር በኤፍሬም አማካኝነት ሲገናኙም ለካስ ቀደም ሲል ይተዋወቁ ኖሮ ገብሬ፣ ገብሬ መባባላቸውን አጫውቶኛል። እሱ ብቻ ሳይሆን አብረውኝ በቀዳማዊ ኃይለ ሥላሴ ዘመን ታስረው የነበሩ፣ ብርሃኔ ተክለ ማርያም የሚባል አስፋው ወሰን ት/ቤት ተማሪና የአዲስ አበባ ሕዝብ ድርጅት ጉዳይ ጽ/ቤት ካድሬ የነበረ እንዲሁም ደግሞ ደመቀ ሐረገ ወይን የሚባል የዓለም ማያ የእርሻ ተማሪ የነበረ በተመሳሳይ ምክንያት ከኢህአፓ መባረራቸውን አጫውተውኛል። ብርሃኔ ተክለማርያም አዲስ አበባ፣ ደመቀ ኃረገ ወይን ደግሞ ጅማ ከተማ በኢህአፓ ተገድለዋል።

ፊዳ ማነው?» በሚል ቃለ መጠይቁን በልዩ ዕትም ማውጣቱ ኢ.ህአፓ በመነስነስ ላይ የነበረውን ከዘርና ማንነት ጋር የተቆራኘ ፀረ-ኃይሌ ጥላቻ ሊያረክሰውና የኃይሌንም ያስተሳሰብ ጥራትና ብስለት ሊያስተዋውቅ ይችላል በሚል እምነት ነበር። እኔም ለቃለ ምልልሱ የሚሆኑ መንደርደሪያ ሃሳቦችን በጽሑፍ ካሰፈርኩ በኋላ አንዳርጋቸውና ነገደ ቀጥሎም ኃይሌ ራሱ እንዲመለከቷቸው ለማድረግ ዝግጅቴን ለመጀመር ዳር ዳር ስል ኃይሌ የመጽሔቱ የመጀመሪያ ዕትም የርሱን ማንነት በሰፊው በሚያስተዋውቅ ቃለ መጠይቅ የመውጣቱን ሃሳብ እንደ ማይስማማበት ተናገረ። ሌሎችን የማዳመጥና የማስጨረስ ልዩ ችሎታ የነበረው ሰው ስለነበር ውይይቱን ከማዳመጥና የራሱን ማስታወሻ ከመያዝ በስተቀር አንድም ጊዜ ሳይናገር ከቆየ በኋላ «እኔ ማንም አይደለሁም። ይህ ነው ብዬ የምለውም የሕይወት ታሪክ የለኝም» በማለት የቀረበውን ሃሳብ ውድቅ አደረገው። «ይልቁንስ የደርግንም ሆነ ያገሪቱን ተጨባጭ ሁኔታ በመተንተንና በማስረዳት ህዝብን ሊስብና ሊያሳምን የሚችል፣ በተቻለ መጠን እነ ማርክስና ኤንግልስን ወይም ደግሞ ማኦ ሴቱንግን ያላስፈላጊነቱ የማይጠቃቅስና ከጥራዝ ነጠቅነት የፀዱ ፅሑፎችን ማቅረብ የምትችል መጽሔት እንድትሆን ሁላችንም ብንደክምና አስተዋፅዖ ብናደርግ ይሻላል። ውሎ አድሮ እንዲያውም ባጭር ጊዜ መጽሔቷ ሰፊ ተነባቢነትና በምሁራዊ ብስለቷ ወር ጠብቃ ከመውጣቷ በፊት የምትናፈቅ ልትሆን ትችላለች» የሚል ሃሳብ አቀረበ። ዶ/ር ነገደ ጎበዜ በሕዝብ ድርጅት ጽ/ቤት ሥር የምትወጣ «አብዮታዊት ኢትዮጵያ» የምትባል መጽሔት በዋና አዘጋጅነት ጀምሮ ስለነበር፣ እንግዲያውስ የቴዎሪና ርዕዮተ ዓለሙን ማስተማሪያና ማሰራጫ ይህችው «አብዮታዊት ኢትዮጵያ» እንድትሆን

«አዲስ ፋና» ግን ተጨባጩን የኢትዮጵያ ሁኔታ በቋሚነት የምትተነትን፣ ከሰፊው ሕዝብ ጋር የምታገናኝና በቀላሉ መነበብ የምትችል መጽሔት እንድትሆን ተስማምተን ተለያየን። እኔም ኃይሌ ባቀረበው ሃሳብ መሠረት በቋሚነት ዓምድ ይዞ የኢትዮጵያን ሁኔታ የሚተነትን ጽሑፍ እንዲያቀርብ ቃል ካስገባሁት በኋላ ለመጀመሪያው ዕትም የሚሆነውን ጽሑፍ አዘጋጅቶ እንዲያቀርብልኝ ተስማምተን ተለያየን።

ከዚህ በታች የማቀርበውም ፅሁፍ ለዚህችው አዲስ ፋና መጀመሪያ ዕትም «የኢትዮጵያ አብዮትና የኢትዮጵያ ተራማጆች» በሚል ርዕስና እውነቱ ዘለቀ በሚል የብዕር ስም ያቀረበውን ነበር። ስለአብዮቱ የነበረውን ተስፋና በተዘዋዋሪም ኃያላን መንግሥታት በቁጥጥራቸው ሥር ለማድረግ የሚፎካከሩባትን አገር በተመለከተ የነበረውን ስጋት «ሕጋዊ» መድረክ በሚፈቅደው ቋንቋ እንዴት እንደገለጸው የሚያመለክት ስለመሰለኝ በሰፊው ጠቅሼዋለሁ።

> ቀይ ባህር ለዓረብ አድሃሪዎች ብቻ ሳይሆን ለኃያላን መንግሥታትም ጭምር መወዳደሪያ እንደሆነ ይታወቃል። ሁለቱ ኃያላን መንግሥታት በቀይ ባህርና ሕንድ ውቅያኖስ በኩል የያዙት ውድድር ከፍተኛ እንደሆነ ያለፉት ጥቂት ዓመታት በግልፅ አሳይተዋል። አሁን እንግዲህ ኢትዮጵያ ከአንደኛው ኃያል መንግስት ቁጥጥር ሥር ለመውጣትና የራሷን አብዮት ለማካሄድ በምትፍጨረጨርበት ወቅት፣ የሁለቱ ኃያል መንግስታት በቀይ ባህር ላይ መሻኮት ለኢትዮጵያ ሁኔታ ችግርን ይፈጥራል። ይሁንናም የኢትዮጵያ ሰፊ ሕዝብ ከዳር እስከዳር ከነቃ ከተደራጀና ከታጠቀ ኢትዮጵያ ማንም ሆነ ማን አይደፍራትም። ደግሞም ይዋል ይደር እንጂ የኢትዮጵያ ሕዝብ አብዮቱን ከግቡ አድርሶና ነጻ ሕብረተሰብ መሥርቶ ከማይደፈርበት ሁኔታ ላይ መድረሱ ፈጽሞ አይቀርም (ሐምሌ 1968 ገጽ 29)።

በመቀጠልም ኤርትራንና የአፍሪካ «ቀንድ» በመባል

የሚታወቀውን በቀይ ባህርና ሕንድ ውቅያኖስ አካባቢ ያለውን ጂኦፖለቲካል ሁኔታ በመዳሰስ ብሔርተኝነትና ጠባብ ብሔርተኝነት ሊያስከትል ከሚችለው መዘዝ ጋር አያይዞ እንዴት እንደተመለከተውና ለአካባቢው አገሮችና ሕዝቦች የነበረውን ሕልም በዚህችው አዲስ ፋና መጽሔት እንደሚከተለው አስፍሮት ነበር።

በኤርትራ በረሀዎች የተሰማሩትን ተራማጆች በሚመለከተው በኩል፣ የኢትዮጵያ አብዮት በነርሱ ላይ ከሌሎችም የኢትዮጵያ ተራማጆች የበለጠ የታሪክ ኃላፊነትን ጭኖባቸዋል። እንደሚታወቀው በሚያዚያ 23 እና በግንቦት 8/1967 ዓ.ም ጊዜያዊ ወታደራዊ መንግስት ለእነዚህ ክፍሎች አብዮታዊ ጥሪ አድርጎላቸዋል። በተለይም የግንቦት ስምንቱ ጥሪ በማያሻማ ቋንቋ የኤርትራን ክፍለ ሀገር ሰፊ ሕዝብ እንዲቀሰቅሱ፣ እንዲያደራጁና በአብዮታዊ መንገድ የጭቁን መደቦችን አንድነት እንዲገነቡ ጋብዟቸዋል። ከላይ እንደተጠቀሰው እነዚህ ተራማጆች ከአሥራ አምስት ዓመታት የመሣሪያ ትግል በኋላ፣ ትግላቸውን የሚመራ አብዮታዊ የወዝአደር ፓርቲ አልፈጠሩም፣ ፈጥረውም ከሆነ ፓርቲው እራሱን በይፋ አልገለፀም። ሌላው ቀርቶ እነዚህ ተራማጆች ያሉትን ሁለት ድርጅቶች በአንድ ግንባር አመራር ሥር ሊያመጧቸው አልቻሉም። ስለዚህም በዚህ ጸሐፊ አስተያየት፣ የኤርትራ ተራማጆች የመሣሪያ ትግል ይጀመሩ እንጂ በፖለቲካና በርእዮተ ዓለም በኩል የቀሩት የኢትዮጵያ ተራማጆች ከደረሱበት የእድገት ደረጃ ምንም ያህል አልራቁም ማለት ነው። ይህ ባይሆን ኖሮ ማለትም እነርሱ ከከፍተኛ ደረጃ ላይ በመድረስ በአንድ ኢንተርናሽናሊስት የወዛደር ፓርቲ የሚመሩ ቢሆኑ ኖሮ፣ በተለይ በዛሬው የኢትዮጵያ፣ የአካባቢው አገሮችና ዓለም አቀፍ ሁኔታ፣ የኤርትራን ሠርቶ አደር ሕዝብ ወደ አንድነት በጠሩት ነበር። የዚህ ክፍለ አገር ጭቁን መደቦች ከሌሎች የኢትዮጵያ ጭቁን መደቦች ጋር አብዮታዊ አንድነትን እንዲመሠርቱ ባስተማሯቸው ነበር። የታሪክ አጋጣሚ ሆኖ ዛሬ የዚህ ዓይነቱን ጥሪ የሚያደርገው አንድ የኢትዮጵያ የወዝ አደር ፓርቲ ሳይሆን አንድ ወታደራዊ መንግሥት ነው። እንግዲህ ከኤርትራ ተራማጆች ፊት የተደቀነው፣ ነገም በታሪክ የሚያስጠይቃቸው ምርጫ በዓይናቸው እያዩ፣ በጆሯቸው እየሰሙ፣ ከኢትዮጵያ ሕዝብና ከአብዮቱ ጠላቶች ጋር

ይሰለፋሉ ወይንስ ዓለም አቀፋዊ በሆነው የሶሻሊዝም ርዕዮተዓለም ተመርተው ይህንን የሠርቶ አደሩን ሕዝብ አንድነት ይፈጥራሉ የሚለው ነው። መደብን ለይተው ለጭቁን ህዝቦች አንድነት ይታገላሉ ወይንስ በጠባብ ብሔርተኝነት ማጥ ውስጥ ገብተው በከበርቴው ባንዲራ ሥር ይሰለፋሉ? ከሁለቱ መንገዶች አንዱን የሚመርጡበት ወቅት እንግዲህ ደርሷል (**ገጽ** 34-35)

ይህንን የመሰለው ሶሺያሊስታዊና ዓለም ዓቀፋዊ (ኢንተርናሺናሊስት) ተመክሮ (conviction) **ኩሩ ከሆነ ያገር ፍቅርና በራስ የመተማመን መንፈስ ጋር ሊኖረው የሚገባውን መተሳሰር አስመልክቶ በቀይ ባህር፣ ሕንድ ውቅያኖስ ያሉት አገሮችና ሕዝቦች ዕድል አብሮ ከመኖርና ሰላምና ብልፅግናቸውን በጋራ ከመምራት የተሻለ አማራጭ እንደሌላቸው በሚከተለው መልክ በመግለጽ ጽሑፉን ይደመድማል።**

«ከቀይ ባሕር እስከ ሕንድ ውቅያኖስ የሚገኙ የአፍሪካ «ቀንድ» ሕዝቦች በመሠረቱ አንድ ናቸው። እነዚህ ሕዝቦች በታሪክ፣ በባህል፣ በቋንቋ፣ በኑሮ ዘዴ፣ ከጥንት ጀምሮ የሚመሳሰሉና በጥብቅ የተሳሠሩ ሕዝቦች ናቸው። ከዚህም በላይ ግን ጥንትም ሆነ አሁን፣ በኢኮኖሚ ጥቅም የተሣሠሩ ናቸው። ይበልጡንም ደግሞ ወደፊት በሚደረገው የልማት ጥረት አንዱ ከሌላው ተነጥሎ በራሱ ድንበሮች ተዘግቶ ሊደራጅ የማይችልበት ሁኔታ የግድ ይፈጠራል። እነዚህን በብዙ ሰንሰለቶች የተያያዙትን ሕዝቦች የከፋፈሏቸው ፊውዳላዊ ሥርአትና ቅኝ አገዛዝ ናቸው። አሁን እንግዲህ በፊውዳሊዝምና በኢምፔሪያሊዝም ላይ ድል እየተገኘ ሲሄድ፣ እነዚህ ሕዝቦች በእኩልነት ላይ የተመሠረተ አንድነታቸውን መፍጠራቸው የማይቀር የታሪክ ግዴታ ነው። የብሄረሰቦች እኩልነት ካለ፣ ሰፊው ሕዝብ የሰፊውን አገር ኢኮኖሚያዊ ጥቅም ስለሚያውቅ ለአንድነቱ ይታገላል። በዓለም አቀፍ ደረጃም የሄድን እንደሆነ፣ አሁን ያለንበት የታሪክ ዘመን የኛ ዓይነቱ ሕዝቦች የሚቀራረቡበት፣ የሚተሳሰሩበት ዘመን እንጂ ተለያይተውና ጥቃቅን መንግሥታትን አቋቁመው ያንዱ ወይም የሌላው ኃያል መንግሥት ጥገኛ

የሚሆኑበት ዘመን አይደለም። ስለዚህም ረዘም ያለ የትግል ጊዜ ቢጠይቅም በዚህ በአፍሪካ ቀንድ የሚገኙት ሕዝቦች ሀቀኛ አንድነታቸውን ይመሠርታሉ። ሶሺያሊስት ኅብረተሰብን ይመሠርታሉ።

ይህ ስለተባለ፣ ጠባብ ብሄርተኞች መቼውንም አርቀው አይመለከቱምና፣ ምናልባት፣ «ይህማ የአማራውን መንግሥት የመስፋፋት ፍላጎት የሚገልፅ አነጋገር ነው» ብለው ይደነፉ ይሆናል። እርግጥ ነው በዛሬይቱ ኢትዮጵያ የመንግስቱን ሥልጣን የያዘው ወታደሩ እንጂ የወዛደሩ ፓርቲ አይደለም፣ አልሆነም፣ ይህ መንግስት ብሔራዊ ዲሞክራሲያዊ አብዮቱን መርቶ ከግቡ ሊያደርሰው ስለማይችል፣ የብሔረሰቦች እኩልነትንም ሙሉ በሙሉ ከሥራ ላይ ላያውለው ይችላል። ነገር ግን የኢትዮጵያ ብሔራዊ ዲሞክራሲያዊ አብዮት ፕሮግራም ለተራማጁ ሁሉ ሰፊ የትግል ዕድልን ይሰጣቸዋል። ስለዚህም ለጭቁን መደቦች አንድነት፣ ለዓለም አቀፋዊነት፣ ለሶሺያሊዝም ለመታገል በሩ ክፍት ነው። ይህንን የሚያምኑና ባላቸው ዕድል ሁሉ የሚጠቀሙ የኢትዮጵያ ተራማጆች አሉ። በተረፈም በጅቡቲም ሆነ በሶማሊያ ለዚሁ ዓላማ፣ ማለትም ለነዚህ ጭቁን ሕዝቦቻቸው አንድነት የሚታገሉ አብዮታዊያን አሉ። ለጊዜው ጥቂቶች፣ ደካሞች፣ ሰሚ ጆሮ ያጡ ሊሆኑ ይችላሉ። ነገር ግን፣ ትግላቸው የታሪክን አቅጣጫ የተከተለ፣ ተራማጅ ትግል ስለሆነ፣ መጠንከራቸው፣ መስፋፋታቸው፣ የሕዝቦቻቸውን ሙሉ ድጋፍ ማግኘታቸው የጊዜ ጉዳይ ነው። እስከዚያው ግን አሳዛኝ በሆነ ሁኔታ ያፍሪካ ቀንድ ሕዝቦች ጊዜው ባለፈበት በጠባብ ብሄረተኛነት በተመረዙ፣ የንዑስ ከበርቴ መንግሥታት በመመራት የርስ በርስን የወንድማማች ደም ማፍሰሳቸውን እንዳይቀጥሉ ያሰጋል። ተባብረው በኢምፔሪያሊስት ኃይሎች ላይ በመነሳት ፈንታ በወጥመዳቸው ውስጥ እንዳይወድቁ ያሰጋል ማለት ነው» (**አዲስ ፋና 1ኛ አመት 1ኛ ቁጥር ሐምሌ 1968 በገጽ 34-35 የቀጠለ**)

ኃይሌ በቋሚነት ላዲስ ፋና በሚያቀርበው ጽሑፍ እውነትም መጽሔቷ ባጭር ጊዜ ውስጥ መታወቅን ከማትረፍ ያለፈ በዚያን ጊዜ አዲስ አበባ ከተማ ውስጥ ብቻ አዲስ ዘመን ጋዜጣ ማሰራጨት ከሚችለው የዕለት ጋዜጣ እኩል 10,000 ያህል

ብዛት ያለው መጽሔት ለማሰራጨትና ዕድሜዋ በደርግ እስከተቀጨ ድረስ በክፍለ ሃገርም በርካታ አከፋፋዮች ሊኖራት የቻለ ሕጋዊ መጽሔት ለመሆን በቅታለች።

አዲስ ፋና መጽሔት የመጀመሪያ ዕትም ሽፋን፤ ሐምሌ 1968

ይህም ሆኖ ከኃይሌ ጋር ያደረኩትን ቃለ ምልልስ በመጽሔቷ ላይ ማውጣቱ ለገበያ የሚመች ዘዴ መሆኑ ይከነክነኝ ስለነበር ለምሳ፣ ቁርስና ራት በተገናኘንና ብዙውን ጊዜ በመኪና ከቤት፣ ሕዝብ ድርጅት ጽ/ቤት ቢሮው፣ ከቢሮው ደግሞ ወደ ቤት የማድረስና የመመለሱ ዕድሉ ስለነበረኝ ይህንኑ የቃለ መጠይቅ ጉዳይ እያለፍኩ፣ እያለፍኩ አነሳበት ነበር። በማስታወሻዬ ይገኘው የነበረውም አነጋገሩ በረጅሙ የእሥራት ዘመን ከጠፋብኝም በኋላ መልሼ በማስታወስ በጽሑፍ አስፍሬው የነበረው ቃሉ የሚከተለው ነበር።

መኢሶን ገና ለጋ ድርጅት ነው። ካሁኑ ከመካከላችን አንዳችንን እያነሳን መሪዎቻችን ይህንን ይመስላሉ እያልን ማስተዋወቅ ወደ ግለሰብ አምልኮ

> (personality cult) መኮትኮት ጋር የሚመሳሰልና በበኩሌ የሚያስደስተኝ ስላልሆነ የማልገባበት ጉዳይ ነው። የደርግ አባላት ትናንት መርጠው ያስቀመጧቸውን ኮሎኔል መንግሥቱን ከዕወቀትና ተመክሯቸው በላይ በመገንባት ላይ የያዙት ግለሰብ አምልኮ ኮሎኔሉም አምነውበት አምልኮ ፈጣሪዎችም አምነውበት በመጨረሻ ወደሚያስፈራ አቅጣጫ መሄዱ ይታየኛል። ኮሎኔል መንግሥቱ ከሳቸው ጋር ፉክክር የገባሁ ቢመስላቸውስ? እሳቸው እንደሆን ለቁርስ ያሰቡንን ራት፣ ለምሳ ያሰቡንን ቁርስ አደረግናቸው እንደሚሉት እኔንም አንድ ቀን ይህንኑ ማድረጋቸው ይቀር ይሆን?

በሚል የፌዝ ብቻ ሳይሆን የማይቀር የሚመስለውን ዕድሉን በዚህ ዓይነት አነጋገር አክሎበት የቃለ ምልልሱ ጉዳይ ላንዴና ለመጨረሻ ጊዜ በዚህ ተዘጋ። ይህንን የራሱን ማንነት በአደባባይ የማስተዋወቅና አለሁ አለሁ ብሎ የመታየት ባህርይ እንዳልነበረው ፕሮፌሰር ሽብሩ ተድላም «ከጉሬዛም ማርያም እስከ አዲስ አበባ፣ የሕይወት ጉዞ እና ትዝታዬ» (2008) በሚለው መጽሐፋቸው እንደሚከተለው ገልፀውታል።

> «ኃይሌ ረጋ ያለና አውቃለሁ የሚል መልዕክት ፍንጭ ስንኳ የማይሰጥ፤ የበሰለ ምሁር ሲሆን፤ አውቃለሁ የሚለው በየቦታው፤ ካለቦታው፤ በበቀለበት ወቅት፤ ኃይሌ ከዚያ ባህል በጣም የራቀ ነበር። እንደሌሎች ፖለቲከኞች እዩኝ፤ እዩኝ፤ የሚል ቅንጣት ስንኳ፤ ስሜት፤ ምኞት አልነበረውም» (ገጽ 328)።

ባለቤቱም በርናዴት ኃይሌ ፊዳ «የደራው ጨዋታ» በሚል በፋና የዜና ማዕከል ደረጀ ኃይሌና አዜብ ወርቁ ከሚባሉ ጋዜጠኞች ጋር ባደረገችው ቃለ ምልልስ ኃይሌ ምን ዓይነት ሰው ነበር? በሚል ለቀረበላት ጥያቄ « ስለራሱ መናገር የሚወድ ሰው አልነበረም» በሚል ከሰጠችው መልስ ጋር ይመሳሰላል።

ቪዬና በፈረንጅ 1965 ዓ.ም የአውሮፓ ኢትዮጵያ ተማሪዎች ማህበር ዓመታዊ ጉባዔ ላይ፤ በመሀል ከሚታዩት፦ ከግራ ወደቀኝ፤ 1ኛ ሙላቱ ጀቴ፣ 2ኛ ከአንገቱ በላይ የሚታየው ዶ/ር ያየህይራድ ቅጣው ሲሆን 3ኛና 4ኛ ስማቸውን ዘንግቻለሁ 5ኛው ኃይሌ ፊዳ ነው።

የሰው ዕድልና ግጥጥሞሽ

የኔና የኃይሌ ፊዳን ግንኙነት በምን ግጥጥሞሽና ሂደት የራሱን ሕይወት እየፈጠረ እንደሄደ (evolve እንዳደረገ) ለመግለፅ ከዚህ የሚከተለውን ሰፋ ያለ ታሪካዊ ማህደር (context) ላይ ያማከለ አቀራረብ መርጫለሁ።

አዲስ አበባ ዩኒቨርስቲ ከመግባቴ በፊት 2ኛ ደረጃ ትምህርቴን የተከታተልኩት ቀድሞ ልዑል መኮንን መለስተኛ 2ኛ ደረጃ በደርግ ዘመን ደግሞ አዲስ ከተማ በመባል ይታወቅ በነበረው ት/ቤት ነበር። ገና የ10ኛ ክፍል ተማሪ እያለሁ የተማሪዎች ምክር ቤት ፀሀፊ በመሆን መመረጤ ውሎ አድሮ የፖለቲካ ፍቅር እያደረበኝ በመሄዱ 2ኛ ደረጃን እስከለቀቅሁበት ጊዜ ድረስ ከአዲስ አበባ ዩኒቨርስቲ ተማሪዎች ማህበር ጋር ግንኙነት በመፍጠር የዩኒቨርስቲው ተማሪዎች ማህበር ለሚያነሳው ተገቢ የሕዝብ ጥያቄዎች የኔም ት/ቤት ተማሪዎች ድጋፍ በመስጠት እንዲተባበሩ የማድረግ ሚና እጫወት ነበር። መፅሐፍ የማንበብ ፍቅር ብቻ ሳይሆን ንግግርና ፅሁፍም ይሆንልኝ ስለነበር በት/ቤቱ ይደረግ በነበረው የክርክር፣ የግጥምና ድርሰት ውድድር በመካፈል አንዳንድ ሽልማቶችን አገኝ ነበር። በተለይም የአዲስ አበባ ዩኒቨርስቲ ተማሪዎች በእንግሊዝኛ ያወጡት የነበረውን «Struggle» በመባል ይታወቅ የነበረውን ጋዜጣ በማግኘት ከጓደኞቼ ጋር በማንበብና ከመፈክሮቻቸውም መካከል «የድሃ ልጅ ይማር»፣ «መሬት ላራሹ» የመሳሰሉትን በትምህርት ቤቱም እንዲስተጋባ በማድረግ ከሚታወቁት «አነሳሽና አስረባሾች»

መካከል አንዱ ነበርኩ ብል ማጋነን አይሆንም። አዲስ አበባ ዩኒቨርስቲ 1ኛ ዓመት እንደገባሁም የማህበሩ ኮንግረስ አባልና በ2ኛውም ዓመት የማህበሩ ዋና ፀሐፊ በመሆን ተመርጬ ነበር። ገና የ1ኛ ዓመት ተማሪ ሆኜ ከመግባቴ በፊት በዚያን ዘመን አካባቢ በአውሮፓና ሰሜን አሜሪካ የኢትዮጵያ ተማሪዎች ማህበር ግንባር ቀደም ከነበሩት መካከል አንዳንዶቹ ወዳገር ተመልሰው ነበር[7]። እነርሱም ወዳገር ይዘዋቸው የገቡ ስለስውር ቅኝ አገዛዝ (Neocolonialism)፣ ሶሺያሊዝምና ማርክሲዝም እንዲሁም ደግሞ የማልኮም ኤክስ የሕይወት ታሪክ፣ የፍራንዝ ፋኖንን ቀለል ያሉ ሥራዎች፣ የሬዢስ ደ ብሬን «ሬቮሉሽን ኢን ዘ ሬቮሉሽን»፣ ፊደል ካስትሮና ቼ ጉቬራ ምንነትና ማንነት የሚዘክሩ መጽሐፍቶችን በማግኘት ማነባበብ ጀምሬ ነበር። በአዲስ አበባ ዩኒቨርስቲ ተማሪዎች ማህበር የ1ኛ ዓመት ተማሪዎችን ወክዬ የኮንግረሱ (የማህበሩ ም/ቤት) አባል ለመሆን ስወዳደር እነኚያን ቀደም ሲል የጠቀስኳቸውን ተራማጅ፣ ፀረ ኮሎኒያል፣ ፀረ ኢምፔሪያሊስትና ማርክሳዊ ሶሺያሊዝምን የሚያስተዋውቁትን መጽሐፍት ቀነጣጠቤና ጥራዝ ነጣጥቄ ስመረጥ ኃይሌ ፊዳ የሚባል ስም ደጋግሞ ይሰማ ወደነበረበት አካባቢ መደባለቄ እንደነበረ የታወቀኝ እያደር ነበር። እኔ የማህበሩ ኮንግረስ በነበርኩበት 1970-1971 ጌታቸው

---

[7] በሰሜን አሜሪካ የኢትዮጵያ ተማሪዎች ማህበር ግንባር ቀደም ከነበሩት መካከል ከበደ ውብሸትና በለጠ ተፈራ ፋንታዬ ከአሜሪካ ተመልሰው በርካታ ተራማጅ መጽሐፍቶችንና መጽሔቶችን ይዘው ገብተው ነበር። በተለይ ከከበደ ውብሸት ጋር የዝምድና ግንኙነትና ጉርብትናም ስለነበረን የመጀመሪያዎቹን ማርክሳዊ መጽሐፍ በተለይም የማስታውሰውን የጃክ ዎዲስ "ኢንትሮዳክሽን ቱ ኒዮ ኮሎኒያሊዝም"፣ የአልበርት አንስታይንን "ኢንትሮዳክሽን ቱ ሶሽያሊዝም" ከእሱ በማግኘት ማንበቤን አስታውሳለሁ። በለጠ ተፈራና ከበደ ውብሸት በቀዳማዊ ኃይለ ሥላሴ ዘመን የባህር ዳር ፖሊ ቴክኒክ ተማሪዎችን አሳምጸችኋል በመባል ከሥራ የተባረሩ ነበሩ። በለጠ ተፈራ የመኢሶን የወዛደር ኮሚቴ አባል የነበረ ሲሆን ከበደ ውብሸት ግን የኢህአፓ ዝንባሌ ይታይበት የነበረ ሲሆን በየትኛውም ድርጅት አካባቢ በአባልነት የተያዘ ለመሆኑ መረጃ የለኝም።

ማሩ የማህበሩ ዋና ፀሐፊ፣ ታሪኩ ደብረ ፅዮን ደግሞ የማህበሩ ሊቀ መንበር ነበሩ። ከጌታቸው ማሩ ጋር አንድ ሰፈር ተወልደን ያደግን በመሆኑና ያጋጣሚ ነገር ሆኖ አዲስ አበባ ዩኒቨርስቲ ተገናኝተን በማህበሩ ውስጥ በነበረን ተሳትፎ ሳቢያ የበለጠ መቀራረባችን ወዲያውኑ በእሱ መሪነት በተቋቋመው ማርክሳዊ ሌኒናዊ የጥናት ክበብ ለመመልመልና አባል ለመሆን በቃሁ። እሱ ከኔ ቀደም ብሎ ማርክሳዊ ሌኒናዊ ፍልስፍናንና የማኦ ሴ ቱንግ መስተማሮችን ያነበበና በዲሲፕሊኑም ሆነ ላመነበት ዓላማ ለነበረው ጽናትና ሃቀኝነት መከበርንና መደመጥን ያተረፈ ስለነበር በቀላሉ መሪያችን የመሆኑ ጉዳይ አጠያያቂ አልነበረም[8]። ይኸው የልጅነት ትውውቅና አብሮ ማደግ ምክንያት ተጨምሮበት በዚያኑ ጊዜ ከተማሪው ማህበራት ጀርባ በማርክሳዊ ሌኒናዊ የጥናት ክበቦች የመደራጀትና የጠነከረ ዲስፕሊን ለሚጠይቀው ማስጥራዊና አብዮታዊ ድርጅት ብቁ ሆኖ ለመገኘት መፍጨርጨር ይዘን ነበር። ውሎ አድሮም «ፋኖ» ሆኖ በዱር በገደሉ በመሰማራት የኢትዮጵያን ሕዝብ ከፊውዳሊዝምና ኢምፔሪያሊዝም ነፃ ለማውጣት የነበረንን ህልም ሕያው ለማድረግና የሚጠይቀውን የብቃት ጉዞ ለመጀመር በቅድሚያ በጥናት ክበብ መደራጀት ይጠበቅ ነበር። ለዚህም ጥናት ክበብ እንዲመች የተከራየነው አንድ ክፍል ቤት ከያሬድ የሙዚቃ ት/ቤት ፊት ለፊት ወደ ውስጥ ገባ ብሎ

[8] የትግል ጓዱና ፍቅረኛው ሕይወት ተፈራ "Tower in the Sky" በሚል ስለ ጌታቸው ማሩ የጻፈችውን መጽሐፍ ካነበቡት አንዱ ነኝ። ሕይወት ያየችውን ፍቅር፣ ሃቀኝነትና ታማኝነት እኔም እንደአብሮ አደግ ያየሁበትና በግልም ሆነ በፓለቲካ ለተገናኙት ጓዶቹ አመኔታውን፡ ሎያሊቲውንና ለጋስነቱን አንድም ሳያስቀር በፅናት ከማስቀደም የማይመለስ ነበር። በጥናት ክበብም በመደራጀት አብረን በነበርንበትም ጊዜያት የነበረው ገደብ የለሽ ደግነት፣ በግል ሕይወቱ የነበረው ዲሲፕሊንና ንፅሕና ለቀረነው አርአያ ለመሆን የቻለና ሌሎቻችንንም ለመምራት የሚያስችል ብቃት እንደነበረው የሚመሰክሩ ገፅታዎች የነበሩት፣ አለጊዜው በግፍ የተሰዋ ሰማዕት ነበር በማለት የራሴን የማይረሳ ትዝታ እዚህ ላይ ላክል እወዳለሁ።

ፀሐይ እንዳለ የምትባል ድምፃዊት የብሔራዊ ትያትር ተዋናይት ጥበበ መንክር የሚባል የቅዱስ ጊዮርጊስ የእግር ኳስ ክበብ ተጫዋች ከነበረው ባለቤቷ ጋር ከሚኖሩበት ደጃፍ ቀጥሎ ያለው አንድ ክፍል ቤት ሲሆን በየቀኑም የምንገናኘው በዚያው ነበር። በጌታቸው ማሩ አማካኝነት እንደ እኔ የጥናት ክበቡ አባል ከነበሩት አብዩ ኤርሳሞና ዘውዱ በላይ ጋር የተገናኘሁበትም አጋጣሚ ይኸው ነበር[9]። ከማርክሳዊ ሌኒናዊና ማኦ ሴ ቱንግ ሥራዎች በተጨማሪ በአውሮፓና አሜሪካ የኢትዮጵያ ተማሪዎች ማህበራት ያወጧቸው የነበሩትን «ትግላችን»፣ «ታጠቅ» እና «ቻለንጅ» የሚባሉትን መጽሔቶች ጌታቸው ማሩ እያመጣ በጥናት ክበባችን መነጋገሪያ ስለነበሩና በነዚህ መጽሔቶችም ላይ የአዘጋጆቹም ሆነ የማህበሩ መሪዎች ስም ይሰፍርበት ነበር። እነዚህም ስሞች ኃይሌ ፊዳን፣ ነገደ ጎበዜን፣ እንድርያስ እሸቴን፣ ሐጎስ ገ/የሱስን፣ መለሰ አያሌውንና ደሳለኝ ራህመቶን ሲጨምር ምክንያቱ ምን እንደሆነ በዚያን ሰዓት ባላውቅም የብርሃነ መስቀል ረዳና የኃይሌ ፊዳ ስም ገንን ብሎ ይነሳ ነበር። እነ ኃይሌ ፊዳ ይመሩት በነበረው የአውሮፓ የኢትዮጵያ ተማሪዎች ማህበርና በአልጄሪያ በስደት ላይ የነበሩት የእነ ብርሃነ መስቀል ረዳ ቡድኖች በተለያዩ ጥያቄዎች (እንደማስታውሰው አንዱ በብሔር ጥያቄዎች ሳይሆን አይቀርም) አንድ አቋም ወሰዱ የሚል ዜና በጌታቸው ማሩ በኩል ለጥናት ክበባችን ይደርስ ነበር። ባመቱ እኔ በጌታቸው ማሩ ፊንታ የዩኒቨርስቲው ተማሪዎች ማህበር (USUAA) ዋና ፀሐፊ በመሆን ስመረጥ የማህበሩ ፕሬዝደንት በነበረው ታሪኩ

---

[9] በእኔ አማካኝነት ደግሞ አይድ አህመድ፣ በአይድ አሰባሳቢነት ደግሞ ሃገሬ ምህረትን፣ አብዱል ሃፊዝ ዩሱፍን፣ ድራር መሐመድን፣ ታደሰ ግዛውን፣ አቡበከር አባስንና አብዱል ፈታህ የአባቱን ስም የማላስታውሰውን በጥናት ክበብ አደራጅተን ነበር።

ደብረ ፅዮን ፈንታ ደግሞ ግርማቸው ለማ ተተክቶ ብዙም ሳይቆይ ከመንግሥት ጋር ግጭት ውስጥ ገብተን ማህበሩ በመታገዱ፣ አንዳንዶቻችንም ከታሰርን በኋላ ተመልሰን ወደዩኒቨርስቲው እንዳንገባ ታገድን። ጌታቸው ማሩ ሽመልስ ሃብቴ 2ኛ ደረጃ ባስተማሪነት፣ እኔ ደግሞ ለሕክምና ባገኘሁት ዕድል በመጠቀም ወደ ፈረንሳይ አገር ለመሄድ ስዘጋጅ ይህ የኔ ካገር የመውጣቱ ጉዳይ በጀርባው ሌላም ህቡዕ ተልዕኮ ነበረውና ይህንን በተመለከተ በጌታቸው ማሩ አማካኝነት ለመጀመሪያ ጊዜ በቀጥታ የተገናኘሁት ደብተራው በመባል ይታወቅ ከነበረውና የኢ.ህአፓ መሥራች አባልና ከመሪዎቹ አንዱ በመሆን አሲምባ ከነበረው የኢ.ህአፓ ሠራዊት ጋር አብሮ የነበረ፣ እስከዛሬም ድረስ በርግጥ ይኑር ይሙት ካልተረጋገጠው ፀጋዬ ገ/መድህን ነበር[10]። በሕክምና ሽፋንና የታላቅ እህቴን

[10] ፀጋዬ ገ/መድህን ደብተራው በሚል ቅፅል ስም የሚጠራው ሰው እኔ 2ኛ ዓመት እያለሁ ጌታቸው ማሩም 4ኛ ዓመት ሜካኒካል ኢንጂነሪንግ ተማሪ እያለ ሁለታችንም (ሌሎችንም ጨምሮ) ከዩኒቨርስቲው ስንባረር እሱ ከዩኒቨርስቲው ተመርቆ የወጣ ሲሆን የአዲስ አበባ ዩኒቨርስቲ ተማሪዎች ማህበርንና የተማሪውን ንቅናቄ በጀርባ ሆነው አመራር ከሚሰጡት መካከል አንዱ ከመሆኑም በላይ «ፋኖ ተሰማራ! ፋኖ ተሰማራ! በዱር በገደሉ ትግሉን እንድትመራ» የሚለውን መዝሙር ከነዜማው የደረሰ ነው። በጊዜው አይሎና ሁላችንንም አሳምኖ በነበረው የፎኮይዝም የትግል አቅጣጫ እምነት ከነበራቸው አንዱ ሲሆን ጥቂት ለሕዝብ ነፃነትና እኩልነት ሕይወታቸውን ለመሰዋት የቆረጡ ፋኖዎች ቁጥራቸው እንኳን በርከት ያለ ባይሆን ቀድመው በሽምቅ ውጊያ ስልት ሰልጥነውና ወደ ገጠር በመውጣት የሚያቀጣጥሉት አብዮታዊ ነበልባል የበለጠ በመቀጣጠል ካገር አገር መዳረሱና የተጨቆነውን ሕዝብ ለማሰባሰብና በዚሁ አብዮታዊ የነፃነትና እኩልነት ፍልሚያ ውስጥ በማስገባት ጨቋኞችን፣ የገዥው መደብ አባሎችንና እስከ ጥርሳቸው ድረስ የታጠቁትን የጦር ኃይላቸውን ደምስሶ በመቃብራቸው ላይ በሶሽያሊዝም መርኅ ላይ የቆመ ሕዝባዊ ዲሞክራሲያዊ ሪፑብሊክ መመስረቱ አይቀሬ ነው በሚል እምነት ተማሪውን ከሚያነሳሱት አንዱ የነበረ ሰው ነበር። በግል ሕይወቱ እጅግ self-less፣ ሕይወቱንም ለመሰዋት ወደኋላ የማይል፣ ልዩ የሆነ የአማርኛ፣ እንግሊዝኛና ግዕዝ ቋንቋዎች ተሰጥዖ የነበረው ሰው ከመሆኑም በላይ በውጭ አገር በስደት ከነበሩት የተማሪው ንቅናቄ መሪዎች ጋር ኃይሌ ፊዳና በተለይም ከብርሃነ መስቀል ረዳ ጋር ግንኙነት ሳይኖረው እንዳልቀረ ያች በሚስጥር የተገናኘንበት አጋጣሚ ፍንጭ ሰጭ ነበረች። በሌላ በኩል እኔ በአካል ያገኘኋቸው አሲምባ አብረውት የነበሩ የትጥቅ ትግል ጓዶቹ ደግሞ በዚያን ወቅት የነበረው ባህርይ እኔ ከማውቀውና ካየሁበት የተለየ እንደነበር አጫውተውኛል። አስፈላጊ ስላልሆነ ዝርዝሩን አልጠቅስም።

በፈረንሳይ አገር መኖር ምክንያት በማድረግ ወደዚያው አገር ለመሄድ የመጨረሻው ዝግጅት ተጠናቆ አንድ ቀን ብቻ ሲቀረኝ ጌታቸው ማሩ ይዞኝ 4ኪሎ ቅድስት ሥላሴ ካቴድራል ባሰራው ፎቅ ሥር ከምትገኝ ካፌ ዓይን ያዝ እንዳደረገ ተገናኘንና ፀጋዬ የሚከተለውን ከምክር ይልቅ መመሪያ የምትመስል መልዕክት በሚከተለው ዓይነት ገለጸልኝ።

> ኃይሌ ፊዳ የሚባል እንደ ብርሃነ መስቀል ረዳ ሁላችንም እንደመሪያችን የምናየው ሰው ፈረንሳይ አገር አለና እሱን እንድትገናኝ። ካገር የወጣህበትም ምክንያትና ማን ወደእሱ እንደላከህ ውሎ አድሮ መልዕክት በሌላ በኩል ይደርሰዋል። የመጣህበትም ምክንያት ከኩባና ቻይና መንግሥታት ጋር በቶሎ ግኑኙነት ፈጥሮ ወደዚያ እንዲልክህና በፈንጂ ኤክስፐርትነት እንድትሰለጥን ሲሆን ሥልጠናውን ከጨረስክ በኋላ ለማይቀረው የገጠርና የከተማ አመፅና ሽምቅ ትግል ብቁ ሆነህ ስትገኝ ወዴትና እንዴት እንደምትመለስ በጌታቸው ማሩ በኩል መልዕክት ይደርስሃል። ይህንንም መልዕክት ከኃይሌ ፊዳ በስተቀር ሌላ ሰው ማወቅ የለበትም።

ይህንን መመሪያ ተቀብዬ በማግሥቱ ማታ በሉፍታንሳ አየር መንገድ ተሳፍሬ በናይሮቢ በኩል ወደ ፍራንክፈርት፣ ከፍራንክፈርት ፓሪስ ለመሄድ ከዘመዶቼ ተሰነባብቼ ስጨርስ ቦሌ አይሮፕላን ማረፊያ ድረስ ሊሸኙኝ ከመጡት ጓደኞቼ መካከል አይድ አህመድ፣ ሃገሬ ምህረት (ከልዑል መኮንን መለስተኛ 2ኛ ደረጃ ት/ቤት ጀምሮ የቅርብ ጓደኛዬ)፣ አብዩ ኤርሳሞ፣ ዘውዱ በላይ፣ ጋይም ክብረ አብ እና ጌታቸው ማሩ ሲሆኑ በተለይም ጌታቸው ማሩ ከቀሩት ጓደኞቼ ለየት ብሎ ወደእኔ በመጠጋት ትንሽ ካነጋገረኝ በኋላ ስለ ትጥቅ ትግልና መሣሪያ አጠቃቀም የሚያስተምሩ መመሪያዎችን (manuals) እየገዛህ ለመላክ የሚሆን ገንዘብ ነው ብሎ በፖስታ ቁጥሩን

የማላስታውሰው በርከት ያለ የእንግሊዝ ፓውንድና ከዚያ አነስ ያለ የአሜሪካን ዶላር ሰጥቶኝ ጉዞዬን ወደ ፈረንሳይ አገር አቀናሁ። እዚያም ደርሼ በቅድሚያ ኃይሌ ፊዳን ፈልጌና አፈላልጌ እስከማገኘው ድረስ የአውሮፓ ኢትዮጵያ ተማሪዎች ማህበርና የመፅሔት ቦርድ አባል ከመሆን ያለፈ የኃይሌ የቅርብ ጓደኛና ሚዜ፣ የመኢሶን አንጋፋ አባል ከነበረው ታደሰ ገሠሠ ጋር ተገናኝቼ ስለነበር ለጊዜው እሱ ዘንድ ማረፍ ነበረብኝ። በማግስቱ ታደሰ ገሠሠ ይዞኝ ከቀጠሮው ቦታ ፓሪ ሉክሳምቡር (Paris, Luxembourg) ከምትባል ካፌ ስንገናኝ ለካስ የዚያኑ ጥዋት ኃይሌና ነገደ ጎበዜ ከአፕሪል 1972 በርሊን ስብሰባ በኋላ ወደ ሞስኮ ጎራ ብለው በሶቭዬት ህብረት የኢትዮጵያ ተማሪዎች ማህበር ስበሰባ ላይ ተካፍለው መመለሳቸው ኖሯል። ታደሰ ገሠሠ ለብቻችን ትቶን ቢሄድም የመጣሁበትን ጉዳይ ማካፈል ያለብህ ከኃይሌ ፊዳ ጋር ብቻ ነው የሚል ጥብቅ መመሪያ ተስጥቶኝ ስለነበር የራሴን ማንነትና የአዲስ አበባ ዩኒቨርስቲ ተማሪዎች ማህበር ዋና ፀሐፊ እንደነበርኩ አስረድቼ ካበቃሁ በኋላ ወደሌላ የተማሪውን ንቅናቄ ወደሚመለከት አጠቃላይ ጉዳይ እንዳለፍን ዶ/ር ነገደ በምን ምክንያት እንደሆነ አላስታውስም ካጠገባችን ተነስቶ ወደ ውጭ ወጣ ብሎ ከመመለሱ በፊት በነበረው አጋጣሚ በመጠቀም ለኃይሌ የመጣሁበትን ጉዳይ አነሳሁለት። ዶ/ር ነገደ ተመልሶ ሲደባለቀን ይህ ውይይት የሚቆም መስሎኝ ነበር። እንደገባኝ ከነገደ የሚደበቅ ጉዳይ ስላልነበር ይመስለኛል ኃይሌ በዚሁ ጉዳይ ላይ ሃሳቡን መስጠት ቀጠለ። «እኛ የተማሪ ማህበር ነን። ንቅናቄም ብንሆን የፖለቲካ ድርጅት አይደለንም። በዚህ ላይ ጥቂት ፋኖዎች በፎኮይዝም የተማረኩና ሕይወታቸውን ለመሰዋት የተዘጋጁ ወጣቶች ቀድመው በፊንጂ ስልጠናም ሆነ

በመሳሰለው የመሣሪያና የሽምቅ ውጊያ ስልት ሰልጥነው ወደ ገጠርና ከተማ በመግባት የገጠርም ሆነ የከተማ ትጥቅ ትግል በመጀመር ሕዝቡን ተክተው ነፃ ያወጡታል ብለን አናምንም። የሕዝቡ ነፃ አውጪ ሕዝቡ ራሱ ነው። እኛ አይደለንም። እኛም ከተወሰኑ ዓመታት በፊት በዚህ በፋኖ ተሰማራ የትግል ዘዴ ተማርከን በአመታዊ የተማሪው ማህበር ጉባዔ ላይ ግራ እጃችንን በማንሳት ይህንን የመሰለ ስልጠና በኩባ ሆነ ቻይና፣ ሰሜን ኮርያም ሆነ ደቡብ የመን አግኝተን የትጥቅ ትግሉን እንጀምራለን ብቻ ሳይሆን የሕዝቡ ነፃ አውጭ ራሳችንን አድርገን ከመሾም ያለፈ እስከመማማል ደርሰን ነበር። ይህ ጊዜው ያለፈበትና የማያዋጣ የትግል ዘዴ ነው። ይልቁንስ ሕዝቡ የሚነቃበትንና የሚደራጅበትን፣ የራሱንም የንቃት ሕሊና በማሳደግ ከተማሪው ማህበር ውጭ የፖለቲካ ድርጅቶችን ለመፍጠር ተማምኖ በጋራ ለመደራጀትና ለመታገል መሥራት ስለሚቀድም ማተኮር ያለብን እዚህ ላይ ነው። ድርጅትም ሆነ የትጥቅ ትግል መውጣት ያለበት ከሕዝቡ ከራሱ ነው። አንተም ገና ልጅ ነህ። የኢትዮጵያ ሕዝብ ነጻ አውጭነቱን ጉዳይ እርግፍ አድርገህ ከጭንቅላትህ አውጥተህ በቅድሚያ ትምህርት ቤት ገብተህ ትምህርትህን መቀጠል አለብህ። ወደ ኩባና ቻይና ተላልከን ለተባለው የፈንጂ ኤክስፐርትነት ስልጠና የሚለው ጉዳይ የሚያዋጣ የትግል ዘዴ አይደለምና ከጭንቅላትህ አውጣው። ከኛም ጋር አብሮ በተማሪው ንቅናቄ ውስጥ በመሳተፍ በማህበሩ ሥራና የማህበሩ መጽሔቶች የሆኑትን «ትግላችን» እና «ታጠቅ»ን በማዘጋጀቱ በኩል መረዳዳቱ ላይ ማተኮሩ ይሻላል ሲል ሃሳቡን ደመደመ። ነገደም ከሱ ያልተለየ ሃሳብ በመስጠት ይልቁንስ በቶሉ ፓሪስ ሶርቦን ዩኒቨርስቲ በዚያው ካዲስ አበባ ዩኒቨርስቲ ባቋረጥኩት የሥነ መንግስት

(political science) ትምህርት የምቀጥልበትን፣ መኖሪያና ተጨማሪ የኪስ ገንዘብ የማገኝበትን በመርዳቱ በኩል ታደሰ ገሠሠ እንዲመደብ የሚል ሃሳብ አቀረበና የመጀመሪያው ውይይታችን በዚህ መልክ ተደመደመ[11]። እኔ ግን ብዙም ደስተኛ አልነበርኩም። በአእምሮዬ የተለያዩ ሃሳቦች መጥተውብኝ ነበር። እኔ እርግጠኛ ሆኜ ልናገርለት የምችለው ጌታቸው ማሩ በማኦ ሴ ቱንግ ፍልስፍናና መስተማር የተጠመቀና በጥናት ክበባችንም ብዙውን ጊዜ የማኦ ሥራዎችን እንድናነብና እንድንወያይ ግንባር ቀደም እንደነበር አውቃለሁ። «ፎኮይዝም»ን እንደ ዘላቂ የትግል ዘዴ በመቃወም የገጠሩን ሕዝብ በማንቃትና አብዮታዊ ሰፈሮችን በመመስረት ግንባር ቀደም መሆን እንደሚገባ በስብሰባም ጭምር ከሚከራከሩት አንዱ ጌታቸው ማሩ ነበር። ስለፀጋዬ ገ/መድህን (ደብተራው) የፋኖ ተሰማራ መዝሙር ደራሲ ከመሆኑ ሌላ በጀርባ ሆነው የዩኒቨርስቲ ተማሪዎችን ማህበርና ንቅናቄውን ከሚመሩት አንዱና በአኗኗሩና ለሕዝብ በነበረው መቆርቆር የማያጠያይቅ ቢሆንም እሱና ጌታቸው ማሩ አንድ አስተሳሰብ ላይኖራቸው ይችላል የሚል ግምት ማሳደሬ አልቀረም። እዚያው በዚያው ደግሞ ይህም ሆኖ አንድ ዓይነት ምናልባት ገና በጨቅላ ደረጃ ያለ የሚመስል ድርጅታዊ መተሳሰር ባይኖራቸው ኖሮ ጌታቸው ከደብተራው ፀጋዬ ገ/መድኅን ጋር አያገናኘኝም ነበር የሚል መደምደሚያ ላይ ደረስኩ። ቦሌ አይሮፕላን ማረፊያ ድረስ በመምጣት እነኚያን የእንግሊዝ ፓውንድና ዶላር ያቀበለኝ እርግጥ ጌታቸው ማሩ ነበር። ቢሆንም ፀጋዬንም ሆነ ጌታቸውን

[11] በዚያን ዘመን የተሻለ ስኮላርሺፕ አበል የነበረውና ገንዘብ ከተለያዩ ጓዶች በማሰባሰብ ገና ስኮላርሺፕ አበል ለሌለንም ሆነ ለተቋረጠባቸው አሰባስቦ ርዳታ በየወሩ በመላክ የማስታውሰው ዶ/ር ነገደ ጎበዜ ነበር። ላንዳንድ ለሱ ቅርብና ረዘም ያለ ትውውቅ ለነበራቸው ጓዶችም የልደት ቀናቸውን በማስታወስ ካርድና አነስ ያሉ ስጦታዎችን ይልክ እንደነበር አስታውሳለሁ።

በቆራጥ አብዮታዊነት የማየት፣ እነ ኃይሌ ፊዳን ደግሞ በጥርጣሬ ዓይን የማየት መንፈስ እንዳደረብኝ ፓሪ ሉክሳምቡር የምትባለውን ካፌ ትተን ወደ ኃይሌ ቤት አመራን። እዚያም እንደደረስን ከበርሊንና ሞስኮ ስብሰባ የተመለሰ በመሆኑ ከባለቤቱና ሁለት ሴት ልጆቹ ጋር ሰላምታ ከተለዋወጠ በኋላ ወደሳሎኑ ይዞን እንደገባ ከቦርሳው ውስጥ የሙዚቃ ሸክላ አወጣና እሱን በሙዚቃ ማጫወቻው ላይ አድርጎ ወደሚቀጥለው ይበልጡን ነገደና እሱ ወደሚያውቁት ርዕስ ላይ ጭውውት ጀመሩ። የገረመኝ ኃይሌ ያ ከሙዚቃ መሣሪያዎች ርስ በርስ

ኃይሌ ፊዳና ነገደ ጎበዜ በርሊን ከተማ በእ.አ. 1971

መፏጨትና የተለያዩት የሙዚቃ መሣሪያዎች ከሌላው ደምቀው ከመሰማት ያለፈ፣ ጩኸታቸው የሚያደነቁር የሚመስለው ሙዚቃ ምን ጣዕም ኖሮት እያዳመጠ ከነገደ ጋር ሲወያይና ያንኑ የመሰለ ሙዚቃ ሲያልቅ ሌላ እንደዚያው የሚንጫጫ ሙዚቃ ማስከተሉ እየገረመኝ፣ የሙዚቃውን ምንነት ለመጠየቅ ዳር ዳር ማለት አሳፍሮኝ የሚነጋገሩበትን የድርጅትና የጋዜጣ ዝግጅት ጉዳይ ማዳመጥ ቀጠልኩ። ለካስ በየተራ የሚያጫውተው ሲምፎኒ ሾፐንን፣ ቻይኮቭስኪን፣ ቤትሆቨንና ሞዛርትን ነበር። ሶቭዬት ህብረት በርካሽ የሚገዛ ነገር ቢኖር የሲሞፎኒ ሙዚቃዎች፣ ልብስ፣ ምግብና መጽሐፍት መሆኑን ገልፀልኝ[12]። ከሰለቸህ ያገራችን ዓይነት ቅኝት ያለው ሙዚቃ ላሰማህ አለና ከዚያው ከሶቭዬት ህብረት ይዞት የመጣውን የሞንጎልያና ታርታር ባህላዊ ሙዚቃዎች ሲያሰማኝ እውነትም ካገራችን ትዝታና ናፍቆት ቀስቃሽ (melancholic) ከሆኑት እንደ ካሳ ተሰማና አሰፋ አባተ ዘፈኖች ጋር ስለተመሳሰሉብኝ እነዚህን በማድነቅ እነ ሾፐንና ቻይኮቭስኪን፣ ቤቲሆቨንና ሞዛርትን የቡርዡዋ ባህልና ወግ ውስጥ የተዘፈቁ የሚሰሙት አድርጌ በመቁጠር ኃይሌና ነገደ ለጠመንጃው ትግል ግድ የሌላቸውና የኔንም የፈንጂ ኤክስፐርትነት ስልጠና ወደኩባና ቻይና መሄድ አናንቀው እንድቀር የመከሩኝ አለምክንያት አይደለም የሚል ስሜት ይገፈ ብዙም ሳልቆይ ኃይሌ እንደ ቢሮው ወደሚጠቀምበት ክፍል ከነገደ ጋር ተያይዘን ስንገባ በግርግዳው ላይ የተሰቀሉ ፖስተሮች ተመለከትኩ። እነኚህም ፖስተሮች የማርክስና ኤንግልስ ሌኒንና ማኦ ሴቱንግ በአንድ ተርታ

[12] በርናዴት ከሰጠችው ኢንተርቪው «ኃይሌ ምንም ነገር ሞክሮ የሚያቅተው ሰው አይደለም» ያለችው ከዚህም ጋር የሚገጣጠም ይመስላል። እሷ ለክላሲካል ሙዚቃ ፍቅር እንደነበራት ከሰጠችው ቃለ ምልልስ ለማዳመጥ ችያለሁ። ኃይሌም ከክላሲካል ሙዚቃ ጋር ትውውቅ ሊኖረውና ውሎ አድሮም ፍቅር ሊያሳድርበት የቻለው በእሷ አማካኝነት ነበር ማለት ይቻላል።

በሌላው ተርታ ደግሞ በ3ኛው የአይሮፕላን ጠለፋ[13] ሙከራ የተገደለችው ማርታ መብርሃቱ ፎቶ በትልቅ ፖስተር ተሰርቶ ከላይና ከታች በአማርኛና በእንግሊዝኛ «ማርታ መብርሃቱ፡ አብዮታዊት ሰማዕት» (Martha Mebrhatu! A Revolutionary Martyr) **የሚል ተመለከትኩ[14]። ይህ ፖስተር ከተሰቀለበት ጎን ደግሞ በዚያው የአይሮፕላን ጠለፋ ቆስላ የተያዘችውና በእስር ላይ ትገኝ የነበረው የታደለች (በኋላ የዘሩ ክሸን ጓደኛ የነበረችው) ፖስተር ከላይና ከታች እንደማስታውሰው በአማርኛና በእንግሊዝኛ «እውነተኛ ፍትህ ለታደለች ኪዳነ ማርያም»** (Justice to Tadeltch Kidane Mariam) **የሚል አነበብኩ። ይህም አጋጣሚ «እነኃይሌ ፊዳ የአይሮፕላን ጠለፋውን በመቃወም ከሥርዓቱ ጋር በመሰለፍ የአድሃሪዎች ፕሮፓጋንዳ መሣሪያ ሆኑ» የሚል ጭምጭምታና ሃሜት ይሰማ ስለነበር ይህንን የአይሮፕላን ጠለፋ በተመለከተ ከኃይሌና ነገደ ጋር ለመወያየት ዕድሉን ከፈተልኝ።**

---

[13] የመጀመሪያው አይሮፕላን ጠለፋ በነብርሃነ መስቀል ረዳ የተመራ ሲሆን ሁለተኛው በነዮሐንስ ስብሐቱ ነበር።

[14] ከተወሰነ ጊዜ በኋላ ኃይሌን በመጽሔቱ ሥራ የማገዝና የተለማማጅነቴን ሥራ መደብ በማከናውንበት ወቅት ኃይሌ ኢትዮጵያ ስልክ እየደወለ ከአይሮፕላን ጠለፋ ቆሰላ ለተረፈችው ታደለች ኪዳነ ማርያም የሕግ ጠበቃ አንዱ የነበሩትን ያነጋግርና ስለጉዳዩ የፍርድ ቤቶችን የዳኝነት ጉዳይ ምን ሊሆን እንደሚችል ይከታተል እንደነበር አስታውሳለሁ። ጠበቃዎቹም አቶ አባ ብያ አባጀበል አባ ጅፋርና አቶ ያዕቆብ ኃይለ ማርያም ነበሩ።

አይሮፕላን ጠለፋና ኃይሌ ፊዳ

«ይህንን አይሮፕላን ጠለፋ የመሰለ ሽብር ፈጠራ የትግል ዘዴ ካሁኑ ካልተቃወምነው ነገ በኢትዮጵያ ሕዝቦች መሃል ትልቅ መዘዝ ያመጣል»።

ኃይሌ ፊዳ

ይህንን ጉዳይ አንስተን ስንነጋገር ኃይሌ በሰፊው ከተናገረው በዝርዝር የማስታውሰው የሚከተለው ነበር።

ቀደም ሲል እነ ብርሃነ መስቀል ረዳ የመጀመሪያውን አውሮፕላን ከባህር ዳር ከተማ ጠልፈው ወደ ሱዳን፣ ውሎ አድሮም ጥገኝነት ተሰጥቷቸው አልጀሪያ ከገቡ በኋላ በዘረጋነው ህቡዕ የግንኙነት መስመር በመጠቀም ጠለቅ ያለ ውይይትና ክርክር ባይደረግበትም ከእንግዲህ ይህንን የመሰለ የአይሮፕላን ጠለፋ እንደትግል ዘዴ እንዳይደገም በጋራ መሥራት እንደሚኖርብን ለማስጨበጥ ሙከራ አድርገን ነበር[15]። በነዋለልኝ መኮንን የተመራው ይህ ከታደለች በስተቀር ሁሉም ያለቁበት አይሮፕላን ጠለፋ ሲጠነሰስና ቀደም ሲል ከነብርሃነ መስቀል ጋር አይሮፕላን ጠልፎ የወጣው ኤርትራዊ አማኑዔል ገ/የሱስ ስሙን ቀይሮ ኡስማን በሚል ወደአገር ገብቶ በመከረሙና የጠለፋውም ዝግጅት የተዶለተበት ቤትና በዚያም መኖሪያ ቤት የአስጠላፊው ኡስማን (አማኑዔል) ተቀባይና አስተናጋጆች እነማን እንደነበሩ ጊዜው በገፋ ቁጥር ጭምጭምታ ሲሰማ እንደሚችል ጠርጥረን ነበር። ከዚህም የተነሳ ይህንን የአይሮፕላን ጠለፋ

---

[15] አንዳርጋቸው አስግድ «ባጭር የተቀጨው ረጅም ጉዞ» በሚል ርዕስ በ1996 በሴንትራል ማተሚያ ቤት ስለመኢሶን ታሪክ በጻፈው መጽሐፍ እነብርሃነ መስቀል ረዳ፣ ኃይሌ ፊዳ አልጄርያ መጥቶ እንደተገናኛቸውና እነርሱም በዚያን ጊዜ እንደመሪያቸው ይመለከቱት እንደነበርና በመኢሶንና በአልጀሪያ ጓዶች መካከል የነበረውም ግንኙነት በኃይሌ በኩል እንደነበር ዝርዝሩን ከገጽ 75 እስከ 100 ድረስ በሰፊው ያትታል።

ለማስቀረት አገር ቤት ቀድመው በገቡት የመኢሶን መሥራች አባሎች አማካኝነት ምክር ለማድረስና ጠለፋውን ለማስተባበር ስሙን ቀይሮ በስውር የገባውም ሰው በስውር ካገር የሚወጣበትን ለመምከር ሞክረን ነበር። ጠላፊዎቹም ሆኑ አስጠላፊዎቹ ምክሩን ሳይቀበሉት ቀርተው በኢትዮጵያ አየር መንገድ አይሮፕላን ተሳፍረው ጠለፋውን ለማከናወን ሲሞከሩ በውስጡ በነበሩና በታጠቁ ምናልባትም መረጃው ሳይኖራቸው አይቀርም ተብሎ በሚገመተው ሲቪል በለበሱ ፀረ-ጠለፋ የኮማንዶ ወታደሮች ቆስላ ከተረፈችው ታደለች በስተቀር እነኚያን የመሰሉ ወጣቶች በዚህ ዓይነት ሕይወታቸው ሊያልፍ ችሏል። በአይሮፕላን ጠለፋ ሳቢያ የተፈፀመውን ግድያ በማውገዝ ሰላማዊ ሰልፍ በመውጣትና መግለጫ በማውጣት የኃይለ ሥላሴን መንግሥት አውግዘናል። ነገር ግን ይህ በቂ ባለመሆኑና ከዚህ ዓይነቱ ሽብር ፈጠራ የትግል ዘዴ የምንቀስመው ትምህርት ምንድነው በሚል ሊዮን ከተማ በተደረገው በፈረንሳይ የኢትዮጵያ ተማሪዎች ስብሰባ ላይ ከነበርኩበት ሃምቡርግ ከተማ በመምጣት የውይይቱና የክርክሩ ተካፋይ ሆኛለሁ። በዚህም ስብሰባ ላይ በዚህ አይሮፕላን ጠለፋ የተሳተፉት ጓዶች ቆራጥነትና ለኢትዮጵያ ሕዝቦች ነፃነትና እኩልነት ለመሰዋት ቅንጣት ያህል እንኳን ለገዛ ሕይወታቸው የማይሳሱ እንደነበሩ በማስቀደም ይህንን የመሰለ ቆራጥነትና አብዮታዊ ጀግንነት በትዕግሥት ሕዝብን ወደማስተማር፣ ማንቃትና ማደራጀት መዋል ሲገባው በዚህ ዓይነት የሽብር ፈጠራ የትግል ዘዴ ሕዝቡን ለማነሳሳትና አብዮቱን ለማቀጣጠል የሚበጅ አድርጎ መመልከት ወጣቱን ትውልድ ከማሳሳትና አቅጣጫ ከማሳት ያለፈ ውሎ አድሮ በኢትዮጵያ ሕዝቦች የፖለቲካ ህይወት ውስጥ ትልቅ መዘዝ ያመጣልና ይህንን የትግል ዘዴ በተመለከተ ካሁኑ አቋም በመውሰድ የማንደግፍና ከማዳከምም የማንመለስ መሆን አለብን የሚል ክርክር አንስቼ ነበር። በጓዶቹ ላይ የተፈፀመውን ግድያ ብቻ አውግዘን፣ ሰላማዊ ሰልፍ ወጥተንና መግለጫ አውጥተን ብቻ ዝም ያልን እንደሆን ነገ በታሪክ ፊት ተጠያቂ የምንሆነው እኛ ጭምር ነን በማለት ተከራክሬ ነበር። ከአንድ ጊዜ በላይ ያቀረብኩት ሃሳብ በድምፅ ብልጫ ወድቅ ቢሆንም እንደገና መልሼ መላልሼ በዚህ ጉዳይ ላይ ውይይት እንዲከፈት በመጠየቅ በመጨረሻው በድምፅ ብልጫ የትግል ዘዴውን ማዳከም እንደሚገባና ወጣቱም ይህንን ወደመሰለ የማያዋጣ የሽብር ፈጠራ የትግል ዘዴ እንዳይሰማራ ጥሪ ለማድረግ የሚያስችል ውሳኔ ላይ ለመድረስ በቅተናል

በማለት አስረድቶኛል። ይህንን ሲናገር አብሮኝ የሚያዳምጠው ዶ/ር ነገደ ጎበዜም፣ ኃይሌ አይሮፕላን ጠለፋን የመሰለ ሽብር ፈጠራ የትግል ዘዴ ላይ ካሁኑ አቋም መውሰድና ወጣቱን ወደዚህ ስሜታዊ ብቻ ሳይሆን አሳሳች የሆነ የትግል ዘዴ እንዳይሳብ መሰራት ስለሚገባው የቅስቀሳና ፕሮፓጋንዳ ሥራ በማተት በውሳኔ ደረጃ ማህበሩ አቋም እንዲወስድ ሲጠይቅ ሁላችንም ያልተዘጋጀንበትና ያላሰብንበት ስለነበር በማህበር ደረጃ እንዲተላለፍ የጠየቀውን ውሳኔ ሙሉ ለሙሉ ለመደገፍ ተቸግረን ነበር። በመጨረሻ የውሳኔው «ፎርሙላሲዮን» የቀዳማዊ ኃይለ ሥላሴ መንግሥት ለማጣመምና መጠቀሚያው ለማድረግ እንዳይችል በጥንቃቄ በማዘጋጀት ከ2 ጊዜ በኋላ ለ3ኛ ጊዜ ውሳኔው ለድምፅ ቀርቦ ሊፀድቅ ችሏል። ይህም ሆኖ በብርሃነ መስቀል ረዳ የሚመራው የአልጄሪያ ቡድንና የእነርሱ ደጋፊ በአውሮፓ ማህበር ላይ በተለይም በኃይሌ ላይ መዝመት የጀመሩትን ጓዶች ማስቆጣቱና በእነርሱና በአውሮፓ ማህበር መካከል ልዩነቱ እየሰፋ ለመሄዱ ምክንያት መሆኑ አልቀረም ሲል እንዳከለበት ትዝ ይለኛል።

ከዚህ በኋላ በኃይሌም ሆነ በቀሩት የቅርብ ጓዶቻችን ላይ እምነት ከማሳደር ያለፈ ከንቁ ተሳታፊዎቹ አንዱ ለመሆን በቃሁ። የኔ የፊንጂ ስልጠናና ኃይሌ ፊዳም ከኩባና ቻይና መንግሥታት ጋር ተላልኮ ወደዚያ የመስደዱ ጉዳይ የማያዋጣ መሆኑን ሰምቼ ዝም ከማለት ይልቅ ምክንያቶቹንም ጭምር አብራርቼ ለጌታቸው ማሩ ለመጻፍ ወሰንኩ። በዚያን ጊዜ ጌታቸው ማሩ የላከልኝ ምላሽ በንቃትና ድርጅታዊ ሥራ ላይ ማተኮሩ የሚደገፍ ነው የሚል ነበር። የሰጠኝንም ገንዘብ በሚመለከት የአውሮፓ ማህበር መጽሔቶችንና አንዳንድ መጽሐፎችን የመላኪያ አድርጌ እንድጠቀምበት ጽፎልኝ

ከ«ትግላችን»ና «ታጠቅ» ሌላ Issac Deutcher የጻፋቸውን «Stalin»፣ ስለ ትሮትስኪ በሶስት ቅጽ የጻፋቸውን Prophet Armed፣ Prophet Unarmed እና Prophet Outcast መላኬን አስታውሳለሁ። የትሮትስኪ አምላኪ የነበረው Issac Deutcher የጻፋቸውን መጽሐፍት አሰባስቤ በፖስታ ለመላክ በምንኖርበት አካባቢ ወደነበረ ፖስታ ቤት ከኃይሌ ጋር አብረን ስንሄድ «እነኚህ መጻሕፍት intellectual curiosity ለማዳበር ከሆነ ነገሩ ባልከፋ። ነገር ግን ገና ካሁኑ በመከፋፈል ላይ ያለውን የግራ ሃይል በስታሊኒስት፣ ማኦኢስትና ትሮትስኪስት የሚል አንጃ በመፍጠር ይበልጥ ለመከፋፈል እንዲያግዝ ከሆነ መዘዘኛ ሊሆን ይችላል» ማለቱን አስታውሳለሁ። እኔ ግን ጌታቸው ማሩ በማኦ መስተማር የተማረከ እንደነበር ስለማውቅና አንጃኝነትን የሚያበረታታ ሰው እንዳልሆነ ልመሰክር እችላለሁ ከማለት ባሻገር ጌታቸው ክርክሮችን በውስጣዊ ዲሞክራሲ እንዲስተናገዱ የሚሟገት እንደነበር ከጥናት ክበባችን ልምድ በመነሳት መልስ ሰጥቼው ነበር። ከዚህ የመጽሐፍና መጽሔት መላላክ በኋላም ከጌታቸው ማሩ ጋር የነበረን የደብዳቤ ግንኙነታችን ከመቀጠሉም ያለፈ የየካቲት አብዮት ሲፈነዳ ጌታቸው ማሩ «አብዮት» የሚል ድርጅት መስርቶ ስለነበር በጊዜው ተነስተው በነበሩት «ጊዜያዊ መንግሥት»፣ «ፋሺዝም በኢትዮጵያ ነግሷል አልነገሰም»፣ «ለታጠቀና ለተደራጀ የሕዝብ ትግል»ና «የመሣሪያ ትግል አጀማመር»ን በተመለከተ «አብዮት»ና መኢሶን ተመሳሳይ አቋም ነበራቸው። በጊዜያዊ መንግሥት ላይ መጠነኛ ልዩነት እንደነበረን አስታውሳለሁ። የነጌታቸው አቋም ደርግ ይበልጡን ፀረ ዴሞክራቲክና አረመኔያዊ እየሆነ ከሄደ ፀረ-ደርግ የሆኑትን ኃይሎች በማሰባብሰብ እንዲተኩትና ጊዜያዊ የሆነ የሕዝብ መንግሥት

በምርጫ እንዲቋቋም መጠየቅ ይቻላል። ይህም ስትራቴጂካዊ አቋም ሳይሆን ታክቲካል አቋም ሆኖ ፀረ ደርግ ሃይሎችን በማሰባሰብ ትግልን ለማፋፋምና ምናልባትም ከስልጣን ለማውረድ የሚያስችል ሃይል ሊቀሰቅስ ይችላል የሚል ነበር። በመኢሶን በኩል ግን ይህንን የመሰለ ሁኔታ ቢፈጠርና ከሕዝብ የተውጣጣ መንግሥት ይቋቋም እንኳ ቢባል እስከ ራስ ጥፍሩ ድረስ የታጠቀው ሠራዊት አጋጣሚውን በመጠቀም ሥልጣኑ ከእጁ እንዳይወጣ ያደርጋል እንጂ ለሕዝብ የሚለቅበት ሁኔታ ሊኖር አይችልም። ስለዚህም ዲሞክራሲያዊ መብቶች እንዲለቀቁና ሕዝቡን በነፃ የማንቃትና የማደራጀት ሥራ ለመሥራት የሚያመች ሁኔታ እንዲፈጠር በመታገል ለረጁሙ የነቃ፣ የተደራጀና የታጠቀ የሕዝብ ትግል መዘጋጀት ይገባል የሚል ነበር። በእኔ አማካኝነት በተፈጠረው ድርጅታዊ መስመር በአብዮት መሪ ጌታቸው ማሩና የመኢሶን አመራር አባልና በአብዮቱ ዘመን የከተማና ልማት አስተዳደር ሚኒስቴር በነበረው በዳንኤል ታደሰ መካከል ለውህደት ይደርሳል ተብሎ ተስፋ የተጣለበት ውይይት ሲካሄድ ቆይቶ ጌታቸው ማሩ ምክንያቶቹን ሳያሳውቅ በድንገት ከመኢሶን ጋር የነበረውን ድርድር በማቋረጥ ከኢህአፓ ጋር ድርጅቱን አዋህዷል። ከአብዮቱ ፍንዳታ በፊትም ሆነ ከፈነዳም በኋላ የነጌታቸው ማሩ ቡድን ከዶ/ር ወርቁ ፈረደ ጋር በነበረው ግንኙነት ከመኢሶን ጋር የጋራ ጽሑፍ እስከማውጣት ተደርሶ እንደነበር ወርቁ ፈረደ «ዕድገት ብሎ ውድቀት» በሚል ርዕስ በ1990 በጻፈው መጽሐፍ ገጽ ሰፍሮ ይገኛል። በአብዮቱ ለመሳተፍ ከገባሁም በኋላ ከጌታቸው ማሩ ጋር ሁለት ጊዜ (ሁለተኛው በጣም አጭርና በጌታቸው ላይ የጭንቀትና ያለመረጋጋት ያያሁበት ነበር) የተገናኘን ሲሆን ይህንንም ግንኙነት ለዶ/ር ከበደ ሪፖርት

አድርጌአለሁ። ከብዙ ዓመታት በኋላ ወዳጄ ዶ/ር ገብሩ መርሻ ከዶ/ር ብርሃኑ ነጋ ጋር በመሆን ወደ አገር ከመመለሳቸው በፊት በስዊድን አገር አልፈው በመኖሪያ ቤቴ ባስተናገድኳቸው ወቅት ከገብሩ መርሻ ይህንኑ በኢብዮትና በመኢሶን መካከል የነበረውን የውህደት ድርድር አንስተን ምክንያቱ ባልታወቀ ምክንያት ድርድሩን በማቋረጥ ከኢህአፓ ጋር የመዋሃዳቸውን ጉዳይ ስናወሳ ገብሩ መርሻ ጌታቸው ማሩ ከመኢሶን ጋር ድርድሩን ያቋረጠው ኢህአፓ አንድ በመረጃ ያልተደገፈና ሆን ብሎ ድርድሩን ሊያደናቅፍ የሚችል ሚስጥራዊ ዜና ለነጌታቸው ማሩ እንዲደርስ በማድረጉና ይህም ዜና በቴሌኮሙኒኬሽንና አዲስ አበባ ማዘጋጃ ቤት ፈንጂ የጣሉት መለስ ተክሌና ግደይ ገብረ ዋህድ ናቸው በሚል መኢሶን ለደርግ በማሳበቅ አስገድሏቸዋል የሚል ነበር። እነጌታቸውም እውነት መስሏቸው ከመኢሶን ጋር የጀመሩትን ድርድር አቋርጠው ከኢህአፓ ተደባልቀዋል። ሲደባለቁም የተደራደሩበት አንዱ ጉዳይ ቢያንስ ጌታቸው ማሩ የኢህአፓ ማዕከላዊ ኮሜቴ አባልነት ቦታን ማግኘት ሲሆን ኢህአፓም ይህንኑ የማዕከላዊ ኮሚቴ አባልነት ቢሰጠውም አቋሙ በሞላ ጎደል የመኢሶን ዓይነት ነበር ሲል አጫውቶኛል። መለስ ተክሌና ግደይ ገ/ዋህድ ሲገደሉ ኃይሌም ወደ አገር አልተመለሰም። በደርግና መኢሶን መካከልም ምንም ዓይነት ግንኙነት አልነበረም። ይህ ግንኙነት የተፈጠረው ለመጀመሪያ ጊዜ በጥር ወር 1967 ደርግ ከኢህአፓም ከመኢሶንም በኩል ተራማጅ የሚባሉትን ጠርቶ ባነጋገረና መቶ አለቃ ዓለማየሁ ኃይሌ፣ ሻምበል ፍቅረ ሥላሴ ወግደረስና ሻለቃ ደምሴ ደሬሣ ለእነዚህ ተራማጅ ተብለው የተጠቆሙላቸውን ሰዎች ለውይይት በጠሯቸው ጊዜና መንግሥት ያሰበውን አንድ ፓርቲ የማቋቋም ሃሳብ ባቀረቡላቸው ወቅት ነበር። ከሙሉ ተቃውሞ ወደ ሂሳዊ

ድጋፍ (critical support) አቋም ለውጥ የተደረገው የመሬት አዋጅ ከወጣ በኋላ ነበር። ይህንንም ኃይሌ ደርግ ምርመራ ክፍል የተከሳሽነት ቃል በሰጠበት መዝገብ ገጽ 45, 1969 ሰፍሮ ይገኛል።

ወደ ኃይሌ ፊዳ ስመለስ፣ ለረጅሙና መራራው አብዮታዊ ትግል ለሚጠይቀው ዝግጅት ስለ ዓለም አብዮቶች እውቀትን ማዳበር እንደሚገባ ያምን ነበር። ስለኩባ አብዮት የጠለቀ እውቀት እንዳልነበረንና በጥቂት ፋኖዎች የገጠር ትግል ብቻ ድል እንደተገኘ አድርጎ መውሰዱ ታሪክን እጅግ አቅልሎ (simplisitic) በመመልከት ላይ የተመሰረተ ነው ይል ነበር። ከዚያ በፊት በሆሴ ማርቲን የተመራው ፀረ ቅኝና ስውር ቅኝ አገዛዝ፣ ሕዝባዊ የአርበኝነት (patriotic) እንቅስቃሴ በገጠሩና ከተማው ላይ ጥሎት ያለፈውን ንቃተ ህሊና ለአብዮታዊ ትንንቁ መሠረት እንደነበር መርምሮ ካለመረዳት የመነጨ እንደነበር ኃይሌ ይናገር ነበር። «ፋኖ ተሰማራ፣ በዱር በገደሉ ትግሉን እንድትመራ» የሚለው ፎኮይስት አብዮታዊ ትግል የተዋጣለትና በየትም አገር መሳካት የሚችል የትግል ዘዴ ቢሆን ኖሮ ሉዊ ደ ላ ፖዋንቴ በፔሩ፣ እነ ቼ ጉቬራ በድብቅ ገብተው አመራር ሊሰጡት በሞከሩት የኮንጎው ንቅናቄና ሳይሆን ሲቀር ደግሞ ወደ ቦሊቪያ በማቅናት እዚያም ከመሳካት ይልቅ ሽንፈትና የቼ ጉቬራንም መሰዋት ባላስከተለ ነበር በማለት ይከራከር ነበር። በኡሩጓይ የቱፓማሮስ የገጠርና ከተማ ሽብር እልቂትን እንጂ ሠራተኛውንና ገበሬውን ሬቮሉሺነሪ ድል አላጎናፀፋቸውም ይል ነበር። በተጨባጭ ከማስታውሳቸው መካከል ስለ ሕዝባዊ አብዮታዊ ትግል ይበልጥ ለማወቅ እንድንችል የኤድጋር ስኖውን «ዘ ሎንግ ማርች» እና የዊልያም ሂንተንን «ፋንሺን»

ኃይሌ ፊዳ እና የግሌ ትዝታ ገፅ 31

መጽሐፎች እንዳነብ ከመስጠቱም ያለፈ በእነዚህ ሥራዎች ውስጥ ያሉትን ጭብጥ ቁም ነገሮች ለጥናት ክበቦች እንዲረዳ አሳጥሬና በአማርኛ ታይፕ አድርጌ እንዳቀርብ የሰጠኝን የቤት ሥራ አስታውሳለሁ። እኔም ይህንኑ የቤት ሥራ ጨርሼ ስለነበርና ጊዜውም በሳምንት አንድ ቀን አርብ ወይም ቅዳሜ ወደ ፓሪስ ከተማ ወጣ ብለን ከኢትዮጵያውያን ጋር የምንገናኝበትና አብረን የምናመሽበት ሲሆን ከዚያ በኋላ ደግሞ ሰብሰብ ብለን ራት አዘውትረን ወደ ምንበላበት ቻይና ምግብ ቤት መሄዳችን የተለመደ ነበር። ይህ ምግብ ቤት ታላቋን የማኦ ሴ ቱንግ አገር ቻይናን የሚደግፉ ቻይናውያን አንድ ስርቻ ስር የሚያካሂዱት ምግብ ቤት ስለነበር ኃይሌንና ታደሰ ገሠሠን ያውቋቸው ኖሮ ሰላምታ ተለዋውጠው እንደገባን ብዙም ሳይቆይ የቻይና አብዮታውያን መዝሙር «ቀይ ኮከብ» በቴፕ መጫወት ጀመረ። የዚህን መዝሙር ዜማ እየተከተለ ያዜም የነበረው ኃይሌ ነበር። ከተወሰነ ጊዜ በኋላ የቻይናን ብቻ ሳይሆን የቬይትናምን ብሔራዊ ነፃ አውጭ ግንባር መዝሙር ተርጉሞ ነበር። በተለይ በፈረንሳይ አገር የቬይትናም ብሔራዊ ነፃ አውጭ ግንባር የድጋፍ ኮሚቴ አባልና መዋጮ ሰብሳቢ በመሆን በፓሪስ አውራ መንገዶችና መንደሮች መዋጮ ልመና ላይ ተሰማርቶ ስለነበርና እኔም አልፎ አልፎ በልመናው አግዘው ስለነበር የቻይናን «ቀይ ኮከብ»ንም ሆነ የቬትናምን ብሔራዊ ነፃ አውጭ ግንባር መዝሙሮች እኔንም ስለሚመስጡኝ አብሬው እዘምር ነበር[16]። 4ኛ ክፍል ጦርም እስረኛ በነበርንበትም

[16] ልመናን በተመለከተ በረሃብ ለተጎዱት ወገኖቻችን ርዳታ ለማሰባሰብ በየአብያተ ክርስትያኑና በፓሪስ አደባባዮች ንግግር በማድረግ ከፍተኛ ገንዘብ በማሰባሰብ ኃይሌ ትልቅ ሚና ተጫውቷል። በሰንበት ዕለት በየቤተ ክርስትያኑ እየዞርን ጸሎት ካበቃ በኋላ ስለኢትዮጵያና ክርስትናም በህዝቦቿ ባህልና ታሪክ ያለውን ስፍራ በማውሳትና ኢትዮጵያም በመጽሐፍ ቅዱስ ያላትን ስፍራ መጽሐፍ ቅዱስን እያመላከተ ለጋሱና ባብዛኛው የካቶሊክ እምነት ተከታይ የሆነውን የፈረንሳይ ሕዝብ በሚነካ መንገድ ንግግር በማድረግ በርካታ ገንዘብ ለማሰባሰብ ችሏል።

ዓመታት በያጋጣሚው እንድንዘምረው ያበረታታን ነበር። እኔም በነዚህ መዝሙሮች እመሰጥ ስለነበር እስከዛሬ በቃሌ ስለማስታውሳቸው ለሪኮርድ ያህል እንደሚከተለው አስፍሬአቸዋለሁ።

ቀይ ኮከብ

ቀይ ኮከብ ወጥቶ በምሥራቅ ቻይናን አጥለቀለቃት
ከብዙ ሺህ ጨለማ ዓመታት
የማ ኦ ሴ ቱንግ አገር ታየች ሆና እጅግ ደማቅ
ማኦ ሴ ቱንግ ይኖራል ዘላለም በወዛደሩ ልብ።
አብዮት ነውና ረጅም መራራ ትግል
እንታጠቅ
አሁኑን በማኦ ሴቱንግ ትምህርት
ማኦ ሴ ቱንግ ይኖራል ዘላለም በሁላችንም ልብ።

የቬይትናም
የነፃነት ትግል መዝሙር (እንደማስታውሰው)

እንከላከል እናጥቃ ለድል
ያንኪ ይውጣ ይጋዝ ካገር ምድር
ከሞት ከእሳቱ ጋር
አንት አርበኛ በል ተወደስ
በወደቁት ጀግናዎች ስም

ያገርክን ክብር ለማስመለስ

ነፃ ማውጣት ከጠላት ሥር

ለዘላለም ሰላም መገኛ

ተስፋ አለን ጊዜ አለን እኛ።

የአብዮታዊ መዝሙሮችን ጉዳይ ካነሳሁ አይቀር እኔ ወደአገር ተመልሼ የመኢሶንን ሕጋዊ መጽሔት አዲስ ፋናን ሳዘጋጅ ባመቱ በኢትዮጵያ ለ2ኛ ጊዜ የዓለም ወዛደሮች ቀን (ሜይ ዴይ) ይከበር ነበርና የዓለም ወዛደሮችን መዝሙር የደረሰውንና ፓሪስ ኮምዩን በመባል በሚታወሰው የወዛደር አመፅ ተካፋይና መሪ ከነበሩት አንዱ የነበረውን የEugene Poitierን የሕይወት ታሪክ በጋዜጣዋ ዓምድ ላይ ከፈረንሳይኛ ወደ አማርኛ ተርጉሜ ለማውጣት ያዘጋጀሁትን ጽሑፍ ለኃይሌ አሳይቼው ነበር[17]። እሱም ትርጉሙን ከመውደዱም በላይ ፓሪስ ኮምዩን በመባል የሚታወቀው የወዛደር (ፋብሪካ ሠራተኞች ዓመፅ) በተሸነፈ ባመቱ ይኸው Eugene Poitier የደረሰውን La République (ሬፑብሊክ) የሚለውን መዝሙር ላገራችን እንዲስማማ አድርጎ እንደሚተረጉመው ቃል ቢገባልኝም የተሳካው በደርግ እጅ ወድቀን 4ኛ ክፍለ ጦር እስረኞች በነበርንበት ወቅት ነበር። ኃይሌ ወደ አማርኛ ቢተረጉመውም አንዴ በፈረንሳይኛ አንዴ ደግሞ በአማርኛ ይዘምረው ነበር። ከሱ እየተቀበሉ ከሚዘምሩት መካከል እኔም አንዱ ነበርኩ። እንዳይጠፋኝም በማስታውሻና

---

[17] ኢንተርናሽናል የሚባለውን የዓለም ወዛደሮች (ሠራተኞች) መዝሙር ከፈረንሳይኛ ወደ አማርኛ ለመጀመሪያ ጊዜ የተረጎመው ዶ/ር ነገደ ጎበዜ ነበር። ከሱ በኋላ ኢህአፓም ጥቂት ቃላቶች እንደ «ወዛደር» የሚለውን «ላባደር» የመሳሰሉትን ለወጥ በማድረግ የራሱን «ኢንተርናሺናል» በአባላቱና ደጋፊዎቹ ያዘምር ነበር። እነዚህ ቃላቶች ትልቅ የልዩነት ነጥብ ይመስሉ ማከራከራቸው ዛሬም ወደኋላ ተመልሼ ሳስበው አስቂኝም አሳዛኝም ነበር።

ማስታወሻው ሲጠፋም በአእምሮዬ ይገኙው ነበር። መዝሙሩም የሚከተለው ነበር።

ሬፑብሊክ

ሪፐብሊኳን እስክንመሠርት

ትግላችን ከቶ አይገታም

ሞተን ወይ ወድቀንም ብንነሳም

ዓላማችን ግን አይሞትም።

ከምሥራቅ እስከ ምዕራብ

ከሰሜን እስከ ደቡብ

ነፃነት ወይም ሞት ብለን

ተነስተናል ለትግል

አናፈገፍግም እስከ ድል

ተነስተናል ለትግል

አ ... ና ... ፈ ...ገ... ፍ... ግም እስከ ድል!

ኢትዮጵያ ሃገራችን የሕዝቦች እስር ቤት

ትሆናለች የሕዝብ ሪፑብሊክ

በትግላችን የምትመሠረት

ትሆናለች የሕዝብ ሪፑብሊክ

በት...ግ...ላ...ች...ን የምትመሠረት

በተለይም ይህንን መዝሙር በፈረንሳይኛም በእንግሊዝኛም ዘምሮ ሲያበቃ የቤትሆቨንን 9ኛ ሲምፎኒ Joyful, joyful we adore thee ያዜማል። «ብዙውን ጊዜም የEdith Piafን «Rien de rien je ne regrette rien» («ምንም ቢሆን የምፀፀትበት ጉዳይ የለም») የሚለውን ዘፈን ያንጎራጉራል። የፈረንሳይ ብሔራዊ መዝሙር La Marseillaise አይቀረውም ሲያንጎራጉር። ዘ ኢንተርናሽናል የዓለም ወዛደሮች መዝሙር ሆኖ ከመታወቁ በፊት የአውሮፓ ጭቁኖችና ወዛደሮች መዝሙር በመሆን «ላ ማርሴዬዝ» አገልግሏል። ለኔ እንደሚገባኝ እነኚህ ሁሉ ማንነቱንና እምቅ ችሎታውን ለመግለፅና በራሱ ላይ ሙሉ እምነት ለማሳደርም ሆነ ድንበር የለሽ ለሆነው ዩኒቨርሳል የስልጣኔ ባህልና ርዕዮተ ዓለማዊ ተመክሮ የነበረውን መመሰጥ የሚገልፁ ነበሩ። እነኚህንም ሆነ «ዘ ኢንተርናሽናል»ን በአማርኛም ሆነ በፈረንሳይኛ ሲዘምር ከኦሮሞ ማንነቱ ጋር የሚስተጋበርና አንዱ ሌላውን የማጎልበቻ የማስዋቢያ ለመሆኑ አለማጠያየቁን ደግሞ «ያ ለሰለሴ ብዬ ኪያ» የምትለውን ወሰኑ ዲዶ የተጫወተውን ሙዚቃ አልፎ አልፎ ማዜሙ ደግሞ የማይቀር ነበር። ባጭሩ ከኃይሌ ፊዳ ጋር መገናኘት ማለት ከግራ ቀደምትነትና ችኩልነት ወደሰከነና በጥናት ላይ ወደተመሰረተ ማርክሳዊ ሶሺያሊዝም ጋር መገናኘት ማለት ብቻ ሳይሆን ከዘመና (Modernism) ጋር መተዋወቅ ጭምር ማለት ነበር። ከአውሮፓ ስልጣኔ ጋር መተዋወቅና ከማርክስና ሌኒን ወይም ማኦ ሴ ቱንግ ውጭ ሌሎች ዕውቀትንና ባህልን ለሚያጎለምሱ፣ ለሰው ልጆች እኩልነት ለሚሰብኩና ከፋናቲክና ፋሺስቲክ አስተሳሰብ ለፀዱ፣ ሶስዮሎጂካልና ሂዩማኒስቲክ አስተሳሰቦች፣ ሥነ ጽሑፍና ሙዚቃ አክብሮት መስጠት ጭምር ማለት ነበር። ለማንኛውም የሰው ልጅና በተለይም ለጓደኛ የነበረውን ገደብ የለሽ ፍቅርና ለጋስነት መጋራት ማለት ነበር። መገሰፅም ካስፈለገው ቋንቋው የለሰለሰ ቢሆንም ቀጥተኛ ነበር። ለምሳሌ እኔን በተመለከተ

«አብዮታዊ ለመሆን መቆሸሽና ፀጉር መንጨብረር አለበት ወይ? እስቲ ሰው ምሰል» እያለ ልብሴም የፀዳ፣ ፀጉሬም እሱ ራሱ ፀጉሩን የሚስተካከልበት ቦታ እየወሰደ ጊዜውን እየጠበቀ እንድስተካከልና «ሰው እንድመስል» ያደርግ ነበር። አልፎ አልፎ በእንግሊዝኛ መግለጫዎች ማውጣት ይኖርብንና እኔ ረቂቁን እንዳዘጋጅ ይወሰንና እኔም የተባለውን ረቂቅ ይገፍ ስቀርብ ኃይሌ ይመለከትና በሳቅና ፈገግታ «መቼ ይሆን የ የአዲስ አበባ ዩኒቨርስቲ ቦምባስቲክ የሆነ የአፃፃፍ ባህል የሚለቅሽ?» በማለት አንዷቷ ቃል አንድ ክንድ ያህል መርዘሟን በማመልከት «ሰው አንብቦ ለመረዳት መዝገበ ቃላት ይዞ መገኘት ይኖርበታል ወይ?» በማለት እያፌዘ በተቻለ የምጠቀምበት ቋንቋና አፃፃፌ ከአውቃለሁ ባይነት (elitism) የተላቀቀ፣ ቀላል፣ ሰው አንብቦ የሚረዳውና ከቁም ነገር የለሽነት ወይም ገለባነት (stereotyping) የፀዳ እንዲሆን ይመክረኝ ነበር። ቀላል በሆነ ቋንቋ፣ ከጥራዝ ነጠቅነት በራቀ መንገድ ማርክሳዊ ፍልስፍናን በተጨባጩ የኢትዮጵያ ሁኔታ ለመረዳትና ከመተንተን ያለፈ በቦታውም ሆነ አለቦታው የእነኚህን አብዮታዊያን መስተማሮች መጠቃቀስ ኃይሌ ፈዳን ማርኮት አያውቅም ብል ትቶት ያለፋቸው ሥራዎቹ ምስክሮቹ ናቸው።

የምሁሩና የተማሪው ሚና ምንድነው?

«ተማሪና ምሁር ከገበሬውና ከሠራተኛው ጋር ተዋሀድ፣
ከነርሱ ተማር፣ መልሰህም አስተምራቸው።
አብረህ በመሰለፍ፣ አዲሲቷን ኢትዮጵያ መሥርት!»

ኃይሌ ፊዳ

ይህንን ዓርማ የፈጠረው ኃይሌ ፊዳ ነበር። ዓርማው የምሁሩንና ተማሪውን ሚና ለመለየት ሲሆን መሪ ቃሉንም የደረሰው ይኸው በአዲስ አበባ ዩኒቨርስቲ የጆኦሎጂና ፊዚክስ ምሩቅና እንደተመረቀም በዩኒቨርስቲው መምህር ከዚያም በአውሮፓ የኢትዮጵያ ተማሪዎች ንቅናቄ መሪ የነበረው ሰው ነበር። ከአስትሮኖሚና ፊዝክስ ይልቅ ሶሲዮሎጂ በማጥናት ከፓሪስ ሶርቦን ዩኒቨርስቲ የማስትሬት ዲግሪ የተቀበለ ሲሆን፣ ለሥዕልና ለሙዚቃ ልዩ ፍቅርና ተሰጥዖ እንደነበረው የሚመሰክሩ

ሌሎችም ትውስታዎች ትቶ አልፏል። ይህ አርማ «ትግላችን» በመባል ይታወቅ የነበረውን የአውሮፓ ኢትዮጵያ ተማሪዎች ማህበር መጽሔት ሽፋን ከማድመቅ ያለፈ፣ መቀስቀሻ፣ ማንቂያና ማደራጃ መፈክር በመሆን አገልግሏል። ከዚያ በፊት የአውሮፓ ተማሪዎች ማህበር መጽሔት አርማ በመሆን ያገለገለችው «የጨለማው» ዘመን አልፎ በብርሃንና የተስፋ ዘመን እንደሚተካ ለማብሰር ይመስለኛል ይህንኑ አምሳያ ገላጭነት (symbolical ትርጉም) ለመስጠት ሲባል የተመረጠችው «ኩ! ኩኩሉ!» ባይዋ ዶሮ ነበረች። የ1953ቱ በሁለቱ ወንድማማቾች መንግሥቱና ገርማሜ ንዋይ የተመራው መፈንቅለ መንግሥት ከከሸፈ በኋላ የተማሪውም ንቅናቄ ውሎ አድሮ ከጥገና ለውጥ ከማያልፈው መፈንቅለ መንግሥት ይልቅ ሥር ነቀል ለሆነ መሰረታዊ ለውጥ መታገል በሚል አዲስና ሬቮሊሺነሪ የትግል መስመር ሲቀይስ የአውሮፓ ኢትዮጵያ ተማሪዎች ማህበርም አርማውን በዶሮዋ መመሰሉን በመተው ከላይ ባሰፈርኩት አርማ ተክቶታል። የተማሪውና የምሁሩ ሚና ምን መሆን አለበት የሚለው ጉዳይ በተማሪው እንቅስቃሴና ውሎ አድሮም በመኢሶንና ኢህአፓ መካከል ከጤናማ ክርክር እየራቀ እስከ ምሬትና እያደረም መጠፋፋትን ወዳቀነቀነ መከፋፈል ማምራቱ አልቀረም።

ተማሪውና ምሁሩ ከሕዝቡ ጋር በመዋሀድ፣ ከርሱም በመማርና መልሶም በማስተማር፣ አብሮም በመሠለፍ አዲስቷን ኢትዮጵያ ለመመሥረት የሚጠይቀውን የረጅም ጊዜ ዝግጅት ወደ ጎን በማድረግ ጥቂት ፋኖዎች የብሔርን ጥያቄ ሰበብ በማድረግና አቋራጭ በመሻት በኤርትራ ግንባሮች ሥር ጥገኛ ሆነው ለመጀመር ያሰቡት የትጥቅ ትግል በረጅም ጊዜ ሊያስከትል

የሚችለውን መዘዝ ቀደም አድርጎ በማየት ተገቢ ጥያቄዎችን ያነሳ ሰው ቢኖር ኃይሌ ፊዳ ነበር።

ከፓሪስ ከተማ ወጣ ብሎ በሚገኝ ብዙውን ጊዜ የውጭ ዜጎች በሚኖሩበት የመኖርያ ሰፈር፣ ኃይሌን በመጽሔት ዝግጅት ለመርዳት በቤቱ ውስጥ እያለን፣ ይህችን የዶሮ አርማ ያላትን የመጨረሻ ዕትም ሳትሆን አትቀርም ብዬ የምገምተውን የአውሮፓ ተማሪዎች መጽሔት ለመጀመሪያ ጊዜ አገኘሁና በውስጧ የሰፈረውን ጽሑፍ በብዕር ስም (በቀለ ወርዶፋ በሚል) የፃፈው ማን እንደሆነ? ጠየኩት። እሱም እኔ ነበርኩ ሲል መለሰልኝ። ፅሑፉ ስለኤርትራ ነበር። አርዕስቱም «ተገቢ አጀማመር፣ ሕዝባዊ ያልሆነ አመራር» የሚል ሲሆን የኤርትራ ህዝቦች የተነጠቁትን ፌዴራላዊ አስተዳደር በሰላማዊ ድርድር ማስመለስ ሳይችሉ ቀርተው ለነፃነታቸውና መብታቸው ያነሱት የትጥቅ ትግል ተገቢ ሲሆን አመራራቸው ግን በአድሃሪ አረብ አገሮች መሪዎች ባካበቱት የዘይት ሃብት (petro-dollar) የሚተማመን በመሆኑ ኤርትራውያንን ለዲሞክራሲና እኩልነት ለቆመ ሕዝባዊ መንግሥት ማብቃት አይችልም የሚል ነበር። እኔ ደግሞ ገና ከአዲስ አበባ ዩኒቨርሲቲ ተባርሬ ስድስት ወር እሥራት ቀምሼ አገር የለቀቅሁ፣ የብሔሮች ጥያቄ ዋና የተራማጅነት መለኪያ ከነበረው ቀዳማዊ ኃይለ ሥላሴ ዩኒቨርስቲ የመጣሁ፣ ፀረ መንግሥት ቁጣውና እልሁ ገና ያልበረደልኝ «ሚሊታንት» ስለነበርኩ «እንዴት የኤርትራ ግንባሮች አመራር ሕዝባዊ አይደለም ትላለህ? ሕዝባዊነት እኮ አንፃራዊ ነው፣ ከቀዳማዊ ኃይለ ሥላሴ ፊውዶ ቡርዥዋ መንግሥት አንፃር ሲታዩ ሕዝባዊ ናቸው» ብዬ ተከራከርኩት። እሱም የሕዝባዊነት መለኪያ የቀዳማዊ ኃይለ ሥላሴ መንግሥት

አይደለም። በነፃ አውጭ ግንባርነት ፕሮግራም ነድፈው የሚነሱ፣ መሣሪያ ይዘውም ሆነ ሳይዙ ለመታገል የቆረጡ ድርጅቶች ግልፅ ያለ የዲሞክራሲና እኩልነትን ጥያቄ በፕሮግራማቸው ካላሰፈሩና በተለይም ደግሞ ከኢምፔሪያሊዝምና ከአድሃሪ ዓረብ አገሮች ጋር የሚኖራቸው ትስስር አጠያያቂ ሆኖ ሲታይ፣ ካሁኑ የሕዝባዊነታቸው ጉዳይ ጥያቄ ሊቀርብበትና በተለይም የተማሪውን ንቅናቄ እንዳያሳስቱ ውይይቱንና ክርክሩን ካሁኑ መጀመር ተገቢ ይመስለኛል ሲል መለሰልኝ። በዚያን ሰዓት ኃይሌን ያሳሰበው የኤርትራ ግንባሮች በኢትዮጵያ ተማሪዎች ንቅናቄ ውስጥ ጣልቃ የመግባታቸውና በአይሮፕላን ጠለፋው የነበራቸውን ያስተባባሪነት ጉዳይ ነበር። የኢትዮጵያ ተማሪዎች ማህበርም በተለይም ደግሞ በነብርሃነ መስቀል ረዳ ይመራ የነበረው የአልጄሪያ ቡድን፣ በኤርትራ ግንባሮች መካከል ባለው ልዩነት ጣልቃ በመግባት የተማሪውን ንቅናቄ ያንደኛው ግንባር አጋር ከማድረግ ያለፈ ጥገኛ በመሆን፣ ሊጀምር ያኮበኮበበት የትጥቅ ትግል ውሎ አድሮ ሊያስከትል የሚችለው ችግር ታይቶት ነበር። ይህንን ጉዳይ በተመለከተ ቀድሞ የራሱን ሃሳብና አመለካከት በኔ ላይ ከመጫን ይልቅ እኔው ራሴ በዚያን ወቅት በተማሪው ንቅናቄ ውስጥ ክርክሩ ምን አቅጣጫ እንደያዘና በነብርሃነ መስቀል ረዳ የሚመራውና በወቅቱ የአልጄሪያ ቡድንና እነኃይሌ በሚመሩት የአውሮፓ ኢትዮጵያ ተማሪዎች ማኅበር (አኢተማ) መካከል እየጎላ የመጣውን ልዩነት የሚያሳዩቱን «የማህበራት ችግር» በሚል ርዕስ በተከታታይ የወጡትን የትግላችን ዕትም ቁጥር 3 እና 4 በመስጠት አንብቤ ከሱ ጋርም ሆነ ከሌሎች ጓዶች ጋር እንድወያይበት አበረታታኝ። ይህም በ«ትግላችን» ቁጥር 3 ከጥር እስከ የካቲት 1965 «የማህበራት ችግር፥ ክፍል አንድ» እነብርሃነ መስቀል

በጠየቁት መሠረት አንድም ቃል ሳይቀነስና ሳይጨመር፣ አንቶኒ ከተማ ፈረንሳይ አገር በተደረገው የአኢተማ ዓመታዊ ጉባኤ እንዲሰራጭላቸው ከተደረገ በኋላ፣ ከአጭር መግቢያ ጋር በዚሁ የ«ትግላችን» ቁጥር ምንም ሳይቀነስና ሳይጨመር የወጣው ጽሑፍ ነበር። ሌላው ደግሞ ከዚሁ በተከታታይ ኃይሌ ፊዳ «በቀለ ወዳጄ» በሚል የብዕር ስም፣ በዚሁ «ትግላችን» ቁጥር 3 ከጥር እስከ የካቲት 1965 «የማህበራት ችግር፥ ክፍል ሁለት» የሰጠውን መልስ የያዘ ነበር።

በ«ትግላችን» ቁጥር 3 ከጥር እስከ የካቲት 1965 «የማህበራት ችግር፥ ክፍል አንድ» የወጣውን የእነብርሃነ መስቀል ጽሑፍ በሰፊው ለመጥቀስ አስቸጋሪ ነው። ዋናው እነ ብርሃነ መስቀል በጊዜው ያተኮሩበት፣ በእነርሱና በተቃዋሚዎቻቸው መካከል የተነሳውንና እየከረረ የሄደውን ርዕዮተ ዓለማዊ ትግል በብሔር ጥያቄ የተነሳ እንጂ የፎኮይዝም (ፋኖ ተሰማራ) የትግል ዘዴያቸውን በተመለከተ የተነሳ እንዳልሆነ ከመሸፋፈን ያለፈ ይህንኑ የብሔር ጥያቄ የኢትዮጵያ አብዮት ዋነኛና ተቀዳሚ ጥያቄ አድርገው ያቀረቡበት ሰፊ ጽሑፍ ነበር። ዝቅ ብዬ እመለስበታለሁ።

የነብርሃነ መስቀል ቡድን እንዲሰራጭላቸው የጠየቁትንና አንድም ቃል ሳይቀነስም ሆነ ሳይጨመር በ«ትግላችን» ቁጥር 3 «የማህበራት ችግር – ክፍል አንድ» የወጣውንም ሆነ ኃይሌ መልስ የሰጠበትን የ«ትግላችን» ቁጥር 3 «የማህበራት ችግር – ክፍል 2» ካነበብኩ በኋላ ግራ የመጋባትም የመደናገጥም መንፈስ አድሮብኝ ነበር። ከኃይሌ ጋር ከመወያየቴ በፊት ሌሎች ጓዶች አስተያየቴን ጠይቀውኝ ነበር። ጥያቄያቸው ግን ለነገሩ ያህል በጥያቄ መልክ ይቅረብ እንጂ እነርሱ ስለ

አልጄርያ ጓዶች የተሰማቸውን ስሜት ቀድሞ የሚያንጸባርቅ ስለነበር የኔንም አስተያየት በዚያው አቅጣጫ ተፅዕኖ የሚያደርግ ሆኖ ተሰምቶኝ ስለነበር መልስ ከመስጠት ይልቅ ማዳመጡ ላይ አተኮርኩ። አንዳንዶች «ይህንን ከፋፋይና መርዘኛ ጽሑፍ እንዴት አገኘኸው?» ብለው ሲጠይቁኝ ሌሎች ደግሞ፣ አንዳንድ የማህበር መሪዎችን በተለይም ደግሞ በሰሜን አሜሪካ የኢትዮጵያ ተማሪዎች ማህበር (ESUNA) መሪዎችን «ንዑስ ቡርዧ ፋሺስት»፣ «ሬቮሉሺናዊ መሳይ ምሁራን»፣ «የመንግሥት ሰላዮች» በሚል የእነብርሃነ መስቀል ቡድን የተጠቀመበትን ቋንቋ እያነሱ ለውይይት ይጋብዙኝ ነበር። ከኃይሌም ጋር በተስማማነው መሠረት ለውይይት ስንገናኝ እሱም ሌሎች ጓዶቻችን እንዳደረጉት የአልጄሪያ ጓዶች በተጠቀሙበት ቋንቋ ላይ ትኩረት በመስጠት በጽሑፋቸው ውስጥ ላቀረቡት ሃሳቦች ከበሬታ የማይሰጥና አስተያየቱም ሆነ ተቃውሞው በአቋማቸው ላይ ያተኮረ፣ ቀጥተኛና ተገቢ ይሆን ወይስ በጓዶቹ ላይ እርግማን በማውረዱ ላይ ያተኩር ይሆን የሚል ፍርቻ እንደያዘኝ ውይይታችንን ጀመርን። ኃይሌ ግን ጽሑፎቹን ማንበቤንና የራሴ አስተያየት ምን እንደሆነ በርጋታ በመጠየቅ ያተኮረ ሆኖ አገኘሁት። የራሱን አስተያየትም ሆነ «በቀለ ወዳጄ» በሚል የብዕር ስም የሰጣቸውን መልሶች ከመዳሰሱ በፊት የነብርሃነ መስቀል ጽሑፍ ያተኮረባቸውን ጥያቄዎች እያነሳ አስተያይቴን እየጠየቀ እሱም በነዚሁ አሳሳቢ ጥያቄዎች ላይ ብቻ መልስ የሰጠበትን ፅሁፍ ያመላክተኝ ጀመር። አንድም ጊዜ የእነብርሃነ መስቀልን አቋም ቀድሞ የመፈረጅና የተጠቀሙበትን ቋንቋ «ከፋፋይና መርዘኛ» ነው የሚል ቃል ሳልሰማበት በበኩሌ ግራ የተጋባሁበትን ጉዳይ አነሳሁለት። ካገር ከመውጣቴ በፊት «እነኃይሌ ፊዳና ብርሃነ

መስቀል በብሔር ጥያቄ ተመሳሳይ አቋም ወሰዱ» ተብሎ የተነገረኝ በመሆኑ፣ አብረው የመሥራት ብቻ ሳይሆን አገር ቤት እነብርሃነ መስቀልን ከተክለ ሰውነት አምልኮ (cult figure) በማይተናነስ ዓይን የሚያያቸውም ወገን እነኃይሌ ፊዳንም በሞላ ጎደል በዚያው ዓይን በማየት፣ ከመሪዎቻቸው አንዱ አድርጎ ይቆጥር ስለነበር በነብርሃነ መስቀል በኩል የቀረበው ጽሑፍ የብሔርን ጥያቄ የተመለከተበት ዓይን እንግዳ ነገር ሆነብኝ። «መጽሐፉ የሚለው እንዲህ ነው» የሚለው ቀኖናዊ አመለካከት ገና ያለቀቀኝ ወጣት በመሆኔ ሳይሆን አይቀርም የብሔር ጥያቄ የመደቡ ትግል አካል እንጂ የመደቡ ትግል ተቀጥያ ነው ሲሉ እነማርክስና ኤንግልስን፣ ሌኒንና ማኦን አላነበብኩም አልኩት። የወዛደሩና የቀረውም ሰፊ ሕዝብ ጥያቄዎች በሙሉ ለብሔሩ ጥያቄ ተገዥና ዓለም አቀፋዊውም ሆነ ዲሞክራሲያዊው አብዮታዊ የትግል አንድነት በሌላም አገር ከሚኖሩ የሠራተኛው መደብ አባሎች መሆኑ ቀርቶ ከብሔሮች ጋር ነው የሚል በነብርሃነ መስቀል ጽሑፍ በግልፅ ተጽፎ የማነብ አልመሰለኝም ነበር። ገና የማርክስና ኤንግልስን «ኮሙኒስት ማኒፌስቶ[18]» ሆነ የሊቀመንበር ማኦን «ቀይ ዳዊት» በቃል ማነብነብ ያልቀቀኝ ስለነበርኩ እነዚህ አብዮታዊ ምሁራን ከተናገሩት የተለየ ሆኖብኝ ነበር። ለኃይሌም ማርክስና ኤንግልስ በኮሙኒስት ማኒፌስቶ «እስከዛሬ ያለው የህብረተሰብ ታሪክ የመደብ ትግል ታሪክ» እንጂ «የብሔሮች ትግል ታሪክ ነው አይልም» አልኩትና አያይዤም «እርግጥ ማርክስ የአይርላንድን ሕዝብ ጥያቄ በተመለከተ «የእንግሊዝ ወዛደር የአይርላንድን ሕዝብ ብሔራዊ የነፃነት ጥያቄ መደገፍ ያለበት

[18] «The history of all hitherto existing societies is the history of class struggle.» *Communist Manifesto.* K. Marx / F. Engels . 1848

ለራሱ ነፃ መውጣት ሲልና ማንኛውንም ጭቆና ስለማይቀበል ነው» አልኩት[19]። ንግግሬን ከማቋረጥ ይልቅ ዝም ብሎ ማዳመጡን ስለመረጠብኝ በመቀጠል «ሊቀ መንበር ማኦ»ን አስከተልኩና እሳቸው በቀዩ መጽሐፋቸው ያሉትን «አገሮች አርነትን፣ ብሔሮች ነጻነትን፣ ሕዝቦች አብዮትን ይሻሉ። ይህ ማንም ሊያግደው የማይችል የታሪክ ሃቅ ነው» ሲሉ የጥያቄዎችን መተሳሰርና ዝምድና እንጂ የመደቡንና የሕዝቦችን ዓለም አቀፋዊ አብዮታዊ ፍላጎት ለብሔርተኛነት (ናሺናሊዝም) ማንበርከካቸው አይመስለኝም[20] ስለው ከት ብሎ ሳቀ። ለካስ እስከተወሰነ ደረጃም ቢሆን በራሴ ላይ ማሳቄ ኖሯል። ኃይሌ «እስቲ መጽሐፉ የሚለውን ወደጎን እናድርገው። ማንበቡና ማወቁ ጥሩ ነው። በዚህ በኩል የአልጄሪያ ጓዶችም ቢሆኑ ከኛም የላቁ ያነበቡ ሊሆኑ ይችላሉ» ማለቱን አስታውሳለሁ። ከዚያም የሚከተለውን አነሳብኝ። እስቲ ያገራችንን ሁኔታና 90 በመቶ የሆነውን የገበሬውን፣ የሠራተኛውንና የቀረውንም ፀረ-ፊውዳል፣ ፀረ-ቢሮክራሲያዊ ከበርቴና ፀረ-ኢምፔሪያሊስት የሆነውን ንዑስ ከበርቴ ጥያቄዎች እንመልከት። የእነኚህ ሁሉ ሰፊ የህብረተሰብ ክፍሎች የመደብና የመብት ጥያቄ ለብሔሩ ጥያቄ ብቻ ተገዥ እንደሆነና ያገሪቱን የመከላከያ ኃይል ይህንኑ የብሔር ጥያቄ ብቻ ለመደምሰስ እንደተገነባ አድርጎ መመልከት ተልዕኮው ሌላ ይመስለኛል። ሙሉ በሙሉ እርግጠኛ ባልሆንም በኔ እምነትና

---

[19] Marx K. «The Irish Question». ምናልባት ይህንን ጉዳይ በተመለከተ ማንበብ ለሚፈልግ Marx, Engels and the National Question, Ephraim Nimni, Science & Society Vol. 53, No. 3 (Fall, 1989), pp. 297-326 ይመልከቱ፡

[20] «Countries want Independence, nations want liberation and the people want revolution. This is an irresistable trend of world history» (አገሮች አርነትን፡ ብሔሮች ነፃነትን፡ ሕዝቦች አብዮትን ይሻሉ። ይህ ደግሞ ማንም ሊያግደው የማይችል የታሪክ ሂደት ነው) Mao Tse Tung

ግምት ይህ የአልጄሪያ ጓዶች ጽሑፍ ለኤርትራ ግንባሮች ጥብቅና ለመቆምና በነርሱም ጥገኝነት ስር ጓዶቹ የተቻኮሉበትን የትጥቅ ትግል ለመጀመር ሲሉ የብሔርን ጥያቄ በነቂስ በማውጣት የቅራኔዎቹ ሁሉ አልፋና ኦሜጋ የብሔር ጥያቄ አድርገው ያቀረቡ ይመስለኛል። የኔም ምላሽ በዚህ አሳሳቢ ጉዳይ ላይ ውይይትና ክርክር ለመቀስቀስ በቅን መንፈስ መነሳቴን በጽሑፉ ውስጥ ጠቅሻለሁ አለኝ። ለአብነትም የሚከተለውን የአልጄሪያ ጓዶች ዋነኛ መከራከሪያ አድረገው ያቀረቡትን የጽሑፉን ክፍል አብረን ተናበብን።

> «የርዕዮተ ዓለሙ ትግል በይፋ የተካሄደው በአንድ ጉዳይ ላይ ነው። ይኸውም የብሔሮች ጉዳይ ነው። መከፋፈሉም የመጣው በዚሁ ጉዳይ ላይ የተነሳውን ቅራኔና የአቋም ልዩነት ተከትሎ ነው። በኢትዮጵያ ተማሪዎች ታሪክ ውስጥ በጣም ከፍተኛና መራር የሆነው የርዕዮተ ዓለም ትግል በብሔሮች ጉዳይ ላይ መሆኑና መከፋፈሉም በዚህ ጉዳይ ላይ መሆኑ የአጋጣሚ ጉዳይ ወይም ሁለት ሶስት ተንኮለኞች ወይም «የርዕዮተ ዓለም ትግል ማካሄጃ ዘዴዎች ያበላሹ ሰዎች» የፈጠሩት አይደለም። ጉዳዩ በአሁኑ ጊዜ የኢትዮጵያ የፖለቲካ ስርዓትና ኢኮኖሚ ካናጉት ጉዳዮች ዋናው ይኸ የብሔሮች ጉዳይ ስለሆነ ነው። የገኘርው መደብ በስንት ሺህ የሚቆጠር ሰራዊት ያሰለፈው፣ ባጀት ከዓመት ዓመት የሚናጋበት ፈላጭ ቆራጩ ነጋሲ፣ ከአገር አገር ነጋ ጠባ የሚንጦለጦለው፣ ጠላቶቹ ከሚላቸው ጎረቤት አገሮች መሪዎች ጋር ለመስማማት ግዛቱን ቆርጦ የሚሰጠው፣ መላ የውጭ ጉዳይ ፖሊሲውን የመሠረተው የተጨቆኑ ብሔሮችን ትግል ለመደምሰስ በሚያደርገው ጥረት እንጂ በሌላ የፖለቲካ እንቅስቃሴ ወይም በሌላ የፖለቲካ ፕሮብሌም ምክንያት አይደለም። በኢትዮጵያ አሁን ያለው

ከፍተኛው የፖለቲካ ፕሮብሌም የተጨቆኑ ብሔሮች ትግል ነው። ስለሆነም ማንኛውም ይኸንን እንቅስቃሴ የሚደግፍ ተግባር (የተማሪዎች አንድ ውሳኔ እንኳን ቢሆን) በህዝብ ከተሰማ፣ አዲስ ዓይነት ዲሞክራሲያዊ መንግሥት ይቋቋም በሚል አርእስት ከተጻፈ ከሺህ የ«ታጠቅ» ጽሑፍ የበለጠ የፖለቲካ ውጤት ያስከትላል» («የማህበራት ችግር፥ ክፍል አንድ ገጽ 10-11። ትግላችን ቁጥር 3 ከጥር እስከ የካቲት 1965» ስርዝ የተጨመረ)

ከአልጄሪያው የነብርሃነ መስቀል ቡድን የቀረበው ጽሑፍ አሥር ገጾች ያህል አለፍ ብሎ ደግሞ የሚከተለውን ያስነበባል፥

ባለፉት ሁለት ዓመታት የሰላዩ፣ የአድሃሪው «ተማሪ ፖለቲከኛ»፣ የሬቮሉሽናዊ-መሳይ ምሁራን፣ የፊዩዳል መደብ ጥገኞች ሐሜት፣ አሽሙር፡ ስድብና ጥላቻ ማውረጃ ከሆኑት ወገኖች የማህበራችን አባሎች በጥቅል ወይም በግል ይገኙበታል» (ገፅ 21)።

ሃያ ገጽ ያህል ወረድ ይልና ደግሞ የሚከተለው ይነበባል፡-

ሁላችንንም የሚያቀራርበን የፖለቲካ እምነት በኢትዮጵያ ካሉት ብሔሮች ከመጡ ጓዶች ጋር ብቻ ሳይሆን ከሌሎችም አገሮች ብሔሮች ጓዶች ጋር ያስተሳስረናል (ስርዝ ኦሪጅናል ገጽ 23)

የአልጄሪያ ጓዶች ጽሑፍ ሲደመድም፥

«ከነዚህ ጉዳዮች ዋናው የብሔሮች ጉዳይ ነው። ስለዚህ የኢትዮጵያ ተማሪዎች ማህበራት አባሎች፣ በተለይም የመሪነት ኃላፊነት የተሰጣቸው ጓዶች ያለባቸውን ኃላፊነት ተረድተው በኢትዮጵያ ጭብጥና ተራ የፖለቲካ

ሁኔታ ምክንያት የተማሪዎች ማህበራት ያለባቸውን ልዩ ታሪካዊ ኃላፊነት ተረድተው ሬቮሉሺናዊ ድርጅትን ከዚያም ሬቮሉሺኑን ሊያገለግሉ የሚችሉ ዕውነተኛ ዲሞክራሲያዊ መንፈስ የተዋሃዳቸው፣ ከፊውዳልና ከሌላም የጨቋኝ ስርዓት ርዕዮተ ዓለም የነፁ ጓዶችን የሚያሰለጥኑበት መንገድ እንዲፈለግ እናሳስባለን (ስርዝ ኦሪጅናል ገጽ 61)።

ኃይሌ በበቀለ ወዳጄ የብዕር ስም መልስ የሰጠበት «የማህበራት ችግር፥ ክፍል ሁለት» ደግሞ የሚከተለውን ያስነብባል፡-

> «የአልጄሪያ ጓዶች አዝማሚያ እጅግ በጣም ያሳስባል። .... ይህንን በአደባባይና በግልጽ «የብሔሮች ጥያቄ የኢትዮጵያ ሬቮሉሺን ፕሮግራም የመጀመሪያ ነጥብ መሆን አለበት» ማለቱ ብቻ የቀረውን አቋም ያስወሰዳቸው፣ በኤርትራ ግንባር ሥር ጥገኝነትን የመፈለግ፣ የአድር ባይ ፖለቲካቸው ሳይሆን አይቀርም። ይህም ወደፊት በግልፅ ሳይታይ አይቀርም» (ስርዝ ኦሪጅናል መጋቢት 1963 ከገጽ 17-18)

ይህንን ካስነበበ በኋላ ጽሑፉን ሲደመድም፡-

> «የአልጄሪያን ጓዶች በሚመለከተው በኩል፣ ምንም እንኳን ትልቅ ጥርጣሬ ቢኖረኝም መልዕክቴን የጻፍኩት በንፁህና በቅን መንፈስ ከልብ የተሰማኝን፣ ልክ እንደተሰማኝ (ሳልሸፋፍን)፣ በተጨማሪም በደንብ አስቤበት ነውና በቅን መንፈስና ሬቮሊሺናዊ ድፍረት መሆኑ ይታወቅልኝ» (ገጽ 69 ስርዝ የተጨመረ)

ኃይሌ በ«በቀለ ወዳጄ» የብዕር ስም የአልጄርያ ጓዶችና የሄዱበት የትግል ጎዳና ውሎ አድሮ መዘዙ ምን ሊሆን እንደሚችል

ያሳደረበትን ስጋት የገለፀበት ይህ ጽሑፍ በታሪክ ወመዘክር ቦታ ሊሰጠው ሲገባ፣ በመልስ አሰጣጡም ያሳየው ትህትናን የተላበሰ ቀጥተኛነት የሚያስከብረው ነው ቢባል ሃሰት አይደለም። የተማሪውንና የምሁሩን ሚና በተመለከተ፣ እጅግ አወዛጋቢ የነበረውንም የኤርትራንና የብሄርን ጥያቄ በተመለከተ ክርክሩ የየካቲት አብዮት ፍንዳታ ዋዜማና ከፈነዳም በኋላ መቀጠሉ አልቀረም።

አዲስ ፋና መጽሔት፤ የመስከረም ወር 1969 ዕትም ሽፋን

የካቲት 66 አብዮት ፍንዳታና የምሁሩ ጉዳይ

የተማሪውንና የምሁሩን ሚና በተመለከተ የየካትት 66 አብዮት ከፈነዳ ሶስት ዓመታት ካስቆጠረም በኋላ ምን ያህል ያከራክር እንደነበር ኃይሌ ፊዳ ለአዲስ ፋና መጽሔት በቋሚነት በሚያበረክተው «የኢትዮጵያ ጊዜያዊ ሁኔታ» አምድ የመስከረም ወር 1969 እትም እንደሚከተለው አቅርቦታል።

> በየትም አገር አብዮት ቢሆን፣ ተማሪው ያለውን ሥርዓት ለመገልበጥ አብዮቱን ለመምራት ችሎ አያውቅም። ለመምራትም አይችልም። የኢትዮጵያ ተማሪዎች ከ1957-1958 ጀምረው በነዚያ መፈክሮች ሲታገሉ ብዙ መስዋዕትነትን ቢቀበሉም፣ በርከት ያሉ ተማሪዎች ቢገደሉና ቢታሰሩም፣ ይህ ትግላቸው በራሱ ሰፊውን ሕዝብ በተለይም ደግሞ የከተማውን ንዑስ ከበርቴ በመጠኑ ከማንቃት አልፎ ወደ ከፍተኛ ድርጅታዊ መልክ ሊለወጥ አልቻለም። በእርግጥ በ1961-1962 ግድም በዩኒቨርስቲ ተማሪዎች ለምሳሌ እንደ «ክሮኮዳይልስ» (አዞ) ዓይነት ቡድኖች ተፈጥረው ነበር። ይሁንናም የነዚህ ቡድኖች ፕሮግራም የተማሪውን ትግል በተቀናበረ አኳኋን ለመምራት ከተደረገው ጥረት አላለፈም። ስለዚህም አባሎቻቸው ከዩኒቨርስቲ እንደወጡ ቡድኖቹ መፍረስ ነበረባቸው። የነዚህን የተማሪ መሪዎች የንቃተ ሕሊና ውሱንነት የሚያሳየው አንዱ ነገር የነዚህ ቡድኖች ከትምህርት ቤት ውጪ ለመቀጠል አለመቻልና

በተለይም በወዛደሩ ውስጥ የጥናት ቡድኖችን በማቋቋም ወደ ፓርቲ መፈጠር አለማምራታቸው ነበር። .... ከሁሉ የነቁትም ተማሪዎች ከላይ የተጠቀሰውን ዓይነት የመደራጀትና ወዛደሩን የመቀስቀስ ሥራ፥ ከሰፊው ሠርቶ አደር ሕዝብ ጋር የመዋሃድን ጉዳይ ሳያስቡበት፥ ከዚህ አልፌው «ፋኖ ተሰማራ» በሚለው አስተሳሰብ በመመራት የመሣሪያ ትግሉን ማምለክ መጀመራቸው ከዚህ ከንቃት ዝቅተኛነት የመጣ ነበር። የመሣሪያ ትግል የመጨረሻ ደረጃ መሆኑንና ከዚያም ደረጃ ለመድረስ በመጀመሪያ የረጅም ጊዜ የመደራጀት፣ የማደራጀትና የሰፊውን ሕዝብ የፖለቲካ ንቃት ከፍ የማድረግ ሥራ አስቀድሞ መሠራት እንዳለበት ለብዙሃኑ የተማሪዎች መሪዎች አልተከሰተላቸውም ነበር። ስለሆነም ሌላው ቀርቶ የየካቲት እንቅስቃሴ ከመጣ በኋላና «መሬት ላራሹ» የሚታወጅበት ወቅት ሲደርስ ጊዜያዊ ወታደራዊ መንግሥት ተማሪው በዘመቻ በገጠር እንዲሰማራ ሲጠይቅ፣ ይህንን ከሰፊው ሕዝብ ጋር የመዋሃድ ከፍተኛ ዕድል በመጀመሪያው ላይ እንዳይቀበለው፣ «ፋኖ ተሰማራ» በካምፓስ ብቻ እንዲቀር ለማድረግ ልዩ ልዩ ሰበቦችን አቅርበው እንደነበር ይታወሳል። .... የኢትዮጵያ ዩኒቨርስቲ ተማሪዎች ሕይወታቸውን ጭምር አሳልፌው በመስጠት የሰፊው ሕዝብ ወገን መሆናቸውን እንዳረጋገጡ ጥርጥር የለውም። ይህ ነጥብ .... እውነትና ሲታወስ መኖር ያለበት ነገር ነው። እንደማንኛውም አገር ወጣት ምናልባትም ከብዙ ሀገሮች ወጣቶችም ይበልጥ፣ የኢትዮጵያ ወጣት ላመነበት ለመሞት ዝግጁ ነበር። ነውም። ይሁንና የየካቲት እንቅስቃሴ ተማሪውም ሆነ ማንም ባልጠበቀበት ሁኔታ ደርሶ ... ብዙሃኑ ተማሪ የንቃተ ሕሊና ስንቅ ስላልነበረው፣ በቀድሞው ግለቱ የአብዮቱን እርምጃ ለመከተል እንዳልቻለና እንዲያውም

ገፅ 52 ኃይሌ ፊዳ እና የግሴ ትዝታ

ከደንፊዎቹ ሰፈር እንደተደባለቀ ዛሬ ግልፅ ሆኗል። ስለሆነም የኢትዮጵያን ወጣት ፍጹም አብዮታዊ ንቃተ ሕሊና ለማጎልበት አሁንም ቢሆን ዋናው ጥያቄ ከሰፊው ሕዝብ ጋር የመዋሃድ፣ ከርሱ የመማርና መልሶም የማስተማር ጥያቄ መሆኑን ወጣቱ በሚገባ አውቆት ሰልፉን እንዲያሳምር ለማድረግ ኃይለኛ ርእዮተ ዓለማዊና ድርጅታዊ ትግል ማካሄድ ያስፈልጋል (መስከረም 1968 አዲስ ፋና ቁጥር አንድ ገጽ 32-33)

ካለ በኋላ እሱ የመጣበትንና ከመሪዎቹ አንዱ የነበረበትን የውጭ ተማሪ ንቅናቄም ንቃት ደረጃም ሆነ ድርጅታዊ ጥንካሬ ለማሳደግ የጣሩትንም በሚመለከት ሚዛናዊና ከአድሎአዊነት የፀዳ ግምገማ አድርጎባቸው እንደነበር የሚከተሉት ቃሎቹ ይመሰክራሉ።

የውጭውን የተማሪ እንቅስቃሴም በሚመለከተው በኩል፣ ባጭሩና ባጠቃላይ የኢትዮጵያን ብሄራዊ ዲሞክራሲያዊ አብዮት በተለይ በቲዎሪ ደረጃ ለማዘጋጀት ጥረት አድርገዋል ለማለት የሚቻል ይመስለኛል። ... በውጭ የነበሩትና ያሉት የኢትዮጵያ ተማሪዎች እንቅስቃሴዎች በርግጥ በቲዎሪ ደረጃ ብዙ አስተዋጽኦ ቢያደርጉም፣ የነርሱም ድርጅታዊ ንቃተ ሕሊና ይህን ያህልም ልቆ እንዳልሄደ በቀላሉ ለመገመት ይቻላል። በተለይም አብዮታዊ አስተሳሰብን ያዘሉ ጽሑፎቻቸው እንኳንስ ለሰፊው ሕዝብ ቀርቶ ለዩኒቨርስቲ ተማሪና ምሁራን እንኳ የሚዳረስበት ድርጅታዊ መዋቅር አልነበራቸውም። በርግጥ የኃይለ ሥላሴ መንግሥት ጭቆና ይህ እንዳይሆን በጥብቅ ይከላከል ነበር። ሆኖም ተፈላጊው ሁሉ መስዋዕት ተደርጎ አብዮታዊ አስተሳሰቦች በሰፊው በኢትዮጵያ እንዲሰራጩ ሳይደረግ መቅረቱ የዚህን የድርጅታዊ

> ንቃተ ሕሊናን ወደኋላ መቅረት ያሳያል። የኢትዮጵያ ምሁራን፣ ማለትም የነዚህ የቀድሞ ተማሪዎች መሪዎች ንቃተ ሕሊናም ከተማሪው ከራሱ የተሻለ ንቃተ ሕሊና አልነበረም። በውጭም ሆነ በአገር ውስጥ ቀድሞ በታጋይነት ከነበሩት ምሁራን በርከት ያሉት ገና በኃይለ ሥላሴ ጊዜ ባድርባይነት ተሸንፈው፣ የነበረው ሥርዐት የሚጥልላቸውን ፍርፋሪ መለቃቀሙን መርጠዋል። ከነዚህ ዛሬ በቤቶቻቸውና በመሬቶቻቸው መወረስ ተበሳጭተው ከፀረ አብዮት ሰፈር ጋር የተደባለቁ አሉ። አንዳንዶቹም በንጉሡ ዘመን በተራማጅነታቸው ውስጥ ውስጡን ስማቸው ሲጋነን ቆይቶ፣ የየካቲት እንቅስቃሴ ከመጣ በኋላ በመደብ ጥቅማቸው ተጎትተው እንደዚሁ ወደ ፀረ አብዮት ገብተዋል። የዘመኑን አድርባይነት ተቋቁመው እስከዛሬ ለሰፊው ሕዝብ ጥቅሞች በመቆም የፀኑ በጣም ጥቂቶች ናቸው (መስከረም 1968 አዲስ ፋና ቁጥር አንድ ገጽ 33)።

የኤርትራን ጥያቄም በተመለከተ በተለይና በብሔር ጥያቄ ባጠቃላይ በተማሪው ንቅናቄ ከዚያም አልፎ ከተማሪው ንቅናቄ በበቀሉ የፖለቲካ ድርጅቶች መካከል የነበረው ክርክር እንዴት እንደቀጠለ (evolve እንዳደረገም) የተጨዋወትንበት ጊዜና ወቅት ነበር። ይህንንም ክርክር በሚመለከት አብዮቱ በፈነዳበትም ወቅት እንዴት ከአውሮፓ ወዳገር ቤት ተከትሎን እንደገባ የማስታውሰውን ያህል በመረጃ እየተደገፍኩ አቀርባለሁ።

የየካቲቱ አብዮት ፈንድቶ ኃይሌም በ1967 ዓ.ም ወዳገር ተመልሶ የኤርትራ ጉዳይ አንዱ የአብዮቱ ተፈታታኝ ጥያቄ በሆነበት ሰዓት በመኢሶን ልሣን «የሰፊው ሕዝብ ድምፅ» ቁጥር 22 የመኢሶንን አቋም ይፋ የሚያደርግ ፅሑፍ በእሱ አዘጋጅነት

ወጥቶ ነበር። ይህ ፅሑፍ ከሩብ ክፍለ ዘመን ገደማ በፊት የዶሮ አርማ በነበራት የአውሮፓ ማህበር ላይ ከጻፈው «ተገቢ አጀማመር ሕዝባዊ ያልሆነ አመራር» ከምትለው ጽሑፍ ጋር የተዛመደና በኤርትራ ነጻ አውጭ ሻዕቢያ አመራር ላይ ግልፅ ተቃውሞ የቀረበበት ነበር። ኃይሌ በዚህ «የሰፊው ሕዝብ ድምፅ» ያቀረበው ትንተና የኢትዮጵያ አብዮት ፊንድቶ ጊዜያዊ ወታደራዊ አስተዳደር ደርግም የኤርትራን ጉዳይ በሰላም ለመጨረስ ፈቃደኛ መሆኑን በተጨባጭ ለማሳየት በኤርትራ ዋና ከተማ አሥመራና ባካባቢው የነበረውን የኢትዮጵያን ጦር ኃይል ወደጦር ሰፈሩ እንዲመለስ ማድረጉ እየታወቀ የሻዕቢያ ጦር ግን አሥመራ ከተማ ድረስ በመግባት በካምፑ ውስጥ በነበረው ኢትዮጵያ ጦር ላይ ተኩስ መክፈቱ በኢትዮጵያና ኤርትራ ሕዝቦች መካከል ሰላምና ዲሞክራሲ ነግሶ ወደፊት በወንድማማችነት አብረው ለመኖር የሚችሉበትን ዕድል የሚያጨናግፍ መሆኑን ይጠቅሳል። ከዚህም በላይ ከሻዕቢያ በስተጀርባ ያሉት ኢምፔሪያሊስቶችና አድሃሪ የዓረብ አገሮች የኢትዮጵያ አብዮት እንዲጨናገፍ ሻዕቢያን መሣሪያቸው ከማድረግ አለመመለሳቸውን የሚጠቁም ነውና እስከዚያን ጊዜ ድረስ ከድጋፍ በስተቀር ገሃድ የወጣ ወቀሳ ከኢትዮጵያ ተራማጅ ኃይሎች ያልገጠመው የሻዕቢያ አመራር ከእንግዲህ ሊወቀስና ከኢትዮጵያ ታሪካዊ ጠላቶች ጋር ተደምሮ መታየት የሚገባው መሆኑን የሚያመለክት ነበር።

በዚያን ጊዜ እኔ ገና ወዳገር ስላልገባሁና በአውሮፓ የኢትዮጵያ ተማሪዎች ማህበርን በሊቀ መንበርነት እመራ ስለነበር ለሰላማዊ መፍትሄ ዕድሉ በተፈጠረበት ሰዓት ሻዕቢያ በኢትዮጵያ ጦር ላይ የፈፀመውን ትንኮሳ በመቃወምና በተማሪው ንቅናቄ በተራማጅነትና ሕዝባዊነት ሲሞገስ የኖረውን የሻዕቢያ አመራር

ተጠያቂ የሚያደርግ መግለጫ ፓሪስ በሚገኘው አውሮፓ የኢትዮጵያ ተማሪዎች ማህበር ሥራ አስኪያጅ ኮሚቴ ስም በማዘጋጀት፣ ይፋ ከመሆኑ በፊት በርሊን ከተማ ለሚገኘው የአውሮፓ የኢትዮጵያ ተማሪዎች ማህበር የመጽሄት ዝግጅት ቦርድ ለምክክር ያህል አስተላልፌ ነበር። የመግለጫው ኃይለ ቃልና ግልፅነት ይመስለኛል የራሳችንን ጓዶች ማደናገጡ አልቀረም። የተፈራው በዚያን ጊዜ ዓለም አቀፍ የኢትዮጵያ ተማሪዎች ፌዴሬሽን የሚባል ማህበሩን ለኢህአፓ ደጋፊና በሻዕቢያ ሥር እየሰለጠነ ወደአሲምባ የሚሸጋገረውን ታጋይ ወጣት በመመልመያነት ይጠቀም የነበረው ወገን ይህንን መግለጫ መሣሪያ በማድረግ ወደ ደርግ ከፉኛ የተጠጋን አድርጎ በመወሰድ ሊሰነዝርብን ከሚችለው ተቃውሞና ውግዘት የምንከላከልበትን ሳናስብ እዚህ ችግር ውስጥ ለምን እንገባለን? የሚል ነበር። ይህንን የመሰለ መግለጫ ከማውጣት እንድንቆጠብና የማያስፈልግ ግጭት ውስጥ እንዳንገባ መቀመጫው በርሊን ከተማ ከነበረው የመጽሔት ቦርዳችን ሃሳብ የቀረበልን። እንዳጋጣሚ ሆኖ የሥራ አስኪያጅ ኮሜቴ አባላት መግለጫውን ከማውጣት እንድንታቀብ የቀረበውን ሃሳብ መቀበል በአድር ባይነት የሚያስጠይቀን ይሆናል በሚል ሳይቀበሉት ይቀርና መግለጫው ይወጣል። የተፈራው ከባድ ተቃውሞ መምጣቱ አልቀረም። የዚያኑ ያህል ደግሞ መግለጫውን በመደገፍ ተቃዋሚዎቻችን በመሆን ለኢህአፓ ድጋፍ ሰብሳቢና አባል መልማይ ከነበረው ዓለም አቀፍ የኢትዮጵያ ተማሪዎች ፌዴሬሽን እየተለዩ የእኛ ደጋፊ ለመሆን የበቁ አገር ወዳድ (patriotic) ኢትዮጵያውያን ቁጥር ደግሞ ይህ ነው የማይባል ነበር። በዚሁ ጊዜ ኃይሌ አንድ ዓለም አቀፍ ጉባዔ ለመካፈል ለጥቂት ቀናት ፓሪስ መጥቶ ስለነበር

ማንኛችንም ያላየነውንና በእሱ አዘጋጅነት ስለ ኤርትራ ጉዳይ የኢትዮጵያ ተራማጆች አቋም ምን መሆን እንዳለበት የሚተነትነውን ከዚህ በላይ ቁጥሩን የጠቀስኩትን «የሰፊው ሕዝብ ድምፅ» ጋዜጣ ቁጥር 22 ይዞልን መጥቶ ስለነበር የዚህ ጋዜጣ ቁጥር በአውሮፓ የኢትዮጵያ ተማሪዎች ማህበር (በእኔ አርቃቂነት ተዘጋጅቶ) ከተሰራጨው መግለጫ ጋር በመሳሰሉ ኃይሌ ባለበት በርሊን ከሚገኘው የመፅሔት ቦርድ ተወካይ በተገኘበት የኤርትራን ጉዳይ በተመለከተ ምንም እንኳን ማህበራችን ከመኢሶን አመራር የራሱ አውቶኖሚ ቢኖረውም የወሰድነው አቋም ከመኢሶን ድርጅት አቋም ጋር የሚመሳሰል መሆኑ ያጋጣሚ ጉዳይ ብቻ ሊሆን እንደማይችል አወያየን። በመግለጫው ሳቢያ የኢህአፓ አፍቃሪ ከነበረው ወገን የተከፈተብን ዘመቻና በአውሮፓ መንግሥታትና ተራማጅ ነን በሚሉ የፖለቲካ ፓርቲዎች ፊት የማጥላላቱ ጥድፊያ ለጊዜውም ቢሆን «ሳንወድ በግድ መግለጫውን ከማውጣት እንቆጠብ ያሉትን ጓዶቻችንም ቢሆኑ እውነቱ እንደነበራቸው አሰማምቶን ወዳገር ተመልሷል።

ትዳርና አብዮታዊነት

«እኔ ለኢትዮጵያ ህዝቦች ነፃነትና በሶሺያሊዝም ላይ ለቆመ የዕኩልነት ሥርዓት መመስረት የገባሁበት ትግል ከሁሉም በላይ ትርጉም ያለውና ከራሴም ህይወት ጭምር የሚበልጥ በመሆኑ ነው እንጂ ማንኛውም ፈረንሳይ አገር የሚኖር የውጭ ሰው ያለውዴታው የሚሰራውን ዝቅተኛና የተናቀ ሥራ ሰርቼ ለልጆቼ የዕለት ቀለብ ማቅረብ አቅቶኝ አይደለም።»

ከፍ ብዬ ያሰፈርኩት ኃይሌ በአውሮፓ የኢትዮጵያ ተማሪዎች ንቅናቄ መሪ በመሆኑ የቀዳማዊ ኃይለ ሥላሴ መንግሥት ስኮላርሺፑን በማገዱና ፓስፖርቱንም በመነጠቁ ችግር ላይ ከመውደቅ ያለፈ ትዳሩም ፈተና ውስጥ በገባ ጊዜ፣ በቂ መተዳደሪያ ገቢ ሳይኖረው ለነፃነቱ ትግል ሙሉ ጊዜውን በመስጠቱ ለቤተሰቡና ለሁለት ሕፃናት ሴት ልጆቹ ቤት ይዞ የሚገባው ነገር ባለመኖሩ የተነሳ ይሰማው የነበረውን ስሜት እንዴት እንደገለፀው ያጫወተኝን የሚገልፅ ነው። በአብዮታዊነትም ሆነ ፖለቲከኛነት፣ በምርምር ወይም ደግሞ በፕሮፌሽናል ስፖርት አሰልጣኝነት ሳይቀር ሙሉ ጊዜያቸውን የሚሰጡ ሰዎች በትዳራቸው መፈተናቸው ያለና ምናልባትም ሁላችንንም ያጋጠመ ፈተና እንደሆነ ግልጽ ነው። ዋናው ነገር ይህንን ፈተናና ውጣ ውረድ አሸንፎ ከትዳር ጓደኛ ጋር በጋራ መዝለቅ ሲሆን ይህም መታደልን ይጠይቃል። በዚህ በኩል ኃይሌም ሆነ በርናዴት ያንን የችግርና የመፈተን ጊዜ ማለፍ የቻሉና የታደሉ ባልና ሚስቶች ለመሆን በቅተዋል።

ኃይሌ እንደነገረኝ ከባለቤቱ በርናዴት ኃይሌ ፊዳ ጋር የተገናኙት በአውሮፓ አቆጣጠር በ1964 ሲሆን ይህም በርናዴት ኃይሌ ፊዳ «የደራው ጨዋታ» በሚለው የራድዮ ፕሮግራም ከጋዜጠኛ ደረጀ ኃይሌና አዜብ ወርቁ ጋር ካደረገችው ቃለ ምልልስ ጋር ይመሳሰላል። ፕሮፌሰር ሽብሩ ተድላ በመጽሐፋቸው እንደ ጠቀሱት ኃይሌ የወደፊት የትዳር ጓደኛውን ወደትዳር ጎጆ ምስረታው ውሳኔ ላይ ከመድረሳቸው በፊት አገሩን ኢትዮጵያን እንድትጎበኝና ስለኢትዮጵያ እንድታውቅ በነበረው ፍላጎት ለእኚሁ ጓደኛም ወንድምም ያህል ፍቅር ለነበራቸው ሰው ገለጾላቸው በዚሁ መሠረት ከእጮኛው ጋር ወደኢትዮጵያ በመጣ ጊዜ መኖሪያቸውን ለቀውለት አድቬንቸር የሞላበት የማይረሳ ጊዜ አሳልፈው እንደተመለሱ «ከጉሬዛም ማርያም እስከ አዲስ አበባ፤ የሕይወት ጉዞ እና ትዝታዬ» በሚለው መጽሐፋቸው ገጽ 207- 208 ዘርዘር አድርገው አቅርበዋል። ከኢትዮጵያ እንደተመለሱም በ1967 የመጀመሪያ ልጃቸውን ሣራ ኃይሌን መውለዳቸውን የሚገልፅ ደብዳቤ ፕሮፌሰር ሽብሩ በዚሁ መጽሐፋቸው አባሪ ያደረጉ በመሆኑ ኃይሌና በርናዴት የተገናኙበትና ሣራ የተወለደችበት ዘመኑ በርናዴት ከተሳተፈችበት ቃለ ምልልስ ጋር አንድ ሆኖ ይገኛል። ኃይሌና በርናዴት 5 ዓመታት ያህል ዘግይተው ዮዲት ተወልዳ የሁለት ሴቶች ልጆች እናትና አባት ለመሆን በቅተዋል።

ኃይሌ እንዳጫወተኝ እሱም ሆነ ባለቤቱ በርናዴት ወደማኦ ሴ ቱንግ መስተማር ይጠጋ የነበረው የፈረንሳይ ኮሙኒስት ፓርቲ ማርክሲስት ሌኒንስት አብዮታዊ (Le Parti Communist Français Marxist-Leninist Revolutionaire) የሚባለው ፓርቲ ደጋፊዎች ነበሩ። በዚያ በበልግ ወር ሜይ 68 የዩኒቨርስቲ ተማሪዎች

በቀሰቀሱት አመፅ በተቀጣጠለውና ከፈረንሳይ አልፎ አውሮፓን ስጋት ላይ ጥሎ በነበረው የወዛደር አመፅ ዋነኛ ተሳታፊ እንደነበርና ባጋጣሚ ልጃቸው ገና ትንሽ በመሆኗ የሚጠብቅላቸው ባለመኖሩ በርናዴት በዚያ አመፅና ሰላማዊ ሰልፍ ላይ ሳትካፈል መቅረቷ ቆጭቷት ለኃይሌ ሳትናገር ልጇን ለሚጠብቅላት ሰው ትታ በሰልፉ ተሳትፋለች። ኃይሌ ወደቤት ሲመልስ ሳያገኛት በመቅረቱ እሷን ፍለጋ መውጣቱንና ፈልጎም እንዳገኛትና ተያይዘውም «ለ ኧንተርናስዮናል» የተባለውን ያለም ሠራተኞች (በተለይም የፋብሪካ ወዛደሮችን የሚወክለውን) መዝሙር እየዘመሩም፣ የአራስ ልጃቸውም ጉዳይ እያነጋገራቸው ከቤት መመለሳቸውን አጫውቶኛል።

አብዮታዊ ሕይወትና ትዳር ተፈታታኝ እንደነበር ለማንም ግልፅ ነው። በተለይ ኃይሌ ስኮላርሺፑ ታግዶ ችግር ላይ ሲወድቅ የቤተሰቡ ገቢ ሲቀንስና ሲቀዘቅዝ በማንኛውም ቤተሰብ ውስጥ የሚከሰተው የባልና ሚስት ጭቅጭቅ በቤታቸው መግባቱ የሚገርም አይደለም። በመካከሉ በኤኮል ናስዮናል ዳሊዮንስ ኦሪዬንታል (École Nationale d'Alliance Orientale) በዝቅተኛ ደመወዝም ቢሆን የማስተማር ሥራ አግኝቶ ውሎ አድሮም አቶ አለማየሁ አበበ የሚባል ጀርመን አገር የኢትዮጵያ ኤምባሲ ካውንስለር የነበረ ተራማጅ ኢትዮጵያዊ በድብቅ በላከለት ፓስፖርት ጀርመን አገር በመግባት በሃምቡርግ ዩኒቨርስቲ በመምህርነት በሚያገኘው በቂ ደመወዝ ቤተሰቡንም ለመርዳት ትዳሩንም ለማዳን እስከበቃበት ድረስ የደረሰበት ከባድ ችግር ቀላል አልነበረም። ችግሩ በከፋበትም ጊዜ ፓሪስ ከተማ ውስጥ ሞንፓርናስ (Montparnasse) በተባለ ስፍራ በዚያን ጊዜ በስፋቱ ተወዳዳሪ የማይገኝለት የመገበቢያ ማዕከል ተከፍቶ ስለነበር ሸማቾች ሸቀጦቻቸውን ጭነው መኪናቸው ድረስ ካደረሱ በኋላ

የሚተውትን የዕቃ መጫኛ ጋሪ በመሰብሰብና ለገበያው ማዕከል ሰራተኞች በመመለስ በሚያገኘው ሳንቲም በዚያን ዘመን በሁለት ተኩል የፈረንሳይ ፍራንክ ምሳ ይበላበት ወደነበረ ሲቴ ዩኒቨርሲቴር (Cité Universitaire) የተማሪዎች ምግብ አዳራሽ ምሳውን ከተመገበ በኋላ ቁጥጥርና ገደብ በዚያን ጊዜ ስላልነበር የተቆራረጡ በርካታ ዳቦዎችን (baguette) በፌስታል በመሙላት ለቤተሰቡ ይዞ እስከመሄድ የደረሰበት ጊዜ እንደነበር አጫውቶኛል። ይህም አብዮታዊ ሕይወት፣ ትዳርና የቤተሰብ ሃላፊነት ምን ያህል ለሁለቱም በፍቅር ለሚኖሩ ወገኖች ፈታኝ እንደነበር ይመሰክራሉ። ያ ጊዜ አልፎ ኃይሌና በርናዴት ፍቅራቸውን አድሰው እስከመጨረሻው አብረው ለመኖር በቅተዋል።

በርናዴት ባለቤቷን የምታስታውሰው «ትሁት ሰው ነበር። ስለራሱም መናገር የሚወድ ሰው አልነበረም። በዚህ ላይ ምንም ነገር ሞክሮ የሚያቅተው ሰው አልነበረም» በሚሉት አነጋገር ብቻ አልነበረም። ከፍ ብዬ በጠቀስኩት በ«ፋና» የዜና ማዕከል «የደራው ጨዋታ» በሚል በተዘጋጀው ራድዮ ፕሮግራም ቃለ መጠይቅ ወቅት ከተወያየችባቸው ጉዳዮች የሚከተለውን በማንሳት ላክልበት እወዳለሁ። ይህም እጅግ የሚገርም ትውስታ ከቤተሰቧ ጋር የነበረውን ግንኙነት የሚመለከት ነበር። ገና ከመጋባታቸው በፊት ወላጆቿን በተለይም አባቷን በሚመለከት የሷን ማርክሳዊ ርዕዮተ ዓለምና ኮሙኒስትነት የማይጋሩ፣ በፈረንሳይ አገር በቀኝ አክራሪነት የሚታወቀውን የፖለቲካ ድርጅት አቋም የሚደግፉ ከመሆናቸውም በላይ አልጄሪያ የፈረንሳይ የባህር ማዶ ግዛት ሆና መቅረት አለባት እንጂ እንደ ቅኝ ግዛት ተቆጥራ ነፃ በመውጣት በሰሜን አፍሪካ ራሷን ችላ በነፃ አገርነት መቋቋም የለባትም የሚል አቋም እንደነበራቸው

ነግራው ነበር። ኃይሌም በተለይም ከአባቷ ጋር የሚያደርገውን ውይይት በጥንቃቄ መያዝ እንዳለበት አስጠንቅቃው እንደነበር በቃለ ምልልሱ ወቅት አንስታው ነበር። በመቀጠልም ኃይሌ ግን ከአባቷ ጋር በመከባበር ላይ የተመሰረተ ውይይት በማድረግና «አባትሽ እኮ ተግባቢ ሰው ናቸው!» በማለት በመጨረሻው ያባቷን አክራሪ የቀኝ ፖለቲካ አቋም ለማስቀየርና የአልጄሪያን ከፈረንሳይ ቅኝ ግዛትነት ተላቃ ነፃ አገርና መንግሥት ሆና እንድትመሠረት እስከመደገፍ፣ በፈረንሳይም ጠቅላላ ምርጫ የበርናዴት አባት ድምፃቸውን ለፈረንሳይ ኮሙኒስት ፓርቲ እስከመስጠት የደረሱበትን አጋጣሚ በቃለ ምልልሱ ወቅት መናገር ችላለች። በዚሁ «የደራው ጨዋታ» ቃለ ምልልስ ከቤተሰቧ ጋር የነበረውን ግንኙነት አስመልክቶ ለበርናዴት የቀረበላት ጥያቄ «በቀለም ልዩነት የደረሰበትን» ታስታውስ እንደሆን የሚል ነበር። ይህንንም «አላስታውስም፣ አልፎ አልፎ ግን የመገረም ነገር አይበት ነበር» ስትል የመለሰችው ከበሬታ የሚሰጠው ምላሽ ነው። ኃይሌን እስከማውቀው ድረስ በቀለም ልዩነትም ይሁን ተመሳሳይነት ሊኖራቸው የሚችሉ፣ የከፉ ጉዳዮች እንኳ ቢያጋጥሙት (ገጥመውት አያውቅም ማለት እንኳ አይቻልም) ከመገረም ያለፈ መከፋትንና መቀየምን የማያሳይ ሰው እንደነበር በቅርብ የሚያውቁት ሁሉ የሚስማሙበት እንደሆነ አምናለሁ።

ወዳገር ተመልሶ ከአንድ ዓመት ተኩል በላይ ከታሰረበት ተወስዶ በኮሎኔል መንግሥቱ ትዕዛዝ በግፍ ከተገደለና የሳቸውም መንግሥት በተራው ካለፈ በኋላ ባለቤቱ ወደኢትዮጵያ በመመለስ እንደሷ ልጆች አባት ወይም እናት ያጡትን ኢትዮጵያውያን ልጆች ለመርዳትና ለማስተማር «አፀድ» የሚባል አንድ መንግሥታዊ ያልሆነ ድርጅት አቋቁማ

ቤርናዴት ኃይሌ ፊዳ ጁን 11 ቀን 2013 በፈረንጅ አቆጣጠር በኢትዮጵያ የፈረንሳይ ኤምባሲ ውስጥ በተከናወነ ሥነሥርዓት፤ የአፀድ በጐ አድራጎት ድርጅት መሥራችና አስተዳዳሪ በመሆን ላበረከቱት ሰብዓዊ አስተዋፅኦ የተሸለሙትን የፈረንሳይ ከፍተኛውን የሌዥዮ ዶነር (Légion d'honneur) ሜዳሊያ ሲቀበሉ።

እስከዛሬ በማገልገል ላይ ትገኛለች። ለኃይሌ ያላትን ፍቅርና ታማኝነት፣ በተለይም ደግሞ ድህነትንና ጉስቁልናን ላንዴና ለመጨረሻ ለማጥፋት የተሰዋለትን ዓላማ በሌላ ሰብዓዊነትን በሚያስቀድም መርህ የበኩሏን አስተዋጽዖ በማድረግ ላይ ትገኛለች። ሁለተኛ ልጁ ዮዲት ሁለት ኢትዮጵያውያን ልጆችን በማደጎ በመወሰድ እሷም የኢትዮጵያውያን ዝርያ ያላቸው ልጆች እናት ለመሆን በቅታለች። በተለይ ከመጀመሪያ ልጁ ከሣራ ጋር የነበረውን ፍቅር በተመለከተ በመጠኑም ቢሆን

የተሰማትን ሃሳብ መግለፅ የምትሞክር የ5 እና 6 ዓመታት በነበራት ጊዜ የተናገረችውን አልፎ አልፎ ያነሳሳ ነበር። አንድ ጊዜ ረዘም ላሉ የዕረፍት ቀናት የባለቤቱ ቤተሰቦች ወደሚኖሩበት ሰንት ኤትዬን (Saint Étienne) ወደሚባል ከፓሪስ ራቅ ብሎ ወደሚገኝ ክፍለ ሃገር ሄደው ነበር። እዚያም ካማቾቹና ከሚስቱ ወንድምና እህቶች ጋር በጠረጴዛ ዙሪያ ምሁራዊ (intellectual) ውይይትና ጭውውት ሲያደርጉ ከእናቷ ዘመዶች መካከል አንዳንድ እነርሱ የማያውቁትን ጉዳይ ኃይሌ እንደሚያውቅና እነርሱም በአንክሮ ማዳመጣቸውን አስተውላ «እነኚህ ፈረንሳዮች ለካስ ምንም ነገር አያውቁም። የኔ አባት ብቻ ነው ሁሉንም ነገር የሚያውቀው። ምክንያቱም ኢትዮጵያዊ ስለሆነ ነው። እኔም እንደ አባቴ ኢትዮጵያዊ ነኝ» ማለቷን ያስታውስ ነበር። አልፎ አልፎም ከኢትዮጵያ የሚመጡ እንግዶችን ለመቀበልም ሆነ ለመሸኘት አይሮፕላን ጣቢያ ልጆቹን ይዞ በሄደ ቁጥር ሣራ ጥቁር አፍሪካውያንንና የካሬቢያን ደሴት ወንዶችና ሴቶችን ባየች ቁጥር ሁሉም ጥቁር ኢትዮጵያዊ እየመሰላት አባቷን በመጣራት «የኛ አገር ሰዎች ለካስ እንዲህ ብዙ ናቸው?» ስትለው፤ «የኛ አገር የት ነው?» ብሎ ሲጠይቃትም «ኢትዮጵያ ነዋ!» እያለች ስትመልስለት እሱም ጥቁር ሕዝቦች ያሉት በኢትዮጵያ ብቻ ሳይሆን በሌሎችም አገሮች እንደሚገኙ ሊገባት በሚችለው ዓይነት ሊያስረዳት ይሞክር እንደነበር የነገረኝን አስታውሳለሁ።

ኃይሌ ከልጆቹ ጋር የነበረውን ፍቅር በተመለከተ ለውድ ጓዶቹም ሆነ ለቅርብ ወዳጆቹ ማጫወት እጅግ አድርጎ ይወድ ነበር። ይህንኑ ጉዳይ አንስተን ከዶ/ር ነገደ ጋር ስንወያይ እሱም አንድ ቀን ኃይሌ ያጫወተውን እንደሚከተለው አካፈለኝ።

ማራ ዕድሜዋ ትንሽ ጨመር እያደረገ ሲሄድ ትንሽ እህት እፈልጋለሁና ሴት ልጅ ካልወለዳቻሁልኝ እያለች ኃይሌንና እናቷን ትጨቀጭቅ ነበር። በመካከሉ ቆየት ብለውም ቢሆን ዮዲት ተወለደች። ዮዲት ከፍ ብላ መጫወትና ማጫወት ስትጀምር ማራ ደግሞ ከዮዲት ጋር መጣላትና እኛ ደግሞ የተጣሉበትን ለማወቅና ለማስማማት መሞከራችን አልቀረም። አንድ ቀን ማራ በታናሽ እህቷ ከፉኛ ተመርራ ለአቤቱታ ወደ እኔ ቀረብችና አቤቱታዋን ነገረችኝ። እኔም ከሰማሁ በኋላ «ማራ፣ አንቺ እኮ ነሽ ታናሽ እህት እፈልጋለሁ፣ ካልወለዳችሁልኝ ብለሽ ስትጨቀጭቂን የነበረው» ብዬ ስላት እሷ ደግሞ መልሳ «ታዲያ እንደዚች ዓይነት መች አልኩ»

ብላ አሳቀችኝ ሲል ለዶ/ር ነገደ የነገረውን እዚሁ ላይ በማከል ኃይሌ ከልጆቹ ጋር የነበረውን ፍቅር የሚያስታውስ በመሆኑ ላክልበት እወዳለሁ።

ከላይ ከፍ ብዬ ያነሳሁትን የግል ሕይወቱን በተመለከተ የምንጨዋወተው ተያይዘን ፓሪስ ከተማ ያሉትን የመጻሕፍት መደብሮች ለመጎብኘትና በተለይም ብዙውን ጊዜ አብረን የምናሳልፈበትን bibliotèque nationale በመባል በሚታወቀው ጥንታዊና ዘመናዊ አፍሪካና መካከለኛው ምሥራቅ ነክ የሆኑ ጥናቶች በሚገኙበት መጽሐፍት ቤት ዕውቀታችንን ለማካበትና ለመጽሔቶቻችን የሚበጁ ታሪካዊና ወቅታዊ ቁም ነገሮችን ለማሰባሰብ ወደዚያ በምንጓዝበት ጊዜ ነበር። ዜማና ማንጎራጎር ይወድ ስለነበርና ልዩ ችሎታም ስለነበረው የካሳ ተሰማን «ያገሬን ልጅ ትቼ የሰው አገር ሳድን፣ ቀረሁ እንደከሳሁ ጎኔ ሳይደነድን» የሚለውን ያስቀድማል። ቀጠል አድርጎ ደግሞ

ወሰኑ ዲዶ የሚባል የአፋን ኦሮሞ ድምፃዊ ይጫወት የነበረውን «ያ ለሰለሴ ባዬቲ፣ ያ ለሰለሴ ባዬቲ» የሚለውን ያስከትላል። እንደገና ካሳ ተሰማ የሚያንጎራጉረውን «ወይ አዲስ አበባ ወይ አራዳ ሆይ፣ አገርም እንደሰው ይናፍቃል ወይ» የሚለውን ያገር ናፍቆት መተከዥ ያ ካደረገው በኋላ ከፓትሪዮቲስትነት ባሻገር ሞደርኒስት ኢንተርናሺናሊስት ለመሆኑ የሚመሰክሩለትን በዶ/ር ነገደ ጎበዜ የተተረጎመውንና የፈረንሳይኛውን «ለ'ኧንተርናስዮናል» የሚለውን የፈረንሳይኛ ቃል ሳይለቅ በአማርኛ የተረጎመውን የዓለም ዓቀፍ ወዝ አደር መዝሙር በአማርኛና በፈረንሳይኛ ይዘምራል። አያይዞም ዛሬ የአውሮፓ ህብረት መዝሙር የሆነውን የቤትሆቨንን 9ኛ ሲምፎኒ «Joyful, joyful! We adore thee!!» ማሳረጊያ ያደርገውና ወደ መጽሐፍት ቤቱ እንገባለን። ከዚያ ወጥተን የፓሪ ሉክሳምቡር ካፌን ተሳልመን ወደቤታችን እንገባለን። እነኝህን ዜማዎችና መዝሙሮች 4ኛ ክፍለ ጦር ታስረን እስከተገደለ ድረስ በየቀኑ ሳያንጎራጉራቸው ቀርቶ አያውቅም ነበር።

በዚያ ዘመን እጅግ የሚያቀርባቸውን በማቆላመጫነት አንቺ እያለ መጥራት ለሱ የተለመደ ነበር[21]። ወደ መጽሐፍት ቤቱ ገብተን አንዳንድ መጽሐፍቶችንና ጋዜጦችን ማገላበጥ ስንጀምር ቀልድና ፈገግታ በተሞላበት «እስቲ ጥራዝ ነጠቅነቱ ለቀቅ ቢያደርግሽ» ይልና ስለኢትዮጵያ የተጻፉ መጽሐፍትና ጋዜጦች ለራሱ ካሰባሰበ በኋላ ለኔ ደግሞ «አእምሮ» እና «ብርሃንና ሰላም» በመባል ይታወቁ የነበሩትን የመጀመሪያዎቹን የኢትዮጵያ የዕለት ጋዜጦች እያነበብኩ ከጊዜው የኢትዮጵያ ሁኔታ ጋር የሚገናኙና ለትግላችንና ታጠቅ

---

[21] ፕሮፌሰር ሽብሩ ተድላ አባሪ ፬ኛና ፲ በሚል ከላይ በጠቀስኩት መጽሐፋቸው ጀርባ አባሪ ያደረጓቸውን ኃይሌ ይጽፍላቸው የነበረውን ደብዳቤ ገጽ 473 እና 474 ይመልከቱ

ለሚባሉት መጽሔቶቻችን የሚሆኑትን ጥቅሶች ቀንና ዓመተ ምህረቱ ሳይቀር በካርድ እንድመዘግብ ያበረታታኝ ነበር። «እስቲ ጥራዝ ነጠቅነቱ ለቀቅ ቢያደርግሽ» የሚለው ፌዝ መሰል አነጋገር እውነትነት እንዳለው ለማወቅና ለመቀበል ብዙ ጊዜ የወሰደብኝ አይመስለኝም። በዚያን ጊዜ በተለይም አዲስ አበባ ዩኒቨርስቲ እያለሁና የአዲስ አበባ ዩኒቨርስቲ ተማሪዎች ኮንግረስ አባልና ባመቱም የማህበሩ ዋና ፀሐፊ በነበርኩበት ዘመን በትምህርት ላይ እያለሁም ሆነ በተለይ ደግሞ ዩኒቨርስቲው ለዕረፍት ሲዘጋ ሥራዬ ብዬ የያዝኩት ከቤት እንዳልወጣ ፀጉሬን እላጭና ቤተሰቦቼ በሰጡኝ አንድ ራሷን ችላ ተነጥላ በተሰራች አንድ ክፍል ቤቴ (self-contained) ውስጥ የጥናት ክበብ አባሎቼን አሰባስብና ቀንና ሌሊት የማርክስና ኤንግልስን እንዲሁም የሌኒንና ማኦ ሴ ቱንግ ሥራዎችን ከኢትዮጵያ ሁኔታ ጋር የሚገናኘውንም የማይገናኘውንም እንደ ቆኖና ወይም የፀሎት መጽሐፍ በቃል መሸምደድ ነበር። በዚህ በኩል «የተካንኩ» ስለነበር የመገረሚያም የማፌዥያም እንደነበርኩ አስታውሳለሁ። ሆኖም ኃይሌም ሆነ ሌሎች ጓዶቻችን በፅሑፎቻቸው አስፈላጊ በሆነው ስፍራ ማርክስና ኤንግልስን ወይም ሌኒንና ማኦ ሴቱንግን መጥቀስ ሲያስፈልጋቸው ይጠሩኝና «እንዲህ ዓይነቱን ጉዳይ በእንዲህ ዓይነት ክርክር ማርክስ ወይም ኤንግልስ፣ ሌኒን ወይም ማኦ ሴ ቱንግ የተናገሩት በየትኛው ሥራቸው ነበር» ብለው ሲጠይቁኝ እኔም ብዙውን ጊዜ ሳልሳሳት በየትኛው የሥራቸው ቁጥር፣ በየትኛው ገጽ በስተጀርባ ይሁን ፊት ለፊት፣ ከፍ ብሎ ይሁን ዝቅ ብሎ ሳይቀር ገልጬ ሳሳያቸው የሚስቁት ሳቅ ትዝ ይለኛል። ከዚህ ዓይነት ቀኖናዊነት ፍፁም የተላቀቀና ኢትዮጵያ ላይ በተደረገ ጥናትና ፅሑፍ ወይም ጋዜጦች ላይ

በማተኮር በምርምርና ጥናት ላይ የተመረኮዘ ጽሑፍ በማቅረብ ኃይሌ ፊዳን የሚስተካከል የተማሪ ንቅናቄ ወይም የፖለቲካ ድርጅት መሪ አላገጠመኝም። የሱ ተማሪዎች በመሆን የሱን ፋና መከተል የጀመርን ብንኖርም ቁጥራችን ብዙ አልነበረም።

ከመጽሐፍት ቤቱ ውጲችን በኋላ የምናመራው ወደ ፓሪ ሉክሳምቡር (Paris Luxembourg) የኢትዮጵያውያን መሰባሰቢያ የነበረውን ካፌ ለመሳለም ነው። እዚያም ደረስ ብለን ያጋጠመንም እንደሆነ በፀረ ኃይሌነቱ ከሚታወቀው ከበደ ሃብቴ ከሚባል የቀድሞ የኃይሌ የቅርብ ጓደኛ የነበረና ሲያሰኘው አክራሪ ኦሮሞ ናሺናሊስት አቋም በመውሰድ ኃይሌን «አዲሱ ጎበና ዳጨው» እያለ ከሚያንጓጥጠውና «ለአማሮች ያደረ» በሚል ከሚያጥላላው፣ በሌላ ጊዜ ደግሞ ኃይሌን ለመቃወም ሲል ብቻ የኢህአፓን አቋም ይዞ ከሚያገኘው ሰው ጋር ክርክር ገጥሞና ኃይሌም ከበደና መሰሎቹ ከወሬና «ባንኮኒ ተደግፎ አማራንና ምኒልክን ከመርገም በስተቀር እንቆረቆርለታለን ለሚሉት የኦሮሞ ሕዝብ ምንም የሚፈይዱት ቁም ነገር የለም» በሚል አፊዞባቸው ወይ ቡናችንን ወይም ደግሞ ለኔ እንደ ልጅ ያዘዘልኝን ኮካ ኮላ፣ እሱ ደግሞ ቢራውን ጠጥተን ወደቤት እንገባለን። ውሎ አድሮ ግን ቢራውን በሌሞናድ በመደባለቅ መጠጣቱን ከመልመድ ያለፈ ወደቢራና ወይን መሸጋገሬ አልቀረም።

ኃይሌና ዝመና (ሞደርኒዝም)

ከኃይሌ ፊዳ ጋር መገናኘት ማለት ከዝመና (modernism) ወይም በሌላ አነጋገር ከአውሮፓ ባህልና ሥልጣኔ ቅርስ ጋር መተዋወቅ ማለት ጭምር ነበር።

ኃይሌ ፊዳ ከአባቱ ከአቶ ፊዳ ኩማና ከእናቱ ከወ/ሮ ጉዲኒ ደጋ በ1932 ዓ.ም በድሮው የወለጋ ክፍለ ሐገር፣ አርጆ አውራጃ፣ አርጆ ከተማ በአሁኑ ኦሮሚያ ክልል፣ ምሥራቅ ወለጋ ዞን፣ ጅማ አርጆ ወረዳ፣ አርጆ ከተማ ተወለደ። አባቱ አቶ ፊዳ ኩማ፣ አባ ኃይሌ (የኃይሌ አባት)፣ እናቱ ደግሞ ወ/ሮ ጉዲኒ ደጋ ደግሞ ሆዳ ኃይሌ (የኃይሌ እናት) እየተባሉ በአካባቢው ይጠሩ ነበር። አባ ኃይሌ በአካባቢው ወንበር፣ ጠረጴዛ እና ሌሎች ከእንጨት የሚሠሩ የቤት ቁሳቁስ (መገልገያ) በመሥራት የታወቁና የተመሰገኑ ሰው ነበሩ። መልካቸው ወደ የቀይ ዳማነት ያመዘነ ጠይም ሰው ነበሩ። አባ ኃይሌ፣ ሰው አክባሪ ሰላምተኛ የሆኑ፣ የተረጋጉ ትልቅ ሰው ነበሩ። እናቱ (ሆዳ ኃይሌ) ወ/ሮ ጉዲኒ ደጋ ደማቅ ቀይ፣ የተንዠረገገ ዞማ ፀጉር የነበራቸው ረዘም ያሉ የቤት እመቤት ነበሩ። እሳቸውም ሰው አክባሪ፣ ዘመድ ጠያቂና፣ ሰላምተኛ ነበሩ።

በአብዮቱ ዘመን ቤታችን መጥተው የተገናኘኋቸው ወንድሞቹ ታደሰ ፊዳና ዓለሙ ፊዳ እና የመጨረሻዋ ታናሽ እህቱ አፀደ ፊዳ ሲሆኑ ሲሳይ ፊዳ የሚባል ወንድምና ፀሐይ ፊዳና ምትኬ ፊዳ የሚባሉ እህቶች ነበሩት። ከወንድሞቹ መካከል ከሲሳይ

በስተቀር ታደሰና ዓለሙ ዛሬ በሕይወት አይገኙም። እህቶቹ ግን ሁሉም ትዳር ይዘውና ቤተሰብ መስርተው በሕይወት መኖራቸውን ሰምቻለሁ። ኃይሌ በታሰረ ጊዜና ከተገደለም በኋላ በቤተሰቡ ላይ በሰደድና ወዝ ሊግ ካድሬዎችና በደርግ ባለስልጣኖች የበቀል እርምጃ የደረሰባቸውን መከራና መጉላላት በዝርዝር ልግባበት ያልኩ እንደሆነ እጅግ አሳዛኝ ከመሆኑም በላይ ምናልባትም አንባቢን ከዋናው ጉዳይ ያርቅብኛል በማለት በዝርዝር ከማንሳት ተቆጥቤአለሁ። ፕሮፌሰር ሽብሩ ተድላ ካካፈሉኝ መረጃ «በአጠቃላይ የኃይሌ ፊዳ ቤተሰቦች በጣም ጨዋዎች፣ ሰው አክባሪዎች እንዲሁም በምንም ዓይነት መጥፎ ተግባር ስማቸው የማይነሳ ... በአጠቃላይ የጨዋ ስብስብ ነበሩ» ይላሉ።

ኃይሌ ዕድሜው ለትምህርት በደረስም ጊዜ እዚያው አርጆ አውራጃ ቢትወደድ መኮንን ደምሰው 1ኛ ደረጃ ት/ቤት እስከ 5ኛ ክፍል ድረስ ተምሮ፣ አክስቱ ወደሚኖሩበት ነቀምቴ ከተማ በመሄድ ቀዳማዊ ኃይለ ሥላሴ 1ኛ ደረጃ ትምህርት ቤት ገብቶ እስከ 7ኛ ክፍል ድረስ ተምሯል። ኃይሌ ገና ትምህርት እንደጀመረ የማንበብና የማወቅ ጉጉቱ እጅግ ከፍተኛ ስለነበርና በክፍልም ውስጥ ያመጣ የነበረው የፈተና ውጤት ዘወትር 1ኛ በመሆኑ የቀዳማዊ ኃይለ ሥላሴ 1ኛ ደረጃ ት/ቤት መምህራንና የት/ቤቱ ዲሬክተር ባደረጉት ውሳኔ ኃይሌ ገና 7ኛ ክፍል እያለ የ8ኛን ክፍል መልቀቂያ (ሚኒስትሪ) ፈተና እንዲወስድ ዕድሉን ሰጥተውት እሱም ከኢትዮጵያ ት/ቤቶች ባጠቃላይ ከፍተኛ ውጤት ካመጡት አንዱ በመሆን በጄነራል ዊንጌት 2ኛ ደረጃ ት/ቤት የነፃ ትምህርት (ስኮላርሺፕ) የማግኘት ዕድል አግኝቷል። በ1946 አዲስ አበባ በመምጣት ጄነራል ዊንጌት 2ኛ ደረጃ ት/ቤት ከገባም በኋላ በያመቱ ያገኝ የነበረው የትምህርት

ውጤት በተለይም በፊዚክስ፣ ኬሚስትሪና ሂሳብ ከፍተኛ ነበር። በትምህርት ቤቱም በነበረው ስለአገር ብልፅግናና ስልጣኔ ክርክር በሚደረግበት የውይይት ክበብ ንቁ ተሳታፊና መሪ ሆኖ ይታይ እንደነበር ትምህርቱን ሲከታተል ከሚያስታውሱት መካከል አግኝቼ ያነጋገርኳቸው የትምህርት ቤት ጓደኞቹ ይመሰክራሉ። ከነዚህም መካከል የናቱ ታናሽ እህት ባለቤት ኢንጂነር ደበበ መንግሥቱ፣ ከጀኔራል ዊንጌት እስከ አዲስ አበባ ዩኒቨርስቲ ተማሪ በነበረበት ጊዜ የሚያስታውሱትን እሳቸውም የጂኦሎጂ ተማሪ የነበሩትን ዶ/ር ዘገዬ ድረሴንና ገና 1ኛ አመት አዲስ አበባ ዩኒቨርስቲ ተማሪ እያለሁ ስለ ኃይሌ ጓደኝነት ደጋግሞ ሲያነሳልኝ የነበረውን ዶ/ር አብዬ ሰይፉን መጥቀስ እወዳለሁ።

ከአቶ ጎሩይ ተድላ ባይሩ (ኃይሌ የዓለም አቀፍ የኢትዮጵያ ተማሪዎች ዋና ጸሐፊ በነበረ ጊዜ እሳቸው የማህበሩ ሊቀመንበርና በኋላ የኤርትራ ነጻ አውጪ ግንባር መሪ የነበሩ) ጋር ስዊድን አገር አብረን እንኖር ስለነበርና ወዳጅነትም ስለነበረን ኃይሌን በተመለከተ አዲስ አበባ ዩኒቨርስቲ ከተገናኙበት ጊዜ ጀምሮ በቀለም ትምህርት ብቻ ሳይሆን ለሥነ ጽሑፍ የነበረውን ፍቅርና ችሎታ አጫውተውኛል። አቶ ጎሩይ ተድላ ባይሩ እንደ ሚያስታውሱት በዚያን ዘመን እሳቸውን ጨምሮ ስለማርክሲዝም በማንበብና በማወቅ በቅርብ ከሚያውቋቸው ተማሪዎች መካከል ኃይሌ ፊዳና ዳንኤል አደራ እንደነበሩ በመጥቀስ እንደ ጓደኛ ከሚናፍቋቸው መካከል ኃይሌ ፊዳ ቀዳሚ ሲሆን ለፍቅሬ መርዕድና እልሁ ፊለቀ የነበራቸውንም ፍቅር አጫውተውኛል። ከፕሮፌሰር ሽብሩ ተድላም ጋር በአካል ተገናኝተን ከፍ ብዬ የጠቀስኩትን መጽሐፋቸውን እያገላበጥን ስንነጋገር ኃይሌን በተመለከተ በጓደኛነቱ የሚወደድና የሚፈለግ፣ የሁላችንም ጓደኛ እንደነበርና

በዝምተኛነቱ፣ በማዳመጥ ችሎታውና ሲያስፈልግ ካልሆነ በስተቀር ብዙ መናገር የማይወድ እንደነበር አጫውተውኛል።

ኃይሌ ፊዳ የአባይ ወንዝ ድልድይ ላይ ሆኖ በ1963 በፈረንጅ አቆጣጠር የተነሳው ፎቶግራፍ።
ፎቶ አንሺና የፎቶው ለጋሽ ጓደኛው ፕሮፌሰር ሽብሩ ተድላ።

ኃይሌ ጄነራል ዊንጌት ተማሪ በነበረ ጊዜ የደርጉ የውጭ ጉዳይ ኮሚቴ ሊቀ መንበር ከነበሩት ሻለቃ ብርሃኑ ባይህ ጋር አንድ ክፍል ከመማራቸው ያለፈ ከታናሽ ወንድማቸው አቶ ፍስሐ ባይህ ጋርም የቅርብ ጓደኛሞች እስከ መሆን ደርሰው ነበር። አቶ ፍስሐ ባይህ የጋብቻቸውን ሥነ ሥርዓት በፈጸሙበትም ዕለት ከአጃቢዎቻቸው አንዱ ኃይሌ እንደነበር እኔም ራሴ አስታውሳለሁ።

ኃይሌ ምንም እንኳን የፊዚክስ፣ ኬሚስትሪና ሂሳብ ችሎታው የላቀ ቢሆንም ለሥነ ጽሑፍና ፍልስፍና ትልቅ ፍቅር ነበረው። የሼክስፒር «ሐምሌት»፣ የቪክቶር ሁጎ፣ ኤሚል ዞላ፣

ዴስቴዮቭስኮና በተለይም የቶልስቶይ ሥራዎች ይመስጡት እንደነበር አውቃለሁ። በተለይም በዊንጌትና ኮተቤ ቀዳማዊ ኃይለ ሥላሴ 2ኛ ደረጃ ት/ቤቶች መካከል በየመቱና በየጋጣሚው ሼክስፒር ላይ የተመሰረተ የንባብና ድራማ ውድድር ሲደረግ የወለጋ ልጆችና የኢሊባቦር ልጆችም ርስ በርሳቸው ሰብሰብ ብለው ከሼክስፒር የድራማ ሥራዎች መካከል ማን? ምን ያህል? በቃሉ እንደሚያስታውስ ሲፎካከሩ እሱም በተለይም ከሃምሌት፣ ኦቴሎና ማክቤት በቃሉ የሚያስታውሳቸውን ይወጣላቸው ነበር። ኮተቤ ከነበሩት ከኢሊባቦር ልጆች መካከል የሼክስፒርን ሥራዎች በቃል በመውጣት ቀዳሚ በመሆን ከሚያስታውሳቸው መካከል ኮሎኔል ጎሹ ወልዴ ሲሆኑ ሌላው የኢሊባቦር ልጅ ደግሞ የኮሎኔል ጎሹ ወልዴን ያህል የቅርብ ጓደኝነትም ባይኖረው በድንቅ ሥነ ፅሑፍ ዝንባሌው የሚታወቀውንና «ፅድት ያለው» በሚል ቅፅል ስም የሚያስታውሰውን አቶ በዓሉ ግርማን እንደሚጨምር አጫውቶኛል። ከዊንጌት ደግሞ በዚሁ የሼክስፒር ሥራዎችና ሥነ ፅሁፍ ችሎታ ከነበራቸው መካከል የቅርብ ጓደኝነት ባይኖረውም አቶ አሰፋ ገብረማርያም ተሰማን ያስታውሳል። እኚህ ሰው በደርግ ዘመን በኢትዮጵያ ሕዝብ መዝሙርነት አገልግሎ የነበረው የ«ኢትዮጵያ ቅደሚ» መዝሙር ደራሲ ነበሩ። ከኮሎኔል ጎሹ ወልዴ ጋር የነበረውን ትውውቅና ጓደኝነት በተመለከተ እንዴት ከመኢሶንና ደርግ ጋር እንደተነካካ ወደፊት እመለስበታለሁ።

ከሼክስፒር ሥራዎች መካከል እንደ ሐምሌት ደጋግሞ የሚያነበው አልነበረም። አንድ ጊዜ በጨዋታ መካከል ፍሬደሪክ ኤንግልስ ከማርክስ ጋር ከተጻጻፋቸው ደብዳቤዎች መካከል ኤንግልስ በዚያኑ ሰሞን አንብቦ የጨረሰውና ደጋግሞ ማንበብ

ከሚወዳቸው የሼክስፒር ሥራዎች መካከል ሐምሌት እንደነበር ገልጾልኝ ነበር። ማርክስ ባረፈም ጊዜ በመቃብሩ ላይ ኤንግልስ ያስቀመጠውም ጥቅስ ከሐምሌት የተወሰደ እንደነበር ሲነግረኝ እኔም ላጭር ጊዜ እንግሊዝ አገር ሳለሁ ሰሜን ለንደን የሚገኘውን የማርክስን መቃብር መጎብኘቴንና ኤንግልስ በመቃብሩ ላይ ያበረከተውን ከሐምሌት የተወሰደውን ጥቅስ ማንበቤን ነግሬው ነበር። የመላ ኢትዮጵያ ሶሺያሊስት ንቅናቄ (መኢሶን) ማዕከላዊ ኮሚቴ አባልና ቀደም ሲል የሐረር ክ/ሃገር የሕዝብ ድርጅት ጽ/ቤት ተወካይ የነበረውን አብዱላሂ ዩሱፍን አራት ኪሎ ደርግ ጽ/ቤት ወይም ደግሞ የዳግማዊ ምኒልክ ቤተ መንግሥት ከነበረው አለፍ ብሎ ወደፖሊስ ጋራዥ መውረጃው ላይ ከመድረሱ በፊት በኮሎኔል መንግሥቱ በታዘዙ ነፍስ ገዳዮች[22] ተገድሎ የቀብሩን ሥነ ሥርዓት ባከናወንበት ዕለት፣ ኃይሌ ከሼክስፒር ሥራዎች መካከል ሐምሌትን በመጥቀስ ኤንግልስ ለማርክስ ያበረከተለትን የሚከተለውን ጥቅስ ለአብዱላሂ መታሰቢያነት አስፍሮ ነበር።

> «He was a man. Take him for all in all. I shall not look upon his like again» Hamlet Act 1, Scene 2, Page 7.

> እውነትም ሰው ነበር። ውሰዱት ላንዴም፣ ለመጨረሻም!
> እሱን የመሰለ ከእንግዲህ አላይምና (ትርጉም የራሴ)

እኔም ዕድሉን አግኝቼ ኃይሌ ፊዳና የግሌ ትዝታ የምትለውን የሕሊና ማስታወሻ ትቼ ለማለፍ ስወስን ይህንኑ በሼክስፒር ሥራ ውስጥ ከሐምሌት የተወሰደውን ከላይ የጠቀስኩትን ጥቅስ

---

[22] አብዱላሂ በኮሎኔል መንግሥቱ ትዕዛዝ ለመገደሉ ሌተና ኮሎኔል ፍስሐ ደስታ «አብዮቱና ትዝታዬ»በሚል በ2018 በፀሐይ አሳታሚ ድርጅት ባሳተሙት በጻፉት መጽሐፍ ከሰጡት ታሪካዊ ምስክርነት አንብቦ መረዳት ይቻላል

መልሼ ለኃይሌ ፊዳ ላበረክትለት እወዳለሁ። እሱን የመሰለ እኔም ከንግዲህ አላይምና።

ወደ ጀመርኩት ጄነራል ዊንጌት ት/ቤት ተማሪ በነበረ ጊዜ ወዳጫወተኝ ስመለስ ኃይሌ ፊዳ የዚያኑ ያህል ደግሞ በዚያኑ ዘመን የተቀሰቀሱትን የአፍሪካ፣ ላቲን አሜሪካና እስያ ፀረ-ኮሎኒያል የነፃነት እንቅስቃሴዎችን ይከታተል ነበር። ኒክሩማህ፣ አለን ፓተን፣ ፍራንስ ፋኖን፣ ዱ ቡዋ (ፓን አፍሪካኒዝም)፣ ኮሙኒስት ማኒፌስቶ፣ ስለሩስያና ቻይና አብዮት የተጻፉ መጽሐፍት ይመስጡት ነበር። እንደሱ ምናልባትም ከእሱ ቀደም አድርጎ በማርክሲዝም መመሰጥ ከጀመሩት ጓደኞቹም መካከል የመኢሶን መሥራች አባልና በኋላ ከድርጅቱ ከወጣ ከተወሰኑ አመታት በኋላ በሞት የተለየውን ዳንኤል አደራን፣ አዲስ አበባ ዩኒቨርስቲ ከተገናኛቸው መካከል አቶ ኀሩይ ተድላ ባይሩን ይጨምራል።ያ ዘመን ይበልጡን ወደ ተቀናቃኝ ፀረ-ኮሎኒያልና ፀረ-ኢምፔሪያሊስት አመለካከት የተሳበበትና ያገራችንንም ፊውዳላዊ የዘውድ አገዛዝ ላይ ጥያቄ ማቅረብ የጀመረበት ዘመን ነበር። እነኚህ «ሶሺያሊዝም»፣ «ፋሺዝም»ና «ኢምፔሪያሊዝም» የሚባሉ ቃሎችን ምን ዓይነት የማወቅ ጉጉት (curiosity) ሊያሳድሩብት እንደቻሉና የታሪክ አጋጣሚውም እንዴት እንደነበር 4ኛ ክፍለ ጦር የፖለቲካና ሕሊና እስረኞች ታጉረንበት በነበረው እስር ቤት አብረን በነበርንበት ዘመን እንደገና አንስቶልኝ ነበር።

> «አንድ ቀን ጥዋት በሰልፍ ተሰልፈን ሰንደቅ ዓላማ ተሰቅሎና እኛም «ኢትዮጵያ ሆይ ደስ ይበልሽ በልጆችሽ...» ወዘተ የሚለውን የኢትዮጵያ ሕዝብ መዝሙር ዘምረን እንደተለመደው ወደክፍል ለመግባት ስንዘጋጅ

እንግሊዛዊው የጄነራል ዊንጌት ት/ቤት ዲሬክተር ባንዲራው ወደሚሰቀለበት ስፍራ በመምጣት የሚከተለውን ንግግር አደረገ። ንግግሩም የጀመረው እንዲህ በሚል ነበር። ዛሬ ዓለም አንድ ታላቅ ፀረ-ፋሺስትና ፀረ-ኢምፔሪያሊስት፣ ለዓለም ወዛደሮች መብትና ሥልጣን የቆመ አንድ ሶሺያሊስት አብዮታዊ መሪ አጥታለች። ይህም መሪ ታላቁ ስታሊን ሲሆን እሱም ዛሬ ከዚህ ዓለም በሞት ተለይቷል ... »

በማለት ስለ 2ኛው የዓለም ጦርነት፣ ስለስታሊንና «ቀዩ ሠራዊት» (The Red Army) በመባል ይታወቅ የነበረው የሶቭዬት ኅብረት ጦር ከፍተኛ መስዋዕትነት በመክፈል፣ አዶልፍ ሂትለር የቀሰቀሰውን ጦርነት በማክሸፍ ዓለምን ከናዚዝምና ፋሺዝም ቁጥጥር በማዳን የተጫወተውን ሚና ስሜት በተቀላቀለበት መንፈስ በሰፊው አብራርቶ ንግግር አደረገልን። በዚህም ሳያበቃ እስከ መጨረሻው ድረስ የወጣውን ባንዲራ ወደ መካከል ድረስ ዝቅ አድርገን ወደየክፍላችን ገባን። እኔም ከዚያን ቀን ጀምሮ ስለ ስታሊን፣ 2ኛው የዓለም ጦርነትና ምዕራባውያን ሂትለር ሶቭዬት ኅብረትን በመውረር ኮሙኒዝምን እንዲያጠፋላቸው የነበራቸው ፍላጎት ለምን እንደነበር መመራመር ጀመርኩ። ካፒታሊዝምን ደምስሶ በሠራተኛውና ገበሬው ጥቅም ላይ የቆመ መንግሥት ምን ማለት እንደሆነና ፀረ-ፋሺስትና ፀረ-ኢምፔሪያሊስት ትግልስ ምን እንደሚጨምር ለማወቅ ማንበብ ጀመርኩ። ውሎ አድሮ እነኚህ ሶሺያሊዝምና ፀረ ኢምፔሪያሊዝም፣ የሚባሉ ዕንሰ ሃሳቦች ሊስቡኝና ሊማርኩኝ ችለዋል።

ኃይሌ «የ12ኛ ደረጃ መልቀቂያ ፈተና» (ማትሪክ በመባል የሚታወቀውን) ከኢትዮጵያ እጅግ ከፍተኛ ማዕረግ አግኝተው

ወደ ዩኒቨርስቲ መግባት ከቻሉት አንዱ ቢሆንም የአስተማሪነት ሙያ ይስበው ስለነበር ሐረር ክፍለ ሃገር፣ ደደር አውራጃ ለአንድ ዓመት ያህል አስተማሪ በመሆን አገልግሎ ወደ ዩኒቨርሲቲ ኮሌጅ በኢትዮጵያ አቆጣጠር 1952 ዓ.ም. ተመልሷል። ገና የ2ኛ ዓመት ተማሪ ሳለ ሁለቱ ወንድማማቾች መንግሥቱና ገርማሜ ነዋይ የመሩትን የቀዳማዊ ኃይለ ሥላሴን መንግሥት የመገልበጥ ያልተሳካ ሙከራ በመደገፍ የአዲስ አበባ ዩኒቨርስቲ ኮሌጅ ተማሪዎች ሰላማዊ ሰልፍ በወጡም ጊዜ ከግንባር ቀደሞቹ የመንግሥት ግልበጣ ሙከራ ደጋፊዎች መካከል ኃይሌ አንዱ ነበር። በትምህርቱም ላይ በማተኮር እንደገና በከፍተኛ ማዕረግ በጂኦሎጂና ፊዚክስ ተመርቆ እዚያው አዲስ አበባ ዩኒቨርስቲ ኮሌጅ በመምህርነት ተቀጥሮ እያለ በጊዜው የዩኒቨርስቲው ፕሬዝደንት የነበሩት ልጅ ካሳ ወልደ ማርያም የኃይሌን የትምህርት ችሎታና ውጤት በማየት በዚያን ጊዜ ገና ለጋ የነበረውን የጂኦፊዚክስ ላቦራቶሪ ለመምራት ብቃት ያለው የሰው ኃይል እንደሚያስፈልግ በማመን ኃይሌን ለከፍተኛ ትምህርት ወደ ፈረንሳይ አገር ልከውታል። በመካከልም ላጭር ጊዜ ስልጠና ወደ ቱርክ ልከውት እንደነበር ማስታወሻዎች ሲኖሩ ወደ ፈረንሳይ አገር የሄደው ከቱርክ ተመልሶ እንደነበር ዶ/ር ነገደ ጎበዜ አስታውሶኛል። ኃይሌ ግን ይበልጡን ለፍልስፍና፣ ሶሲዮሎጂና ቋንቋ የነበረው ፍቅር እያየለና አብዮታዊ አመለካከቱም ወደ ንባብ፣ ንቃትና ውሎ አድሮም በውጭ አገር ማለትም በአውሮፓና በአሜሪካ የነበረው የኢትዮጵያ ተማሪዎች ንቅናቄ ካገር ቤቱ የተማሪ ንቅናቄ የሚጣመርበት ጉዳይ ላይ በማተኮሩ ልጅ ካሣ ወልደ ማርያም ተምሮ ወዳገር ይመለስና የተባለውን የጂኦፊዚክስ የምርምር ተቋም ይመራልኛል ያሉት ጉዳይ የውሃ

ሽታ ሆኖ ቀረ። ኃይሌም እንደወጣ የመቅረት ሳይሆን እያደር ባገር ቤትም ሆነ በውጭ አገር የነበረው የተማሪ ንቅናቄ የሚጠናከርበትን፣ ግልፅና የጠራ የፖለቲካ አቋም የሚይዝበትን በስብሰባም ሆነ በመጽሔት የማሰላሰሉንና የማብላላቱን ሃላፊነት ከወሰዱት አንዱ ከመሆን ያለፈ ሁሉም በመሪነት ከሚመለከቷቸው ሰዎች አንዱ እስከ መሆን በቅቷል። ካገር ቤት የብሔራዊ (አዲስ አበባንና ዓለም ማያን ያጠቃለለ) ዩኒቨርስቲ ተማሪዎች ማኅበርን (NUES)፣ ከአሜሪካ ደግሞ በሰሜን አሜሪካ የኢትዮጵያ ተማሪዎች ማህበር (ESUNA)ን፣ ከአውሮፓ ደግሞ የአውሮፓ ተማሪዎች ማኅበርን (ESUE) በቀጥታ ተወካዮች አማካኝነት ተገናኝተው ዓለም አቀፍ የኢትዮጵያ ተማሪዎች ማህበርን በቤልጂየም፣ ሊዬዥ ከተማ ሲመሠርቱ ግንባር ቀደም ከነበሩት አንዱ ኃይሌ ፊዳ ነበር። እነብርሃነ መስቀል ረዳ አይሮፕላን ጠልፈው ካገር እስከወጡና ከወጡም በኋላ መሪያችን ነበር ከሚሉት መካከል አንዱ ነበር። እነርሱም ጥገኝነት አግኝተው አልጄሪያ በገቡም ጊዜ ከፈረንሳይ አገር አልጄሪያ ድረስ በመሄድ እንደተገናኛቸው አንዳርጋቸው አሰግድ «ባጭር የተቀጨው ረጅም ጉዞ» በሚል በ1992 ዓ.ም ባሳተመው የመኢሶን ታሪክ ገጽ 60 ላይ ሰፍሮ ይገኛል[23]።

[23] እኔ የአውሮፓ ኢትዮጵያ ተማሪዎች ማህበር ሊቀመንበር በነበርኩበት ዘመን ከተረከብኩት ዶሴ መካከል በኃይሌ አነሳሽነት እነ ብርሃነ መስቀል አልጄሪያ በጥገኝነት እያሉ የደረሰባቸውን የኑሮ ችግር የሚዘረዝር ደብዳቤና ይህንን ችግራቸውን ለመቅረፍ እንዲረዳ ተሰብስቦ የተላከላቸውን የገንዘብ መዋጮ የሚያሳዩ የደብዳቤ ልውውጦች ይገኙበት ነበር። ሌላው ከተረከብኳቸው ዶኩሜንቶች መካከል በነኃይሌና (ማለትም መኢሶን) በብርሃነ መስቀል ረዳ ከሚመራው የአልጄሪያ ቡድን ጋር ብቅ ብቅ በማለት ላይ የነበሩትን የድርጅትና የትግል ስልት ልዩነቶችንም የሚጠቁሙ ይገኙበት ነበር። በኃይሌ እጅ ጽሕፈት ከተጻፈው የማስታውሰው፣ ልዩነቶችም ቢኖሩ የአልጀሪያ ቡድን እንደ ቡድን ሆኖም ቢሆን በመኢሶን ድርጅት ውስጥ እንዲቆይና ተነጥሎ ሌላ ድርጅት ወደ መመስረቱ እንዳያዘነብል ለመማፀን የሚሞክር እንደ ነበር ትዝ ይለኛል።

የካቲት 66 አብዮትና ኃይሌ ፊዳ

የየካቲት አብዮት ፍንዳታን የሰማነው እኔና ኃይሌ ከበርሊን ከተማ ተንስተን ወደ ሃምቡርግ በባቡር በመጓዝ ላይ እያለን ነበር። ኃይሌ ምንግዜም የማትለየውን ትራንዚስተር ሬድዮ ከፍቶ በጀርመንኛ ቋንቋ የሚተላለፈውን ዓለም አቀፍ ዜና ሲያዳምጥ በኢትዮጵያ የታክሲ ነጂና አንበሳ አውቶቡስ ሹፌሮች የሥራ ማቆም አድማ እንዲሁም ደግሞ የአዲስ አበባ ከተማ ሕዝብ የኑሮ ውድነትን አስመልክቶ የተቃውሞ ሰልፍ ማድረጉን ሰማን። ሃምቡርግ ስንደርስ የተቀሰቀሰውን ሕዝባዊ ቁጣ ሠራዊቱም እየተቀላቀለው፣ በነገሌ ቦረና እያደርም በሐረርና አዲስ አበባ አካባቢ አዛገሮቹን በማሰር በተቃውሞው መግባቱና ሕዝባዊ አመፅም በሃገሪቱ በመላ መዛመቱን ሰማን። ይህንን በግብታዊነት የተቀሰቀሰ አብዮት ፍንዳታ መከታተልና በመረጃ ላይ የተመሰረተ ጥናትም ሆነ ለቅስቀሳና ፕሮፓጋንዳ የሚሆኑ ጽሑፎች ማውጣት እንደ ሚያስፈልግ ኃይሌ አመነበት። ከሃምቡርግ ከተማ ወጣ ብሎ በሚገኝ በብዛት ቱርኮች በሚኖሩበት ሰፈር ለተወሰነ ጊዜ ቤት ተከራይቶ የአብዮቱን ሂደት ለመከታተልና ለ«ትግላችን» መጽሔት የሚሆኑ ጽሑፎችን ለማዘጋጀት ወሰነ። እኔም ወደ ፓሪስ መመለሴ ቀረና ኃይሌን ለተወሰነ ጊዜ እንዳግዝ እዚያው እሱ ዘንድ ሃምቡርግ ቀረሁ። እዚያም በየካቲት 66ቱ አብዮት ፍንዳታ በየዕለቱ እየተገናኘን የምንወያየውም ሃምቡርግ ዩኒቨርስቲ በመምህርነት ያገለግሉ ከነበሩትና የመኢሶን መሥራች አባል ከሆኑት

አብዱላሂ ዩሱፍና ግርማ በሻህ እንዲሁም ደግሞ ከበርሊን ሃምቡርግ ለድርጅት ሥራ ይመላለስ ከነበረው ከሌላው የመኢሶን መሥራች አባል ከአንዳርጋቸው አስግድ ጋር ነበር። ኃይሌ «የኢትዮጵያ አብዮትና የደርጉ አረማመድ» በሚል ያዘጋጃቸው የ«ትግላችን» ቁጥሮች በየቀኑ ከላይ ከጠቀስኳቸው ጓዶች ጋር በመወያየትና በመከራከር የተመሰረቱ ነበሩ። የኔ ድርሻ ቀደም ሲል በአውሮፓ የኢትዮጵያ ተማሪዎች ማህበርና በሰሜን አሜሪካ የኢትዮጵያ ተማሪዎች ማህበር ይወጡ የነበሩትን መጽሔቶችና በየሳምንቱ ይደርሱን የነበሩትን አዲስ ዘመንና የዛሬይቱ ኢትዮጵያን ጋዜጦች ኃይሌ በሚፈልገው ዓይነት እያሳጠርኩ በካርድ ላይ በመጻፍ እሱ እያነበበ አስፈላጊ ሆኖ ሲያገኛቸው ለአብዮቱ ታሪካዊ አመጣጥ ትንተናና አቅጣጫውም ወዴት ሊሆን እንደሚችል ለመጠቆም በሚያስችል መንገድ ይጠቀምበት ነበር። በዚህ ጊዜ የማስታውሳቸው ሁለት ጉዳዮች ነበሩ። አንደኛው ለረጅም ዓመታት ይወጡ የነበሩትን የ«ትግላችን»ና «ታጠቅ» እንዲሁም ደግሞ በሰሜን አሜሪካ የኢትዮጵያ ተማሪዎች ማህበር በእንግሊዝኛ ያወጣ የነበረውን «ቻለንጅ» መጽሔት ላይ ይቀርቡ የነበሩ ጽሑፎች ሲሆኑ፣ ሌላው ደግሞ በኢትዮጵያ ላይ ምርምር ባደረጉ የውጭ ምሁራንና ስኮላርስ እንደነ ግሪንፊልድ፣ ክላፕሃም፣ ፓንክረስት፣ አሚር፣ አንጄሎ ዴል ቦካና ስፔንሰር በጻፏቸው መጻሕፍትና ባቀረቧቸው ጥናቶች እንደነበር አስታውሳለሁ። በተለይም በ«ትግላችን»፣ «ታጠቅ» እና «ቻለንጅ» መጽሔቶች ይቀርቡ በነበሩት ጽሑፎች ኃይሌ ኩራት የሚሰማውን ያህል እነኚህ ጥናቶች በነበራቸው ድክመቶች ደግሞ ይበሳጭ እንደነበርም ትዝ ይለኛል። ድክመታቸውም እነኚህ መጽሔቶች ከላይ የተጠቀሱትን የውጭ

ጸሐፊዎችና ተመራማሪዎች ሥራዎች በሚጠቅሱበት ስፍራ ማመሳከሪያው (referencing) ያልተሟላ መሆኑና ተመልሶ ትክክለኛነቱን ለማጣራትም ሆነ መልሶ ለመጠቀም እንዲረዳ ከየትኛው ቅፅ በስንተኛው ገጽና በስንት ዓመተ ምህረት ከታተመው ስብስብ እንደሆነ ከነዚህ «መጽሔቶች» መተማመኛ ለማድረግ ማስቸገሩን በማውሳት «ይኸው ነው እንግዲህ student politics፣ ብስለትና አስተማማኝ ጥናት ለማድረግ ብቃት የለሽነቱ እዚህ ላይ ነው» የሚል አነጋገር መጠቀሙ ትዝ ይለኛል። ይህም በዚያን ጊዜ ማንኛችንም ለጥራትና ጥልቀት (rigor and meticulousness) ያልነበረንን መጨነቅ፣ እሱ ያሳይ እንደነበር ያመለክታል። ይህም ሆኖ በተከታታይ እዚያው ሃምቡርግ እያለ ያዘጋጃቸው «የኢትዮጵያ አብዮትና የደርጉ አረማመድ»፣ «ከኢትዮጵያ ትቅደም እስከ ኢትዮጵያ ሶሺያሊዝም» ተዘጋጅተው ከማለቃቸው በፊት ይዘታቸው ማታ ማታ ለውይይት ይቀርብና እንከራከርባቸው ነበር። አንድ ቀን ግርማ በሻህ[24] ቤት ምሳ እየበላን፣ ደርጉ ለንጉሠ ነገሥቱ ታማኝነቱን እየገለፀ ሚኒስትሮችን በቁጥጥር ሥር እያደረገ በመሄድ ላይ መሆኑንና ይህም እንቁቅቅ ንጉሠ ነገሥቱን ራሳቸውን ከሥልጣን በማወረድ ማክተሙን በመመልከት ኃይሌ ይህንን የደርግ «ፈራ ተባ» እያለ ተጎዞ መጨረሻ የደረሰበትን ሥልጣኑን የመጠቅለል ሂደት ምን እንበለው የሚል ጥያቄ አነሳ። ከብዙ ውይይት በኋላ ኃይሌ «ተጎታች ኩዴታ» ብንለውስ የሚል ሃሳብ አቅርቦ በዚህ ተስማማን። ከዚያም የረጅም ዘመን ፕሮፌሽናል የትርጉምና የቋንቋ ችሎታ የነበረው ግርማ በሻህ በእንግሊዝኛ «creeping coup d'état» ተገቢ ትርጉም ሊሆን

[24] የመኢሶን መሥራች አባል፤ የኃይሌ ሚዜና «አልቫሬዝ ኢትዮጵያን እንደጎበኛት» የሚል መጽሐፍ ከፖርቱጋል ቋንቋ ወደ አማርኛ የተረጎመና የኮሎኔል መንግሥቱ አስተርጓሚ የነበረ።

እንደሚችል አረጋግጦ፣ ይህ ቃል ለመጀመሪያ ጊዜ ኃይሌ ባዘጋጀው የ«ትግላችን» እትም ላይ ወጣ[25]። ውሎ አድሮም እንደነ ሄንሪ ለፌብርና ማርካኪስ የመሳሰሉት ይህንን «ተጎታች ኩዴታ» ከእነርሱ የተፈጠረ ቃል በሚመስል መልክ ሲጠቀሙበት ተስተውሏል። ለመጀመሪያ ጊዜ ይህንን ቃል ያስተዋወቀው ኃይሌ ፊዳ ነበር። ይህ ብቻ ሳይሆን ከዚህ ከላይ በጠቀስኩት የትግላችን ቁጥር «ስለኢትዮጵያ አብዮትና የደርጉ አረማመድ» ባቀረበው ትንተና ስለ ዴሞክራሲ መብቶችና በዚህ ጽሑፍ መግቢያ ላይ የተጠቀምኩትን የኮሎኔል መንግሥቱን ባህርይ ከየት ተነስቶ እንዴት እንደሚያከትም በሰፊው ያቀረበው ከላይ በጠቀስኳቸው የትግላችን እትሞች ሲሆን ይኸው ትንተና በ«ታጠቅ» መጽሔትም ላይ በሰፊው ተጠቅሶ ነበር። ይህም በዚያን ጊዜ የኢትዮጵያ ትቅደምንም ሆነ የኢትዮጵያዊ ሶሺያልዝምን መታወጅ በተለይም ደግሞ በዚያ ጊዜ ሻለቃ የነበሩት መንግሥቱ ኃይለ ማርያም ጥቅምት 23 ቀን 1967 ያደረጉትን ዲስኩር አስመልክቶ በአገር ፍቅር መንፈስ የተቃጠሉ እንደነበሩ ሳይጠራጠር ይህ ባህርይ ግን በዲሞክራሲ ካልታረቀ ሰውዬው በመጨረሻው አረመኔና ፋሽስታዊ መሆናቸው እንደማይቀር እንደሚከተለው አስፍሮት ነበር።

> «የመንግሥት ሥልጣን የጨበጠው የጦር ኃይሎች ደርግ ዲሞክራሲያዊ መብቶችን መቼ ሥራ ላይ ለማዋል እንዳሰበ ባለፈው ጥቅምት አላስታወቀም ነበር። አሁን «ሶሺያሊዝም» ከታወጀ የነዚህ መብቶች ከሥራ ላይ መዋል በጣም አጠራጣሪ እየሆነ ሄዷል። የፖለቲካ ፕሮግራም ማቅረብ፣ ላገሪቱ እሰዋለሁ፣ ለሰፊው ሕዝብ

---

[25] «ትግላችን» ከጥቅምቱ ኢትዮጵያ ትቅደም እስከ ታህሳሱ ሶሺያሊዝም። የጦር ኃይሎች ደርግ አረማመድ መጋቢት 1967 ቁጥር 3 ይመልከቱ

ጥቅም እቆማለሁ ወዘተ ማለት ፈጽሞ በቂ አይደለም። የጦር ኃይሎች አስተባባሪ ደርግ በግልፅ የሚፈልጉትን ነገር አንድ ሁለት ብለው ዘርዝረው ማስታወቅ አለባቸው። በበኩላችን የዛሬይቱ ኢትዮጵያ ትቅደም ሆነ የታህሳሱ ሶሺያሊዝም የዚህን የዲሞክራሲ ጥያቄ አጣዳፊነት ሊያስቀረው አይችልም» ገጽ 7-8 ትግላችን መጋቢት 1967።

«መጀመሪያ ነገር ይህ ዲስኩር ከዳር እስከዳር በብሄራዊ ስሜት የተመላ ነበር። ደርግ ከሰኔ ወር 1967 ጀምሮ ደጋግሞ «የደርጉ አባሎች ባገር ፍቅር የተንገበገብን ነን» ሲል የነበረውን ሙሉ በሙሉ የሚያፀድቅ ዲስኩር ነው። ከዚህ ወሰን ከሌለው ግለቱ የተነሳ የሻለቃ መንግሥቱ ምኒልክን፣ ዮሐንስንና ቴዎድሮስን «ለኢትዮጵያ አንድነት» ተጋድሎ እንዳደረጉ፣ አርአያዎች አድርጎ ይጠቅሳቸዋል .... የሆነ ሆኖ የሻለቃ መንግሥቱ ዲስኩር በጠቅላላው በ«ብሄራዊ ስሜት» የተቃጠለ ሲሆን፣ ያገር ፍቅር ያለዲሞክራሲና ትክክለኛ የፓለቲካ ትንተናና አቋም፣ ወደፋሺዝም ሊለወጥ እንደሚችል እዚህ ላይ እናስታወስ» ገጽ 12-13 ትግላችን መጋቢት 1967።

ይህም ትንበያ አልቀረም። እንኳንስ የተረቀቀውና የደርጉ ምልዐተ ጉባኤ መጀመሪያ ላይ ያጸደቀው የዲሞክራሲ መብቶች መለቀቅ ይቅርና ኮሎኔል መንግሥቱ በቁጥጥራቸው ስር በነበሩና በእሳቸው ሥልጣንም ሆነ የግል ሕይወት ላይ ምንም ዓይነት ስጋት ለመፍጠር የማይችሉ በብዙ ሺህ የሚቆጠሩ የተማሩ ዜጎች፣ ተራማጆች፣ ወጣቶችና አገር ወዳዶች ሕይወት አጥፍተው አገሪቱን ለተገንጣዮች አመቻችተው፣ እሳቸው አገር ለቀው ፈርጥጠዋል። የእኚህን ሰው «አጥፍቶ መጥፋት» ባህርይ የታዘበው Jean-Claude Gibbon የሚባል የLe Monde ጋዜጠኛ

በአብዮቱ አፍላ ሰሞን ወዳገር በመግባት የቃለ መጠይቅ ምልልስ ከሊቀ መንበር መንግሥቱ ጋር ካደርገ በኋላ ፓሪስ በመመለስ በLe Monde ጋዜጣ ላይ ስለሳቸው የጻፈው ሃሰት እንዳልነበረው ከዚሁ ጋር አያይዤ ልጠቅሰው እወዳለሁ። እሱም «ይህ ሰው ራሱን በአፄ ቴዎድሮስ ይመስላል። ቴዎድሮስ እንኳን ኢትዮጵያን አንድ አደርጋለሁ ብሎ ሳይሳካ ሲቀር ራሱን ገድሏል። ይህ ሰው ግን ኢትዮጵያን በታትኖ ራሱንም አይገድል ብሎ ጽፏል። ኃይሌ ፊዳ የሳቸውን ስውር ነፍሰ ገዳዮች ያደባባይ ግድያ በመፍራት በደርግና ተባባሪዎቹ ቋንቋ በ«ፍርጠጣ» ወንጀል ተከሶ በሳቸው ቁጥጥርና ታማኞች ሥር በነበረ እስር ቤት ከአንድ ዓመት ተኩል በላይ ከታሰረ በኋላ በግፍ ተገድሏል። ኮሎኔል መንግሥቱ አገሩን ጥለው ከፈረጠጡ በኋላ እስከዛሬም ድረስ የኢትዮጵያን ሕዝብ ይቅርታ የመጠየቅና የመፀፀትም ሆነ የመቆጨት ነገር ሳይታይባቸው ስለዚህ ጉዳይ ሲጠየቁ እንዴት እንደቀባጠሩ ወደፊት ዝቅ ብዬ እመለስበታለሁ። የማያውቋቸው ሲናፍቋቸው ሳነብና ስሰማ ከታሪክ መማር አለመቻላችን ያሳዝነኛል። ላንድ ሰሞን መለስ ብለው ያሳዩዋቸው አልል ነገር የኢትዮጵያን ሕዝብ ለማለቂያ የለሽ እልቂት መዳረግ ይሆናል።

ኃይሌ ወዳገር ከመመለሱ በፊት ለመጨረሻ ጊዜ የተካፈለበት ጉባኤ 14ኛው የአውሮፓ ኢትዮጵያ ተማሪዎች ማህበር ዓመታዊ ጉባኤ ነበር። በዚህ ጉባኤ ላይ የየካቲት 66ቱን አብዮት በተመለከተ በእኛና በኢህአፓ ደጋፊ በነበረው ወገን በኩል የጋለ ክርክር ከማድረግ ያለፈ ማህበሩ እስከመከፈል ደርሷል። በዚያን ጊዜ ዋና መከራከሪያ የነበሩት አብዮቱን የመራው ማነው? የሚለውና ጊዜያዊ ወታደራዊ አስተዳደር ደርግን የምንመለከተው እንዴት ነው? አቋማችንስ ምን መሆን አለበት?

በሚሉት ዋና ዋና ጥያቄዎች ዙሪያ ነበር። ለኢህአፓ ወገናዊነቱን ግልፅ በማድረግ ላይ የነበረው ዓለም አቀፍ የኢትዮጵያ ተማሪዎች ፌዴሬሽን፣ አብዮቱን የመራው ላባደሩ ነው በማለት ገና ከሞያ ማህበር ያለፈ ብቃት ላልነበረው የህብረተሰብ ክፍል ጥብቅና የመቆም ያህል ሽንጡን ገትሮ ተከራክሮ ነበር። ጊዜያዊ ወታደራዊ አስተዳደር ደርግንም የምርጥ መኮንኖች መንግሥት[26] ነው በሚል አብዮቱን ከሕዝብ ነጥቆ የራሱን የፋሽስት ጁንታ መንግሥት በማቋቋም ላይ ስለሚገኝ ሊወገዝና ከሥልጣንም ተወግዶ በጊዜያዊ ሕዝባዊ መንግሥት እንዲተካ ጥሪ ማድረግ ይገባል የሚል አቋም ይዞ ተከራክሮ ነበር[27]። በአውሮፓ ኢትዮጵያ ማህበርና ውጭ አገር በነበረው የመኢሶን ድርጅታዊ አካልና በስሩ በነበሩት የተለያዩ የድርጅት እርከኖች ትስስር የነበረን ደግሞ አንድ ወጥነት (homogeneity) ባይኖረውምና በበቂ ተደራጅቶ የወጣም ባይሆን ለተራማጅ ሃሳቦች ትውውቅ የነበረውና ሕዝቡን ሊያሰባስቡና

---

[26] በነገራችን ላይ፣ ይህ የምርጥ መኮንኖች መንግሥት የሚለው አቋም ከመኢሶን አመራር የተወረወረ ነበር።

[27] የሚገርመው የታሪክ ምፀት (irony)፤ የኢህአፓ ደጋፊ የነበረው ወገን ይከራከርበት የነበረውን የምርጥ መኮንኖች መንግሥትና የፋሺዝም ስጋት በኢትዮጵያ እንዲሁም ደግሞ ጊዜያዊ ሕዝባዊ መንግሥት በምርጫ እንዲቋቋም የሚጠይቀው አቋም ኃይሌ ፊዳ ወዳገር ከመመለሱ በፊት እዚያው አገር ቤት የነበረው የመኢሶን አመራር ያራመደውና ለኢህአፓ ያስታቀፈው አቋም ነበር። በውጭ የነበርነው የመኢሶን ደጋፊና ተባባሪ የማህበሩ አባላት የነበርነውና በአውሮፓ ማህበር ስር የተደራጀነው ወገኖች ግን ያገር ቤቱን የድርጅቱን ኣቋም እንቃወም ነበር። ያገር ቤቱ የመኢሶን አቋምና አመራሩም ጭምር የተለወጠው ቀደም ሲል አንዳርጋቸው አሰግድና ተከታትሎም ኃይሌ ፊዳና ነገደ ጎበዜ ከአውሮፓ ወደ አገር ከተመለሱ በኋላ ሲሆን ጊዜያዊ ሕዝባዊ መንግሥት በምርጫ መቋቋም ቀርቶ ለዲሞክራሲ መብቶች መለቀቅና ለነቃ፣ ለተደራጀና ለታጠቀ የሕዝብ ትግል በሚለው አቋም እንዲተካና፤ ደርግንም በሚመለከት ሙሉ ተቃውሞ ቀርቶ አብዮታዊ ወይም ሂሳዊ ድጋፍ በሚለው አቋም እንዲተካ የተወሰነው። ለዚህም አቋም ለውጥ ወሳኝ ምክንያት (turning point) የነበረው ደርግ የመሬት ላራሹን አዋጅ በመደንገግ አራሹን ገበሬ የመሬቱ ባለቤት ለማድረግ የሚያስችል ሁኔታ በመፍጠሩ ሲሆን፣ ይህንንም የአቋም ለውጥ በተመለከተ በድርጅቱ ልሣን የሰፊው ሕዝብ ድምፅ እንዲወጣ በማድረግ (ራሱ በማዘጋጀት) ግንባር ቀደም የነበረው ኃይሌ ነበር።

ሊያነሳሱ የሚችሉትን ጥያቄዎች የመወርወር ችሎታውም ብቃቱም የነበረው «ንዑስ ከበርቴ» በሚል ይታወቅ የነበረው የተማሪውና የምሁሩ ወገን ነውና ለአብዮቱም የሃሳብ አመራር በመስጠት የመራው ይህ ተማሪውን፣ ምሁሩንና የበታች መኮንኖችን የሚጨምረው ክፍል ነው በሚል ተከራከርን። ከኢትዮጵያ ትቅደም ተነስቶ ወደ ኢትዮጵያዊ ሶሺያልዝም የተንፏቀቀውን ደርግንም በሚመለከት ፋሺዝም በመንገስ ላይ ነውና በአስቸኳይ በምርጫ በሚቋቋም ጊዜያዊ ሕዝባዊ መንግሥት እንዲተካ መጠየቅም ተጨባጭ ሁኔታውን ያላገናዘበ ስለሆነ ይልቁንስ መጠየቅ የሚገባን ሕዝቡ በነፃ ሊናገር ሊጽፍና ሊደራጅ የሚችልበት ሁኔታ እንዲፈጠር፣ ዴሞክራሲያዊ መብቶች በአስቸኳይ እንዲለቀቁ መጠየቅ ነው የሚል አቋም ይዘን ተከራከርን። እጅግ የተጋጋለና እሰጥ አገባውም በጥቂቶቻችን ማርክስና ኤንግልስን፣ የሌኒንና የማኦ መስተማሮችን አንብበናል በምንለው መካከል ስለነበር በኢህአፓ በኩል የነበረው ቀንደኛ ተከራካሪ ከማርክስ ወይም ከሌኒን አንድ ጥቅስ በመጥቀስ ያቋሙን ትክክለኛነት ለማሳየትና የተሰብሳቢውን ድጋፍ ለማግኘትና ለማስጨብጨብ ሲጣደፍ በመኢሶን በኩል ደግሞ ቀንደኛ ተከራካሪ ከነበርነው መካከል ደግሞ እንደ እኔ የመሳሰሉት ደግሞ እንነሳና እዚያው ተቃዋሚዎቻችን የጠቃቀሱትን ገፅ በማመልከት፣ ዝቅ ብሎ ወይም ከፍ ብሎ ያለውን በማንበብና በማስነበብ የኢህአፓን ደጋፊዎችና ምናልባትም በዚያን ጊዜ የቀንደኛውን ተከራካሪ አንብቦ የመተርጎም ችሎታውን በማጣጣልና የእኛን አቋም የሚደገፈውን በማብራራት የኢህአፓን አቋም አርክሰንና በዚያም የደጋፊዎቻችንን ጭብጨባ ተቀብለን ቁጭ እንላለን። አንዳችን ሌላችንን መጽሐፉ ምን እንደሚል በመጠቃቀስ ለመርታት

እንጂ ሊያስማማና ሊያገናኝ የሚችለው ሃሳብ ላይ ለመድረስ ሙከራ የማድረግ ተመክሮ ስላልነበረን የምንካረርበትን እንጂ የምንግባባበትን ለማየት አልቻልንም ነበር። የመኢሶን ደጋፊ የነበረው ወገን በጊዜውም ቢሆን አንፃራዊ ምሁራዊ ብስለት ስለነበረውና መጽሐፉ የሚለውንም በመጠቃቀሱና በመተርጎሙም በኩል የተሳካለት ነበር ማለት እችላለሁ። በዚህ የተከፋው የኢህአፓ ተከራካሪ ይነሳና «ላባደሩ አብዮቱን አልመራውም ማለትና የወታደሩ መንግሥት የመሬት ላራሹን አዋጅ ያወጀው ፋሺዝምን በገጠር ለማስፋፋት አይደለም ብሎ መከራከር «የማርክስን መቃብር ማንቀጥቀጥ ነው» ብሎ ቋጭ ሲል በእኛ በኩል ደግሞ ትዝ እንደሚለኝ ኤፍሬም ዳኜ[28] ይነሳና «የማርክስን መቃብር ማንቀጥቀጥ ሳይሆን በማርክስ መካነ መቃብር ላይ ሮዝ አበባ ማስቀመጥ ነው» ብሎ ቋጭ ይላል። ይህ ሁሉ ሲሆን የማያልቅ ትዕግሥትና የማዳመጥ ችሎታ የነበረው ኃይሌ ፊዳ የሱ ወገን የሆንነውንም ተቃዋሚዎቻችንንም በጥሞና ከማዳመጥ ያለፈ አንድም ጊዜ ተነስቶ አንድም ቃል ሳይተነፍስ ይቆይና በመጨረሻ «እጁን ያወጣል»። መቼ ይሆን? መጽሐፉ የሚለው እንዲህ ነው ከማለትና ማርክስን፣ ኤንግልስን፣ ሌኒንንና ማኦን ምስክርነት ከመጥራት ተቆጥበን በአሁኑ የኢትዮጵያ ሁኔታ የሚሆነውን በመከታተልና የተለያዩና በአብዮቱ ውስጥ የገቡ ሃይሎች የሚሉትንና የሚያነሱትን ጥያቄዎችና ክርክራቸውን በመከታተልና ከዚያ በመነሳት ለአብዮቱ ሂደት አጋዥ የሚሆኑ

[28] በሶቭዬት ህብረት የሕግ ምሩቅ፤ የመኢሶን አባልና በአብዮቱ ዘመን በየካቲት 66 የፖለቲካ ትምህርት ቤት መምህር የነበረ ሲሆን በተጨማሪም «ሕግና መንግሥት» የሚለው መጽሐፍ ደራሲ ነው። መጽሐፉም በኢ.አ.አ. 1969 በዓለም አቀፍ አሳታሚ የታተመ ሲሆን ደራሲው መታሰቢያ ያደረገው በኢህአፓ ጥይት ለመጀመሪያ ጊዜ ለወደቁት ፍቅሬ መርዕድ፣ ጌታቸው ዚነግዴ፣ ክፍሌ ጄንጂስ፣ ገብረ እግዜብሄር ተስፋዬ፣ ክንፈ አስፋውና አቡበከር አብዱል መጂድ ነበር።

ሃሳቦችን በመመርመር ልናግዝ የምንችለው? በማለት መናገር ይጀምራል። በመቀጠልም በእጁ የያዘውን አዲስ ዘመንና የዛሬይቱ ኢትዮጵያ ጋዜጦችን ከፍ በማድረግ እስቲ እባካችሁ እነኚህ ወታደሮች የሚሉትንና የሚጽፉትን አንብበን በዚያ ላይ የተመሠረተ አቋም እንውሰድ በሚል ጋዜጣውን ካነበበ በኋላ እነኚህ ወታደሮች አገር ወዳድ ለመሆናቸው ጥርጥር የለውም። በተሻለ የተደራጁትም እነርሱ ናቸው። አብዮቱን ሊያግዙም ሊያጠፉትም ይችላሉ። አቅጣጫ ከማሳየት ይልቅ ካሁኑ ዓይናችሁ ላፈር ብንላቸው አድሃሪዎች እንዲያቅፏቸውና ውሎ አድሮም ከውስጣቸው ፋሽስታዊ አምባገነን እንዲወጣ ማገዝ ነውና የዲሞክራሲ መብቶችን መለቀቅና ሕዝቡ በነፃ ለመናገር፣ ለመሰብሰብና ለመደራጀት ለሚችልበት አመቺ ሁኔታ መታገል እንጂ ከእጃቸው ፈልቅቀን ሥልጣኑን በጊዜያዊ መንግሥት በኩል በወዛደሩ ስም እንይዛለን ብሎ ቅስቀሳ ማድረግ ወደማያዋጣ አቅጣጫ አብዮቱን መግፋት ነው ብሎ መቀመጡ ትዝ ይለኛል። ይህንን ከተናገረ በኋላ በማርክስ፣ ኤንግልስ፣ ሌኒንና ማኦ መስተማሮች የምንማማለው ሁሉ ትንፍሽ አላልንም። ከዚያ በኋላ የውሳኔ ሃሳብ ተዘጋጅቶ ለድምፅ ብልጫ ቀርቦ በመሠረቱ ኃይሌ ያቀረበውን ሃሳብ ያቀፈ ውሳኔ ያብዛኛውን ተሳታፊ ድጋፍ አግኝቶ ስብሰባው አበቃ። በዚያውም ማህበሩ ለመጨረሻ ጊዜ ለሁለት መከፈያው ሆነ። ከዚህ የ14ኛ ጉባዔ በኋላ ወደ ፓሪስ እንደተመለስን እኔ በህመም ምክንያት ሆስፒታል ገብቼ ነበር። በዚህ ጊዜ ኃይሌም ወደ ኢትዮጵያ ለመመለስ ዝግጅት ጀምሮ ነበር። ይህም ሆኖ በእነኚያ ከሳምንት በላይ ሆስፒታል ተኝቼ ህክምና በምከታተልበት ወቅት አንድም ቀን ከሆስፒታሉ ተለይቶ አያውቅም ነበር። በየቀኑም የሚያምረኝን የምግብ ዓይነት ራሱ

ሰርቶ በማምጣት ያደረገልኝ እንክብካቤ የማይረሳ ነበር። አንድ ቀን «የሚያምረኝ ምስር ወጥ በፈረንሳይ ዳቦ (baguette) ነው» በማለት ነግሬው ይህንኑ በሚያዘጋጅበት ወቅት ባለቤቱ በርናዴት «ይህንን ልጅ ለምንድነው እንዲህ ያቀረብከው? ወደፈረንሳይ አገርም ከመጣ ብዙ ዘመኑ አይደለም። ትውውቃችሁም የረጅም ዘመን አይደለም» ብላ እንዳለችውና እሱም «ምክንያቱ ይህ ነው ልልሽ አልችልም» ብሎ እንደመለሰላት አጫውቶኝ ነበር። ወደ ምሳ ሰዓት ገደማ ሊጠይቀኝ ሆስፒታል በመጣ ቁጥር ከምሳ በኋላ የተለመደ የ10 ደቂቃ ያህል ማሸለብ ስለሚወድ አንድ ቀን እዚያው እኔ የተኛሁበት አልጋ ላይ ከግርጌዬ ሸለብ እንዳደረገ ለዕለቱ ቪዚት ዘግይቶ የነበረው ሐኪም ከነርሶቹ ጋር ወደክፍሌ ሲገባ አይቶት ኖሮ «ታዲያ እዚህ አንድ ነፃ የሆነ አልጋ አለና ለምን እዚሁ አትዳበልም» በሚል ቅንነት የተሞላው የቀልድ አነጋገር ተናግሮ ኃይሌም ስለተደረገልኝ ሕክምናና ማድረግ ስለሚገባኝ ጥንቃቄ ምን እንደሆነ ሐኪሙን ጠይቆ ሐኪሙም በጥሞና ይመልስለት እንደነበር አስታውሳለሁ። አንድ ጊዜ ከስቃይ የተነሳ መተኛት ስላልቻልኩ ሃይለኛ ማደንዘዥያ ተሰጥቶኝ እንቅልፍ አሸልቦኝ ኃይሌ በዚያው ሰዓት ሊጠይቀኝ መጥቶ ከትራሴ ሥር የሚነበቡ ነገሮች አስቀምጦልኝና ማስታወሻም ትቶልኝ ሄዶ ነበር። ይህም ማስታወሻ ከእንቅልፍህ ስትነቃ ከትራስህ ሥር ያሉትን ዶኩሜንቶች በደንብ አንባባቸው የሚል ነበር። እኔም ህመሙ አልፎልኝ ከእንቅልፌ ነቅቼ ከትራሴ ሥር ትትሎኝ የነበረውን ዶኩሜንቶች ስመለከት ለካስ የድርጅት ፕሮግራሞችና የውስጥ ደንብ ነበሩ። እነኚህም «የኢትዮጵያ ዴሞክራሲያዊ ንቅናቄ (ኢደን) በመባል ይታወቅ የነበረውና በመኢሶን ድርጅታዊ መዋቅር ዝቅተኛ እርከን ላይ ይገኝ የነበረው ድርጅት

ፕሮግራም ሲሆን ሌላው ደግሞ በመኢሶን ድርጅታዊ እርከን ከ«ኢ.ደን» ከፍ ብሎ ይገኝ የነበረው «ሪቮሉሺነሪ ማርክስሲት» (ሪም) በመባል ይታወቅ የነበረው ድርጅት ፕሮግራምና ውስጣዊ ደንብ ነበር። በሚቀጥለው ቀን ኃይሌ ሊጠይቀኝ ሆስፒታል ሲመጣ የሁለቱንም ድርጅታዊ ፕሮግራምና የውስጥ ደንባቸውን አንብቤ ስለጠበኩትና በድርጅቱ ፕሮግራምም ሆነ በውስጠ ደንቡ መስማማቴን ገለፅኩለት። እሱም በአባልነት ከመመልመል ያለፈ ሁለቱንም የአውሮፓ ቅርንጫፍ ድርጅቶች ለመምራት የሚያስችል ብቃት እንዳለኝ በድርጅቱ ስለታመነበት የሁለቱም ድርጅቶች የአውሮፓ አቀናባሪነቱን ሃላፊነት እንደምወስድ አስታውቆኝ ግንኙነቴም ሆነ ተጠሪነቴ በዚያን ጊዜ ገና ወዳገር ላልገባውና ሃምቡርግ ከተማ ይገኝ ለነበረው አብዱላሂ ዩሱፍ መሆኑን፣ አገር ቤት ድርጅታዊ ላልሆነና የግል ለሆነ ጉዳይ ግን ከሱ ጋር መገናኘት እንደምችል ነግሮኝ በመስከረም ወር ገደማ ይመስለኛል ኃይሌ ወደ ኢትዮጵያ ተመለሰ። እኔም በየካቲት ወር አጋማሽ በፈረንጅ 1976 (በእኛ 1968) ከመመለሴ በፊት የመኢሶን በአውሮፓ ተጠሪና አቀናባሪ የነበረው አብዱላሂ ዩሱፍ ሃምቡርግ እንድመጣና ድርጅታዊ ጉዳዮችን እንድንወያይ ጠይቆኝ ከፓሪስ ወደ ሃምቡርግ ሄጄ ነበር። እዚያም እንደደረስኩ አብዱላሂ ወዳገር ለመመለስ መዘጋጀቱን በማብሰር በድርጅቱ ውሳኔ መሠረት የመኢሶንን የውጭ አካል አቀናባሪነቱን ሃላፊነት እኔ እንድተካው መወሰኑን አሳውቆኝ የሚያስፈልጉትን የድርጅቱን መዝገቦች አስረከበኝ ነበር። በዚሁ ስብሰባና ርክክብ ታደሰ በዛብህ አብሮ ስለተሳተፈ ለድርጅቱ ሥራና ከዚሁ ጋር ለተያያዘ ጉዳይ የሚያስፈልገውን ወጭ ለመሸፈን ይረዳል የተባለውን ጥሬ ገንዘብ (የጀርመን ማርክ) ታደሰ በዛብህ እዚያው

እንዲሰጠኝ ተደርጎ በአካል መገኘት ካልቻለውና ስዊድን አገር ከነበረው መዝገበ ተክለ ሃይማኖት ጋር የስልክ ግንኙነት በማድረግ አብዱላሂም ሆነ ታደሰ በዛብህ ወደገር ከተመለሱ በኋላ የድርጅቱን ሥራ ከመዝገበ ተክለ ሃይማኖት ጋር እንዳቀናብር ተነግሮኝ ወደ ፓሪስ ተመልሻለሁ።

ቁቤ (የአፋን ኦሮሞ ሰዋስው) እና የማስታውሰው

ቁቤን ወይም የአፋን ኦሮሞን ሰዋስው በተመለከተ እኔና ኃይሌ ቀጥተኛ ውይይት አድርገን አናውቅም። ኃይሌ በአጠቃላይ ቋንቋንና በተለይም ደግሞ ቁቤን በተመለከተ ከሌሎች ወዳጆቹና ጓደኞቹ፣ እንዲሁም ባጋጣሚ ተገናኝቷቸው ይህንኑ ጉዳይ ከሚያነሱለት ሰዎች ጋር የሚያደርገውን፣ ይበልጡን ሃሳቦቻቸውን በማዳመጥ ላይ የተመረኮዘ ውይይቶች ሲደረግ ለማዳመጥ ተደጋጋሚ ዕድል አጋጥሞኛል። እኔ ራሴ ግን በውይይቱ ተካፍዬ ወይም የራሴን ጥያቄ አንስቼለት አላውቅም። በህዳር ወር 2010 ፋና የዜና ማዕከል በተዘጋጀውና «የደራው ጨዋታ» በሚል የቃለ ምልልስ ሬድዮ ፕሮግራም ባለቤቱ በርናዴት ኃይሌ ፊዳ፣ ደረጀ ኃይሌና አዜብ ወርቁ የሚባሉ ጋዜጠኞች ቁቤን በተመለከተ ላቀረቡላት ጥያቄ የሰጠችውን መልስ አዳምጫለሁ። እሷም ለጥያቄው ስትመልስ ኃይሌ የመጀመሪያው የቁቤ ፈጣሪ እንዳልነበረና ከእሱ በፊት የጀስዊትና ጀርመን ፕሮቴስታንት ሃይማኖት ተከታይ ሚሲዮናውያን ቁቤን እንደጀመሩት ተናግራለች። በመቀጠልም ኃይሌ ያንን ፊለግ ተከትሎ የግዕዙ ፊደል የአፋን ኦሮሞውን ቃልና አንዳንድ ልዩ የሆኑ ድምፀቶቹን በበቂ ሊገልጸው ይችላል አይችልም በሚለው በጊዜው በተነሳው ክርክር እሱም በበቂ ሊገልጸው አይችልም ከሚሉት ወገኖች አንዱ እንደነበር አስታውሳለች። ይህንንም ችግር ለማቃለል የላቲኑን ፊደል

ለመጠቀም በተደረገው ውሳኔ እሱም ያንን ውሳኔ አምኖበት ቁቤን በላቲኑ ፊደል ለመጻፍ የሚያስችልና የቋንቋውንም ስዋሰው ጭምር ያካተተ አስተዋፅዖ ማበርከቱን ተናግራለች። ይህም እንግዲህ በአውሮፓ አቆጣጠር ወደ1960ዎቹ መጨረሻና 1970ዎቹ መጀመሪያ ገደማ ያለውን ጊዜ የሚያመላክት ትውስታ ይመስላል። እኔና ኃይሌ ከተገናኘንበት በአውሮፓ አቆጣጠር ከ1972 ጀምሮ እስከተገደለበት 1979 ሐምሌ ወር ድረስ የማስታውሳቸውን እንደማስታውሳቸው አቀርባቸዋለሁ።

በዚያን ዘመን፣ ብዙውን ጊዜ ኃይሌ ይናገር የነበረው የቁቤን ፕሮጀክት የሞደርኒስትና ግሎባል ፕሮጀክት አንድ አካል አድርጎ እንጂ ከዚያ የተነጠለና ዘር ቀመር በሆነ ብሔርተኛነት አንደበትና እይታ የተዋቀረ (framed within ethnonationalist discourse) አድርጎ ሲከራከርበት አልሰማሁም። ከዲሞክራሲያዊትና ሶሺያሊስት አንዲት እናት አገር ውጭ ልዩ መሆንንና ተለያይቶም አናሳ መንግሥታትን በኦሮሞ ሕዝብ ስም ለመመስረትም ሆነ ይህንኑ ለማራመድ ሆን ተብሎና ታስቦበት የተወጠነ ፕሮጀክት አድርጎ ሲመለከተው ሰምቼ አላውቅም። ከራሱ የፀና ሬቮሉሺናዊ ኢንተርናሽናሊስት ተመክሮ (conviction) ጋር በማያያዝ በእስያ፣ ደቡብ አሜሪካና አፍሪካ ያሉ ሕዝቦች ይበልጡን እየተቀራረቡና በኢንተርናሽናሊዝም መንፈስ አብዮትን አካሂደው ወደ ዘመኑ የምርምርና የቴክኖሎጂ ዓለም በቶሎ ለመቀላቀልና ልማታቸውን ለማፋጠን፣ ርስ በርስ በቀላሉ የሚግባቡበት ቋንቋ እንግሊዝኛ ነውና ይህንኑ በላቲኑ ፊደል ከሚጻፍና ከሚነበብ ቋንቋ ጋር early ትውውቅ ሊኖራቸው ይገባል የሚል ክርክር ከቅርብ ጓዶቹና ወዳጆቹ ጋር ሲያካሂድ እንደነበር

አስታውሳለሁ። ካንዲት ትንሽ ኮሎኒያል ኢምፓየር የተነሳው የቅኝ ገዥዎች ቋንቋ ዓለምን ዩኒቨርሳል በሆኑ እንደ እኩልነት፣ ዴሞክራሲና ሶሺያሊዝም በመሳሰሉ እሴቶች (values) ማገናኘቱንና ይህም ደግሞ የቅኝ ገዥ ቋንቋነቱ ቀርቶ ኢንተርናሺናሊስቶችን ጭምር ይበልጥ ለማቀራረብ ዕድል የፈጠረ መሆኑን ሲያነሳ እሰማ ነበር። በዚያ ዘመን እነቻይና፣ ሰሜን ኮሪያና በተለይም የቬይትናም ነፃ አውጭ ግንባር የየራሳቸውን ጥንታዊ ፊደል ከላቲኑ ፊደል ጋር ጎን ለጎን ለማስኬድ የጽሕፈት መኪናዎቻቸውንም የራሳቸውን ጥንታዊ ፊደልና ላቲኑንም ፊደል ያካተተ አድርጎ ለመቅረፅ መሞከራቸውን እነኃይሌ ሲወያዩ አዳምጥ ነበር። ከዚህም ያለፈ በተለይም እንደ ቬይትናም ነፃ አውጭ ግንባር የመሳሰሉት የጽሕፈት መኪናዎቻቸውን ጭምር በላቲን ፊደል ለማስቀረፅ ሙከራ ማድረጋቸውን በፓሪስ የቬይትናም ሕዝቦች ነፃ አውጭ ግንባር የድጋፍ ኮሚቴ አንዳንድ በራሪ ወረቀቶችን ያወጣባቸውን የጽሕፈት መኪና እኔም ራሴ ያየሁበት አጋጣሚን እዚሁ ላይ ማከል እወዳለሁ። ኃይሌ በእነኚህ ኢንተርናሺናሊስት እና global revolutionary discourses influenced እንደነበር ከውይይቶቹ ተነስቼ ያለጥርጥር መመስከር እችላለሁ።

የግዕዙ ፊደል አፋን ኦሮሞው ለሚያስፈልገው የማጥበቅና ማላላት፣ ልዩ የሆኑ ድምፀቶቹንም በበቂ ለመግለፅ «አለበት የሚባለውን ድክመት» በተመለከተ ኃይሌ አፋን ኦሮሞ ብቻ ሳይሆን አማርኛም ቢሆን የማጥበቅና የማላላት ችግር እንደነበረውና የግዕዙ ፊደል በራሱ ይህንን ድክመቱን የማቃለያውን ብልሃት እንዳላበጀለት ይናገር እንደነበር ከዚሁ

ጋር አብሬ ማስታወስ እወዳለሁ።

ለመሆኑ ኃይሌ ፊዳ ራሱ በዚህ ጉዳይ ልይ ትቶት ያለፈው የጽሑፍ ማስረጃ አለ ወይ? ብሎ ለሚጠይቅ መልሱ "ታጠቅ አለም አቀፍ የኢትዮጵያ ተማሪዎች ማህበር የቴዎሪ መጽሔት" ሲሆን የሚዘጋጀውም በአውሮፓ የኢትዮጵያ ተማሪዎች ማህበር" ነው። በየካቲት ወር 1964 (በአውሮፓ አቆጣጠር ፌብሪዋሪ 1972) ታትሞ የወጣውን ይህንን መጽሔት በሚገባ በማገላበጥና በመመርመር የኢትዮጵያ ቋንቋዎችን ጉዳይ በምን አውድ ውስጥ እንደተመለከተው መረዳት ይቻላል። ከዚህ መጽሔት አብዮታዊ ንቃት ህሊናን በሰፊው አማርኛ ተናጋሪ ባልሆኑ ዜጎች ውስጥ ለማስረፅ መጽሔቶቻችንና ጋዜጦቻችን በየትኛው ፊደል ይጻፉ በሚለው ውይይት የራሱን አበርክቶ መገንዘብ ይቻላል፡፡

ላንባቢ በቅድሚያ ግልፅ ለማድረግ ያህል ከዚህ በታች በሰፊው የምጠቅሰው የ"ታጠቅ" የመጽሔት ቁጥር ሙሉ ትኩረቱን ያደረገው "ቋንቋና አብዮታዎ ትግል፤ ቋንቋዎች በኢትዮጵያ" ነው። ይህንንም የምርምር ፈለግ የተከተለ በአማርኛና ኦሮምኛ ላይ በሁለት የተከፈለ ጥናት በማቅረብ ያንበሳውን ድርሻ የወሰደውም ኃይሌ ፊዳ ነበር። በመግቢያው ላይ የሚያነሳው በወቅቱ የተማሪው እንቅስቃሴ አቅም ምን ያህል ውሱን እንደሆነ ሲሆን ይህንንም "ባንድ በኩል የኢትዮጵያ ህዝቦች ትግል በስፋትና በጥልቀት እየጨመረ [መሄዱን] በሌላ በኩል ግን እኛ ሬቮሉሽናዊ ርዕዮተ ዓለምን ለማስራጨት የምንፈልግ ተማሪዎች ከሚታገሉት ህዝቦች ጋር ያለን ግንኙነት እጅግ በጣም የተወሰነ" መሆኑን ያወሳል። ቀጥሎም ይህንን ለወመወጣት ቢያንስ በቅደም ተከተል

ካስቀመጣቸው ሶስት ተግዳሮቶች አንዱንና “የበለጠ አስቸጋሪ” የሚለውን ተግዳሮት ማቃለል እንደሚያስፈልግ ይገልጻል (1964፡ 2-5)። ይህም “በብሄሮች ቋንቋዎች ጽሁፎችን ለማቅረብ አሁን ባለንበት ጊዜ ብዙ ጉልበትና የችሎታ ማነስ ወይንም እጦት” መኖሩን በመቀበል “ይህኛውን የታጠቅ ቁጥር ለቋንቋ ችግር ለማዋል” መወሰኑንን (1964:5)፤ ይህም የመጽሔት ቁጥር “ለመጀመር ያህል በአማርኛና ኦሮምኛ ቋንቋዎች” ላይ ትኩረት ማድረጉን ይገልጻል። ይህንን ሲያደርግ በመጽሔቱ “የሚመለከተውም ዋና ዋና ነጥብ የቴክኒክ ጉዳይ” መሆኑና ይህ ጉዳይ “ዞሮ ዞሮ ፖለቲካዊ ክርክርንና ውሳኔን ማስከተላቸው እንደማይቀር እናምናለን” ይላል (1964:6)።

ኃይለ ፊዳ አማርኛን በተመለከተ የራሱ ችግሮች እንዳሉት አቶ ሀዲስ አለማየሁ ይህንን ችግሩን ለማቃለል በ”ፍቅር እስከ መቃብር” መጽሐፋቸው አቅርበውት የነበረውን ሃሳብ ያነሳል። ይህም ለግዕዙ ካልሆነ በስተቀር አማርኛው ግልጋሎት የሌላቸው ተደጋጋሚ እንደ “ሀ፤ ሐ፤ ኀ፤ አ፤ ዐ፤ ጸ፤ ፀ የመሳሰሉትን

የመቀነስና እንደ ሏ፤ ሟ፤ ሯ ወዘተ የመሳሰሉትንም አናባቢ (ሉዋ፤ ሙዋ፤ ሩዋ ወዘተ) በማስገባት የፊደላትን ቁጥር ለመቀነስ አቅረብውት የነበረው ከዳሰሰ (1964:12-13) በኋላ ወደ ኦሮምኛው ይገባል። መንደርደሪያው ያደረገውም በእ.አ.አ. 1968 (በኛ 1961 ዓ.ም) በዩጎዝላቪያ ዛግሬብ ከተማ በተደረገው የአውሮፓ ኢትዮጵያ ተማሪዎች አመታዊ ጉባኤ አብዮታዊ ጽሑፎችን በአማርኛ ብቻ ሳይሆን በትግርኛ፤ ኦሮምኛ ቢቻልም በሌሎች ባገራችን በሰፊው በሚነገሩ የኩሽ ቋንቋዎች ጭምር ማዘጋጀትና ማስረጨት እንደሚያስፈልግ የተላለፈውን

ውሳኔ በመጠቀስ ነው። ይህንን ውሳኔ ለማስካት የቴክኒክ ችግር ብቻ ሳይሆን ወደ እነኚህ ቋንቋዎች አብዮታዊ ጽሑፎችን ለመተርጎም የሚችል የሰው ሃይል ባለመኖሩ ማህበሩ "እስከዛሬ አንዳችም መጽሄት በትግርኛም ሆነ በኦሮምኛ ቋንቋዎች" እንዳላወጣ (1964:21) ከገለጸ በኋላ የሚከተለውን ያስነብበናል፡-

"በዚህ ሁኔታ ማህበሮቻችን አሁን በደረሱበት ደረጃ በሚገባ ተጣጥረው የሚጠበቅባቸውን አስተዋጽኦ ማቅረብ ግዴታቸው ነው፡፡ ከፊታችን ያሉትን ችግሮችና መሰናክሎች በተቻለ ፍጥነት አሸንፈን ወደፊት መራመድ አለብን። በዚህ ጽሁፍ ውስጥ የኦሮሞን ቋንቋ ችግሮች ስናቀርብ ነገሩ በብዙዎች ዘንድ ሃሳብንና አስተያየትን በመቀስቀስ ተፈላጊውን ውጤት ያስገኛል በማለት ተስፋ አድርገን ነው። በጠቅላላው የቋንቋዎችን አጻጻፍ የሚመለከት ጽሁፍ ሲወጣ የመጀመሪያው ጊዜ ነው። በተጨማሪም የዚህ ጽሁፍ ደራሲ የቋንቋን ሳይንስ አጣርቶ የሚያውቅ ሰው አይደለም። ከነዚህ ምክንያቶች የተነሣ ከዚህ በታች የቀረቡት ሃሳቦች ብዙ ጉድለትንና ስህተትን እንደሚይዙ አይጠራጠርም (ስርዝ የተጨመረ)። ነገር ግን ጽሑፉ ስለዚህ ጉዳይ ሃሳብ በገባቸው ሰዎች ሁሉ ዘንድ የመስራት ፍላጎትን ካስገኘ ከግቡ ደርሶአል ለማለት ይቻላል" (ታጠቅ 1964፡ 23)

ኃይሌ ፊዳ ከካራፒፍ (1842) ኢንግሊዛዊ፤ እስከ ቱቺክ ጀርመናዊው (1844) ሚስዮናዊ ድረስ፤ ከዚያም ከኣናስሞስ ነሲብ (1870-1893)፤ እስከ ጣልያንያዊው ኤንሪኮ ቼሩሊ (1922) እና በመጨረሻም ሞሪኖ (1939) እና የዳ ቲዮንና (1939) ጣልያናውያንና እንዲሁም ደግሞ ስዊድናዊው ሩድፌልት ድረስ ያሉ ተመራማሪዎች የላቲኑንም ሆነ የአማርኛውን ፊደል እንዳለ በመጠቀም የኦሮምኛ መጽሕፍትንና መዝገበ ቃላት እስከመመርመር ደርሷል። የደረሰበት መደምደሚያ እነኚህ ሁሉ ብርታት እንዳላቸው ሁሉ ድካምም እንዳለባቸው ነው። ድካሞቻቸው ያላቸው ለኦሮምኛ ቋንቋ "ድርና ማግ"

የሆኑትንና "በኦርምኛ ሰዋስው ውስጥ ከፍ ያለ ቦታ ይዘው የሚገኙ ያናባቢዎችን ባህርይ" ማለትም የማርዘምና የማሳጠር፤ የከፍታና ዝቅታ፤ የማጥብቅና ማላልት እንዲሁም በላንቃ ውስጥ ወደ ውስጥ ወደ ውጭ የሚመጡ ድምጾችን ሊፈቱት አልቻሉም የሚል ነው። ይህንን ካለ በኋላ መልስ ለመስጠት የሞከረው ኦሮምኛን በአማርኛ ፊደላት መጻፍ

ይቻላል ወይስ አይቻልም የሚለውን ጥይቄ ለመመለስ በመሞከር ነው 1964፡ 23-33)።

እንዲህ ይላል፡-

"ያማርኛ ፊደላት አሁን እንዳሉ ለኦሮምኛ (ምናልባትም ለሶማሊና ለሌሎች ኩሻዊ ቋንቋዎች) ፈጽሞ ሊውሉ አይችሉም። ይህንን ከተረዳን እንግዲህ ኦሮምኛን የመጻፊያ ዘዴ ማግኘት አለብን (ስርዝ የተጨመረ)። በዚህ ደራሲ አስተያየት በዚህ በኩል ከሶስት መንገዶች አንዱን ለመምረጥ ይቻላል። 1ኛ/ ያማርኛን ፊደሎች አሻሽሎ ለኦሮምኛም ሆነ ለሌሎች ቋንቋዎች የሚያገለግሉ ማድረግ። 2ኛ/ በላቲን ፊደላት ላይ የተመሰረተውን ኢንተርናሲዮናላዊ ፊደል መውሰድና ለቋንቋው ማዋል። 3ኛ/ ራሱን የቻለ አዲስ ፊደል መፍጠር" (1964:42)

ይህንን ካለ በኋላ

"የተማሪ ማህበር ፤ ለዚያውም በውጭ አገር የምንገኝ፤ በመሆናችን የተነሳ ከሰፊው ሕዝብ ጋር አንዳችም ግንኙነት የለንም። በሕዝቡ መካከል ብንሆን ኖሮ ከላይ የተጠቀሱትን ሶስት ዘዴዎች ባጭር ጊዜ ውስጥ ከሥራ ላይ በማዋል የትኛው መንገድ ተስማሚ እንደሆነ በሳይንሳዊ ምርምር ለማረጋገጥ በቻልን ነበር። ሥራው ቀላል ነው። ንባብንና ጽህፈትን ለመማር እድሜያቸው የሚፈቅድላቸውን ሕፃናት በብዛት ወስዶ ከሶስት ቦታ ከከፈሉ በኋላ

በያንዳንዱ ቦታ አንዱን ዘዴ ብቻ ማስተማር ነው። በዚህ መንገድ የትኛው ፊደል ባጭር ጊዜ ውስጥ እንደተጠና፤ የትኛው ለሕፃናቱ በበለጠ ለንባብና ለጽሕፈት እንደተመቸ ... ወዘተ ለማረጋገጥ፡በተቻለ ነበር። ነገር ግን ለጊዜው የዚህ ዓይነቱን ሳይንሳዊ ምርምር ለማከናወን እድል የለንም። ባገር ቤት በዩኒቨርስቲ የሚገኙ ጓዶቻችን ወይንም ለዚህ ነገር የሚቆረቆሩና ሥራውን ለማከናወን ፈቃደኝነና ችሎታ ያላቸው ሰዎች በቅርቡ ሠርተውት ውጤታቸውን እንደሚያስታዉቁ ብዙ ተስፋ እናደርጋለን" (1964:42-43)

ኃይሌ ፊዳ የኦሮምኛን አጻጻፍ በተመለከት ጽሁፉን የሚያጠቃልለውም በሚከተለው ዓረፍተ ነገር ነው:-

"እንግዲህ የኦሮምኛን አጻጻፍ በሚመለከተው በኩል ያለንን አስተያየት ከዚህ በላይ አሰፈርን። ዋናው የጽሁፋችን አርእስት ይህ ስለሆነ ብዙ ጊዜና ቦታ ለርሱ አዋልን እንጂ የኦሮሞ ቋንቋ ሌሎችም ብዙ ችግሮች አሉት። 1ኛ/ የቋንቋው ሰዋስው እስከዛሬ በሚገባ ተቀናብሮ ተሟልቶ አልተሠራም። 2ኛ/ በልዩ ልዩ የኦሮሞ ክፍሎች የሚነገሩትን ክፍለቋንቋዎች የማዋሀድ ሥራ ወደፊት ብዙ ድካምን የሚጠይቅ ነው። እነዚህን ችግሮች ለመፍታት የሚቻለው በሕዝቡ መካከል ተገኝቶ የቋንቋውን ችግር ጠንቅቆ በማወቅና መፍትሄም ለማግኘት የሚያስችል ሬቮሉሺናዊ ድርጊት ሲፈጸሙ ነው እንላለን። እንደዚህም ሆኖ ችግሮቹ ፈጽመው ከመወገዳቸው በፊት ብዙ ዓመታትን ይጠይቃል። ይሁን እንጂ ከላይ በተሰጠው ሃሳብ ላይ ወይንም ተሽሎ በተገኘ ሃሳብ ላይ በቶሎ ስምምነት ከተገኘና ማህበራችን በኦሮምኛ ጽሁፎችን ማቅረብ ከጀመረ ይህ ራሱ ከዚህ በላይ

ለተጠቀሱት ችግሮች የመፍትሄ መንገድ እንደሚከፍት አይጠረጠርም" (1964:47)።

ከፍ ብዬ ከጠቀስኩት የ"ታጠቅ" መጽሔት ታትሞ ከወጣ 2 አመት በኋላ በተለይ አፋን ኦሮሞን በተመለከተ ለመጀመሪያ ጊዜ ሰፋ ያለ ውይይት

ሲደረግበት ያጋጠመኝ የየካቲት 66 የኢትዮጵያ አብዮት ፈንድቶ በዚህ ጽሑፍ እንዳመለከትኩት ኃይሌ "የኢትዮጵያ አብዮትና የደርጉ አረማማድ" በሚል በተከታታይ ያዘጋጃቸው የነበሩትን የ"ትግላችን" መጽሔት ዝግጅት እንድረዳው ጀርመን አገር ሃምቡርግ ከተማ አብሬው በቆየሁበት ወቅት ነበር። አጋጣሚውም የሚከተለው ነበር።

ቄስ እዝራ ገ/መድህን የሚባሉ ኤርትራዊ በቀዳማዊ ኃይለ ሥላሴ ዘመን ብሥራተ ወንጌል ራዲዮ ጣቢያ ይባል በነበረው የመጽሐፍ ቅዱስ ሰባኪ የነበሩ ሰው የረጅም ጊዜ ወዳጅና ጓደኛቸው የነበረውን አቶ ግርማ በሻህን ለመጎብኘት ሃምቡርግ ከተማ ግርማ በሻህ በሚኖርበት አፓርትመንት አገኘናቸው። እኚህ ሰው ኑሯቸው በስዊድን አገር ሲሆን ብዙ ኢትዮጵውያን ወዳጆች የነበራቸውና ማንኛውንም ማህበራዊም ሆነ ፖለቲካ ነክ ጉዳዮች ከኢትዮጵያውያን ጋር የመወያየት ችግር የሌላቸው ሰው እንደነበሩ ከተፈጠረው አጋጣሚ ልታዘብ ችያለሁ። በትክክል እንደማስታውሰው በዚያ አጋጣሚ ግርማ በሻህ ቤት የነበርነው እኔ፣ ኃይሌ ፊዳ፣ አብዱላሂ ዩሱፍና አንዳርጋቸው አሰግድ ነበርን። አብዱላሂ አንዲት የሳታላይት ሬድዮ በመጎርጎር ስለፈነዳው የኢትዮጵያ አብዮት ዜና ለመከታተል ያችን ራድዮ ቁም ስቃዩዋን ያሳያት እንደነበር ትዝ ይለኛል። ግርማ በሻህ ደግሞ ወደ መስኮቱ ጠጋ ብሎ ፒፓውን እየሳበ ቄስ እዝራን በማስተናገድ ላይ እያለ በምን አጋጣሚና እንዴት እንደተነሳ ለማስታውስ ባልችልም ቁቤን የተመለከተ ውይይት ተጀመረ።

ቄስ እዝራ ገ/መድህን የአፋን ኦሮሞው ቋንቋ በግዕዙ ፊደል መጻፉ ቀርቶ ለምን በላቲኑ ፊደል መጻፍ አስፈለገ የሚል ጥያቄ ያነሳሉ። ቀድሞ ለማስረዳት የሞከረው ግርማ በሻህ ነበር። ኃይሌ በማዳመጡ የሚያተኩር ሰው ስለነበርና ቶሎ መልስ ለመስጠት የማይቻኮልም ስለነበር ይመስለኛል ግርማ በሻህ የላቲኑ ፊደል ፈጣሪዎች ያስፈልጋል ብለው የሰጡትን ምክንያት ለቄስ እዝራ መግለፅ ይጀምራል። የግዕዙ ፊደል የሚፈልገውን ያህል አፋን ኦሮሞው የሚያስፈልገውን የማጥበቅና የማላላት ችግር ሊፈታለትም ሆነ ሌሎች ድምፀቶቹንም በበቂ ሊገልፀው አይችልም በሚል የላቲኑ ፊደል እንደተመረጠ ከቋንቋው ፈጣሪዎች የሰማውንና የሚያውቀውን ለቄስ እዝራ አስረድቶ ብዙም ሳይቆይ አብዱላሂ ዩሱፍ በውይይቱ መሳተፍ ጀመረ። በግርማና በቄስ እዝራ መካከል የነበረውን ምልልስ ካዳመጠ በኋላ አብዱላሂ የግዕዙ ፊደል ለአፋን ኦሮሞው የሚያስፈልጉት ምልክቶች እስኪተበጁለትና እነኚህም ምልክቶች በግዕዙ ፊደል አናት ላይ እየተቀጠሉ ከገቡና የሚጠብቅና የሚላላውንም ሆነ ልዩ የሆኑ ድምፀቶቹን የሚያመለክቱት እየተለዩ እንዲታወቁ ተደርጎ በግዕዙ የጽሕፈት መኪና ላይ እስኪተቀረጹ ድረስ አፋን ኦሮሞውን በግዕዙ ፊደል መጻፍ ይቻላል ሲል እንደማስታውሰው እርሳስና ወረቀት በእጁ ጭምር በመያዝና ጭረቶችን በግዕዙ ፊደል ላይ በማስቀመጥ በምሳሌ ያስረዳል። በዚህ የላቲንና ግዕዝ ፊደላት ቴክኒካልና ፊክሽናል ብርታትና ድካም ላይ የተያዘው ውይይት ብዙም ሳይገፋበትና ቄስ እዝራም የአዳማጭነት ሚና እንዳለ ሆኖ አንዳርጋቸው አሰግድ በውይይቱ ይገባል። ብዙውን ጊዜ በእንግሊዝኛ «devil's advocate» በመሆን ሊያወያዩና ሊያከራክሩ የሚገባቸው ጉዳዮችን የማንሳት ልዩ ችሎታ ስለነበረው ይመስለኛል በክርክሩ በመግባት አንድ ብሔር

ቋንቋውንና ባህሉን ለማሳደግ ባለው መብት በመጠቀም ባህሌንና ሥነ ጽሑፌን ለማሳደግ የሚመቸኝ ይህ ፊደል ነው ብሎ እስካለ ድረስ ጉዳዩ የመብት ጉዳይ ነውና ማንም ይህንን መብቱን ሊገድብበትና የሚሻልህ ይህ ነው ብሎ ሊወስንለትም ሆነ ሊመርጥለት እንዴት ይችላል? የሚል ጥያቄ አነሳ። ቄስ እዝራ እንደገና በጉዳዩ በመግባት የመብት ጉዳይ እንዳላነሱና ውይይቱ የግዕዙ ፊደል የማጥበቂያውንም ሆነ የማላላቱን ችግር ለማስወገድ እንዲችል ማድረግ ይችላል አይቻልም? የሚል ውይይት ለማድረግ እንደሆነ መልሰው ተናገሩ። የዚህ ጊዜ ውይይቱን ሲያዳምጥ የቆየው ኃይሌ ለመጀመሪያ ጊዜ ጣልቃ በመግባት እጥር ምጥን ያለ አስተያይት በመስጠት ከአብዱላሂ ጋር እንደሚስማማና የግዕዙ ፊደል አስፈላጊው ምልክቶች እስከ ተበጁለት ድረስ አፋን ኦሮሞውን በግዕዙ ፊደል መጻፍ ይችላል በማለት መናገሩን በትክክል አስታውሳለሁ። ይህ ውይይት ቄስ እዝራ ገ/መድህንን ወደ ሃምቡርግ ወደብ ለመሸኘት በቮልስዋገን መኪና እንዳርጋቸው እየነዳ እኔም እሱን ተከትዬ አብሬ በሄድኩም ጊዜ ቀጥሎ ነበር። ከሃምቡርግ ማልመና ጉተንበርግ ወደሚባሉት የስዊድን የወደብ ከተሞች ድረስ በመርከብ መጓጓዝ የተለመደ ስለነበር ቄስ እዝራን መርከቡ መሳፈሪያ እስክናደርሳቸው ድረስ ይኸው ውይይት ቀጥሎ እሳቸው መልሰው መላልሰው የግዕዙ ፊደል ችግሩን ሊፈታ እንደሚችል ደጋግመው ሲናገሩ በእንዳርጋቸው አሰግድ በኩል ጉዳዩ ከቴክኒካል ችግር ባሻገር መሆኑን፣ የብሔሮች የራሳቸውን ቋንቋ፣ ባህልና ሥነ ጽሑፍ በፈለጋቸው መንገድ የማሳደግና ይህም ቢፈልጉ በግዕዙ ቢፈልጉ ደግሞ በላቲኑ እንደምርጫቸው የመወሰን መብታቸው መከበር እንዳለበት አጥብቆ መከራከሩን አስታውሳለሁ። ቄስ እዝራን ከመርከቡ ወደብ አድርሰን

ከመሰነባበታችንም በፊት እኚሁ ሰው የግዕዙን ጉዳይ መልሰው ባነሱም ጊዜ አንዳርጋቸው ለሃይማኖቷ ቀናዒ የሆነችው የኢትዮጵያ ኦርቶዶክስ ቤተ ክርስትያን ግዕዙም ሆነ ፊደላቱ ከፀሎት መጽሐፍትና ቅዳሴ ያለፈ ለቋንቋም ዕድገት እንዲበጅ ምሳሌ በመሆን ሌሎች እንዲመራመሩበትና እንዲያበለፅጉት በአርአያነት የተጫወተችው አበረታች ሚና ምንድነው? የሚል መቆጨትን ያዘለ የሚመስል አነጋገር አንስቶባቸው ነገሩንም እንዲህ ባጭሩ ለመቋጨት የማያስችል ሆኖ ከቄስ እዝራ ጋር ተሰነባብተን መለያየታችንን በትክክል አስታውሳለሁ። ይህ ውይይት እንግዲህ የዛሬ 43 ዓመት ገደማ የተደረገ ነው። ዘመኑም የትኞቹም ቋንቋዎች በጽሕፈት መኪና እንጂ እንደዛሬው ምሁሮቻቸው የየራሳቸውን ሶፍት ዌር ፕሮግራም ፈጥረውላቸው ቋንቋቸውን የሚጽፉበትና የሚራቀቁበት ዘመን አልነበረም።

በአብዮቱ ለመሳተፍ ወደ አገር ከተመለስን በኋላ እንደ ቄስ እዝራ ይህንኑ ጉዳይ አንስቶ ከኃይሌ፣ አንዳርጋቸውና አብዱላሂ ወይም ደግሞ ከኃይሌ ጋር ብቻ ተመሳሳይ ክርክር ሲደረግ አላጋጠመኝም። ከዚያች ከሃምቡርግ ገጠመኝ ኃይሌ የግዕዙ ፊደል ድክመቶቹን ለማስወገድ የሚያስችሉ ቅጥያዎች ከተደረጉለት አፋን ኦሮሞውን በግዕዙ ፊደል መጻፍ እንደሚቻል እሱም ሆነ አብዱላሂ ዩሱፍ መናገራቸውን በእርግጠኛነት መመስከር ግን እችላለሁ።

በአብዮቱ ለመሳተፍ በተመለስኩ ማግስት

የመጽሐፉ ደራሲ አማረ ተግባሩ በአብዮቱ ለመሳተፍ ወደአገር በተመለስኩበት ማግስት ለመታወቂያ ካርድ ማውጫ የተነሳሁት ፎቶግራፍ፤ የካቲት መጨረሻ 1968 ዓ.ም

የመኢሶን አመራር ባደረገልኝ ጥሪ መሠረት አዲስ አበባ እንደገባሁና ናዝሬት ይገኙ የነበሩትን ወላጆቼን የዚያኑ ዕለት አይቼ በማግስቱ እንደተመለስኩ መኖሪያዬ ኃይሌ ፊዳ፣ አንዳርጋቸው አሰግድና ዮሐንስ ኀሩይ ከሚኖሩበት እንዲሆን በድርጅቱ ተወስኖ ስለነበር እዚያው ክፍል ተሰጥቶኝ መዳበል እንደጀመርኩ ሐረር ክፍለ ሃገር ይገኝ የነበረው አብዱላሂ ዩሱፍ ወዳገር መመለሴ ተነግሮት ስለነበር በማግስቱ ጥዋት ከሐረር በባቡር አዲሰ አበባ ገብቶ እዚያው ተገኛኘን። የመኢሶን «የበላይ አካል» በሚል ተመስያነት (metaphoric association) ይታወቅ የነበረው ዶ/ር ከበደ መንገሻም በጥዋት እዚያ ድረስ

መጥቶ ከተገናኘን በኋላ እሱ ወደጉዳዩ ሲሄድ ዶ/ር ነገደ ጎበዜ ተደባልቆን ረፊድ ከማለቱ በፊት በሁለት መኪና ተከፍለን ወደ ሰበታ የዓይነ ስወራን ት/ቤት ከነበረው አለፍ ብለን አንድ ከመንገድ ወጣ ብሎ የሚገኝ ምግብ ቤት ጎራ ብለን ውይይታችንን ጀመርን። ገና የሕዝብ ድርጅት ጽ/ቤት የመቋቋሙ ውይይት እልባት ወደማግኘቱ ገደማ መሆኑን ካወሳን በኋላ በሕጋዊው መድረክ በመሳተፍ ብሎም ድርጅታችንን በሰፊው በማስተዋወቅና በሕዝቡ ውስጥ ሥር መስደድ እንድንችል አጋጣሚውን መጠቀም እንደሚገባ በሰፊው ተነጋገርን። በኢህአፓ ቁጥጥር ስር የነበረውን ወጣት ከዚሁ ድርጅት ጉያ መንጭቆ የማውጣት ሃላፊነት እንዳለብንም አንስተን በስሜታዊና ፖፕሊስት በሆነ ቋንቋ ግራ በማጋባትና እስከ ጥርሱ ድረስ ከታጠቀው የመንግሥት ፀጥታና ጦር ኃይል ጋር ወጣቱን ከማጋፈጥ ወደኋላ እንደማይል መገመት እንደሚቻል በማንሳት በትንተናና በብስለት ላቅ ያሉ ጽሑፎችን በድርጅቱ ሕጋዊ ልሣን በነበረችው አዲስ ፋና ማውጣት እንደሚያስፈልግ፣ ከዚያ ያለፈ አዲስ ዘመንና የዛሬይቱ ኢትዮጵያ ጋዜጦችን ጭምር ለዚሁ ተግባር መጠቀም እንደሚያስፈልግ ተስማማን። አብዛኛው አገር ወዳድ ኢትዮጵያዊ በደርግ ፀረ ዴሞክራሲያዊና የግድያ እርምጃዎች የተከፋና የተደናገጠ በመሆኑ ድርጅታችን ከደርግ ጋር ጊዜያዊ ህብረት ለመፍጠር የተጠቀመበትን «ሂሳዊ ድጋፍ» ማለትም፣ ፀረ ዴሞክራሲያዊ እርምጃዎቹን የመቃወም፣ ባንጻሩ ደግሞ አማራጮችን የማቅረብና የሕዝቡን ጥቅምና ፍላጎት የሚያራምዱ እርምጃዎቹን የመደገፍ አቋም፣ በበጎ ዓይን እንዲመለከተው ለማድረግ ጊዜና ልፋት እንደሚጠይቅ በማውሳት፣ አገር ወዳዱ ወገን ለኢህአፓ ምሽግ እንዳይሆንና

ቢቻልም ገለልተኛ ለማድረግ የሚያስችል የፕሮፖጋንዳና ቅስቀሳ ስልት ሊኖረን እንደሚገባ ሳይቀር ተስማማን። ይህ ሁሉ ውይይት ይደረግ የነበረው በነገደ፣ አብዱላሂና አንዳርጋቸው መካከል ሲሆን ኃይሌ እንደተለመደው በትዕግሥት ከማዳመጥና ማስታወሻ ከመውሰድ ያለፈ ሳይናገር ቆይቶ ነበር። እኔም ገና ከእነኚህ እንደ አስተማሪዎቼም እንደ ታላቅ ወንድሞቼም ከማያቸው የመኢሶን መሪዎች ጋር እኩል ቁጭ ብዬ ለመወያየት መቻሌ አዲስ ነገር ሆኖብኝ የውይይቱን ዋና ዋና ጉዳይ በማስታወሻዬ ከማስፈር ያለፈ የምሰነዝረውና ለውይይቱም የምለግሰው ብቃት አልነበረኝም። በዚሁ ውይይት ኃይሌም ሆነ ነገደ፣ አብዱላሂም ሆነ አንዳርጋቸው የተናገሩትን በድምፅ መቅረጫ ልቀርፀው ባልችልም በተለይ ኃይሌ የተናገረውን በሚመለከት በማስታወሻዬና በጭንቅላቴ ይገኝ የነበረው የሚከተለው ነበር። ይህም ከመገደሉ በፊት በተከሳሽነት ለደርግ ምርመራ ክፍል በድጋሚ ቃሉን እንዲሰጥና «የቤተ መንግሥት ዱለታ» የሚለውን ቃል ለምን እንደተጠቀመና ምን ማለቱ እንደሆነ እንዲያብራራ ተጠይቆ ከሰጠው ቃል ጋር በብዙ ስለሚመሳሰል እንደሚከተለው እጠቅሰዋለሁ።

> «መቼም በቶሎ የዲሞክራሲ መብቶች ተለቀው ከሕዝቡ ጋር በቀጥታ ልንገናኝና ሥር ለመስደድ ሳንችል የቀረን እንደሆነና ደርግም በአድሃሪውም በሌሎች ተራማጅ ድርጅቶችም እየተከበበ እኛን ወደ ማግለሉ የሄደ እንደሆነ ሕዝቡም በ«ሂሳዊ ድጋፍ» ስም ከደርግ ጋር የፈጠርነው ህብረት ጣት የማንሞላ ተራማጆች በጀርባው የዶለትንበት ይመስለውና ድጋፉን መንሳት ብቻ ሳይሆን በአደባባይ ሊኮንነን ይችላል። እኛም ሳናውቀው በቀን ተቀን ግብታዊ ሁኔታ እየተገፋን ከገባንበት መውጣት

አቅቶን በመጨረሻው ራሳችንን እንኳን ለመከላለከል ከማንችልበት አደጋ ላይ ልንወድቅ እንችላለን የሚል ፍራቻ አለኝ። ይህንን የመሰለ አደጋ ውስጥ ከመውደቃችን በፊት የሚገባንን ሁሉ ለማድረግ ዝግጁ መሆን አለብን።

ኃይሌ ይህንን ተናግሮ እንደጨረሰ አብዱላሂ ባጭሩ የኃይሌን ስጋት በማውሳት ደርግ በመጨረሻው ፀረ ዲሞክራቲክ ከመሆን ያለፈ አብዮቱን መክዳቱ አይቀርም። ያለው አማራጭ ካሁኑ በገጠር ያሉትን ሰዎቻችንን ለመሣሪያ ትግል ማዘጋጀትና በተቻለ መጠን መሣሪያ ወደ ገጠር በማውጣት መዘጋጀት ነው። በተለይም የሶማሌ መደበኛ ወታደሮች በሰርጎ ገብ ስም ድንበር እየጣሱ መግባት ከጀመሩ ሰንብተዋል። የክፍለ ሃገሩ የደርግ ተጠሪ ኮሎኔል ዘለቀ በየነ ይህን በመረጃ የተደገፈ ሃቅ ተደጋግሞ ቢነገረውም የሚሰማ ሰው አይደለም።መኢሶን በተዘዋዋሪ ራሱን ለማስታጠቅ ሰለሚፈልግ ነው ሕዝቡን አስታጥቁ የሚለን በማለት የሐረር ገበሬ ቢታጠቅ መኢሶን የራሱን ሠራዊት እንዳስታጠቀ ቆጥሮታልና በራሳችን ሰዎች በኩል አሁንም መሣሪያ ወደ ገጠር በማስወጣቱና ሰዎቻችንን በማሰልጠን ራሳችንን ለመከላለክል የሚያስችል ብቃት እንዲኖረን የበላይ አካል በቶሎ ይወስንልን የሚል ሃሳብ አቀረበ።

አንዳርጋቸው አሰግድ (devil's advocate) ማንም ያላሰባቸውንና ሊጠበቃቸው የማይችሉ ጥያቄዎችን በማንሳት የነበረውን ልዩ ተሰጥዖ በመጠቀም አብዱላሂ ያቀረበው ሃሳብ እንዴት በተግባር ሊተረጎም እንደሚችልና ይህንን መሣሪያ የማሸሽ ጉዳይ ድንገት አፈትልኮ ደርግ ጆሮ ቢደርስ መጠጊያ እንኳን ሳናዘጋጅና በህጋዊው መድረክ በበቂ ተጠቅመን ሳንደራጅ ባጭሩ መቀጨት

አይሆንም ወይ? በደህንነታችን ላይ ያልታሰበና ያልተዘጋጀንበትን መዘዝ እንዳያመጣ ድርጅታችን በሚስጥር አጠባበቅ በኩል ምን ያህል ጠንካራ ነው የሚሉ ጥያቄዎችን ማንሳቱን አስታውሳለሁ። በዚህ ጉዳይ ለመጨረሻ ጊዜ የተናገረው ነገደ ነበር። የቻልኩትን ያህል እንደማስታውሰው እሱም ውሱን የነበረውን የድርጅታችንን የተሰሚነት አቅም መልሶ በማውሳት «ድርጅታችንን ከሚያስፈልገው በላይ ፍፁም ሕቡዕ በማድረግ በሕዝብ ዘንድ እንዳይታወቅና በደርግ ላይ የወሰደውም አቋም «የምርጥ መኮንኖች መንግሥት»፣ «የፋሺዝም አደጋ»ና «ጊዜያዊ ሕዝባዊ መንግሥት ይቋቋም» በሚል የሰነዘራቸው አቋሞች በቀደምትነት ከተመሰረተው መኢሶን የመነጩ መሆናቸው ቀርቶ ሕዝቡ የኢህአፓ አቋም አድርጎ ስለተመለከታቸው የአቋምና የአመራር ለውጥ ካደረግን በኋላ እንደገና ለመደመጥና በተሰሚነት የበላይነቱን ለመውሰድ ቀላል አልሆነልንም። ስለዚህም ያለን ምርጫ በተፈጠረው ሕጋዊ መድረክ ተጠቅመን ድርጅታችንን በሰፊው ሕዝብ ፊት አሳውቀንና አቋማችንን አስጨብጠን ከዚያ በኋላ የሚመጣውን መስዋዕትነት ከመቀበል በስተቀር የተሻለ አማራጭ ያለን አይመስለኝም። ሕጋዊ መድረኩን ፈርተነውና በአድርባይነት መወንጀሉ ለጊዜው የሚፈጥረው አስቸጋሪ ሁኔታ አደናግጦን የኢህአፓን ዓይነት የሙሉ ተቃውሞ አቋም ወስደን ውጭ የቀረን እንደሆነ የምንዋጠው በኢህአፓ ነው። ደርግን ይበልጥ ያሳመመ እየመሰለው የሚወረውረው ስሜታዊና ፖፑሊስቲክ ተቃውሞ እኛ ያለፍነው ቋንቋ ስለሆነ ከደረስንበት ተመክሮ ጋር አብሮ አይሄድም። ፖፑሊስት እንሁን እንኳን ብንል ኢህአፓን በዚህ ፍክክር ልናሸንፈው አንችልም። ብንሞክርም የሚያዋጣ አይደለም። በፖለቲካም ትክክል አይደለም። በታሪክም

የኢ.ህአፓን ያህል እኩል ያስጠይቀናልና በሂሳዊ ድጋፍ ከደርግ ጋር በጊዜያዊነት አብሮ ከመሥራት በስተቀር ሌላ አማራጭ የለምና ባወጣ ያውጣን! ከማለት በስተቀር የምጨምረው የለም የሚል አነጋገር ጨምሮበትና ሁላችንንም አስቆን ይህንን ጉዳይ ደምድመን እኔን ወደ ሚመለከተው ጉዳይ አመራን[29]። ከሁሉም ቀድም ብሎ የኔን ጉዳይ በተመለከተ የተናገረው አብዱላሂ ነበር። ይህም በተፈጥሮው ፈጠን ያለና እጅግ ግልፅነት የተሞላው አነጋገሩ በሞላ ጎደል ከዚህ በታች የተመለከተውን ይመስል ነበር።

በሉ እንግዲህ በጥያቄዬ መሠረት መወሰኑን አሳውቁኝና ሳልውል ሳላድር አማረን ይገፔ ወደ ሐረር መመለስ አለብኝ። በተደጋጋሚና አማረ ገና ከመምጣቱ በፊት ጀምሮ የሕዝብ ድርጅት ጉዳይ ጽ/ቤት የኔ ምክትል ሆኖና የድርጅቱንም ሥራ ከኔው ጋር አብረን እንድንሰራ ጠይቄአለሁና የበላይ አካል ውሳኔ ምንድነው? ብሎ ኃይሌን፣ ነገደንና አንዳርጋቸውን አፋጠ ያዘ።

እነርሱ ደግሞ የበላይ አካል ማለት ማን እንደሆነ ግልፅ ሳያደርጉና ከእነርሱ ሌላ ማንን እንደሚጨምር እንደተደባበሰ የበላይ አካል ገና የወሰነው ነገር የለም በማለት ለአብዱላሂ

---

[29] ኢ.ህአፓ ወደ ነፍሰ ገዳይነት ተቀይሮ የመኢሶን መሥራች አባልና የሕዝብ ጉዳይ ጽ/ቤት አባል የነበረውን ፍቅሬ መርዕድን ብቻ በመግደል ሳይገታ፣ ብዙ ተራማጆችን በያደባባዩ መድፋቱ ውሎ አድሮም እኛም ድረስ መድረሱን በመገንዘባችን፣ ራሳችንን ለመከላከል እንድንችል የዒላማ ተኩስ ትምህርት ለመቀበል ወደ ሱሉልታ የተኩስ መለማመጃ ሰፈር ገብተን ነበር። ነገደ የተኩስ ልምምዱና አስተካክሎ የታለመውን የመለማመጃ ዒላማ ለመምታትም ሆነ ለመማሪያ የተሰጠውን መሣሪያ መፈታታትና መገጣጠሙ አልሆንለት ቢለው «አሁን እኔ ነኝ ከኢ.ህአፓ ተታኩሼ ነፍሴን የማድን? እንዳው እግዜር ይጠብቅህ በሉኝ እንጂ!» በማለት አፈዞ መሣሪያውን ወርውሮ ጥላ ወዳለበት መጠጋቱ ትዝ ይለኛል። ከዚሁ የተኩስ ልምምድ እንደተመለስን የጋራ ጓደኞችንን ብርሃኑ ተክለማርያምን አግኝቶት ብርሃኑም ቀልደኛ ስለነበር ነገደን በቁልምጫ አጠራር በመጥራት «ነጊ! ካላሺንኮብ ታጠቅሽ አሉ!» ሲለው። ነገደም መለሰና «እንኳን ካላሺንኮብ ታንክ ቢያስታጥቁኝ እኔ ነኝ ከኢ.ህአፓ ተታኩሼ የምድን?» በሚል መልሶለት ተሳስቀው እንደተለያዩ አስታውሳለሁ።

ጉዳዩን አንዳርጋቸውና ኃይሌ እየተቀባበሉ እንደሚከተለው ማሳወቅ ጀመሩ።

እስካሁን የተደረገው ውይይት አማረ እዚሁ ቀርቶ በኢህአፓና በእንክፍሉ ታደሰ የተያዘውን የኢሠአማን ጋዜጣ አዘጋጅነት እንዲይዝ ነው። ውሎ አድሮ አጠቃላይ የኢትዮጵያ ሠራተኞች ማህበር ጉባኤ ስለሚጠራና የማህበሩንም አመራር ከኢህአፓ ለመንጠቅ የሞት የሽረት ትግል መደረጉ ስለማይቀር፣ ወዝ ሊግም ቢሆን ሰው በማዘጋጀት ላይ መሆኑን የደረስንበት በመሆኑ፣ የበላይ አካል ሃሳብ አማረ እዚሁ ቀርቶ የሠራተኛ ማህበሩ ጋዜጣ አዘጋጅ እንዲሆን ነው። ቢሆንም ገና ሙሉ ውሳኔ ላይ አለመደረሱን አስመልክተው እንደተናገሩ በመካከሉ ኃይሌ ፊዳ አለወትሮው ጣልቃ ገብቶ የሚከተለውን ተናገረ።

ይህን ውሳኔ የመኢሶን የበላይ አካል እንዳይወስድ እስከመጨረሻው መከራከር አለብን። ይህ ውሳኔ ፀንቶ አማረን ኢሠአማ ውስጥ በማስገባት ይህንን ሃላፊነት እንዲወስድ ማድረግ ማለት ማስገደል ማለት ነው። ኢህአፓ ለዚህ አይመለስምና ይህንን ልጅ ጠርተን አምጥተን እንዲህ የመሰለ ዕጣ የደረሰው እንደሆነ የማንመልሰው ጉዳይ ነው። የካቲት 66 የፖለቲካ ት/ቤት በአዋጅ የሚቋቋምበትን በደርግና በሕዝብ ድርጅት ጽ/ቤት በአባልነት በተጋበዙ ድርጅቶችና ግለሰቦች መካከል ውይይት እየተደረገ ነውና አንዳርጋቸው በመምህርነት ወደ ፖለቲካ ት/ቤት መሄዱ ስለማይቀር አማረ አንዳርጋቸውን ተክቶ የአዲስ ፋና መጽሔት አዘጋጅ ሆኖ እዚሁ ከኛው ጋር መቅረት አለበት ሲል ተናገረ። በአንዳርጋቸውና በኃይሌ መካከል ምናልባትም ነገደንም ጨምሮ እኔን የ«አዲስ ፋና አዘጋጅ» አድርጎ የማስቀረት ጉዳይ ቀደም ያለ ውይይት

የተደረገበት ጉዳይ ይመስል፣ የኔ ጉዳይ በዚሁ ተቋጥሮ ብዙም ውሎ ሳያድር የበላይ አካልም ይህንንኑ ወስኖ ከአብዱላሂ ጋር ወደ ሐረር መሄዴም ሆነ የኢሠአማ (በኋላ መኢሠማ) ጋዜጣ አዘጋጅነቴም ቀርቶ የመኢሶን ህጋዊ መጽሔት አዘጋጅ ሆኜ አርበኞች ህንፃ ላይ ወደሚገኘው የመጽሔቱ ማዘጋጃና ማሰራጫ ቢሮ ተዛወርኩ። ቢሮውም ዘመናዊ ሆኖ የተደራጀ ስለነበር እንዳርጋቸው ሲያረካክበኝ ለድርጅትና ለመጽሔቱም ሥራ የተገዛች አንዲት አዲስ አረንጓዴ ፊያት መኪናም ስለነበረች የሷንም ቁልፍ ከሰጠኝ በኋላ ሊረዱኝ የሚችሉ ጓዶችም እንደሚመደቡልኝ አሳውቆኝ የኔ ጉዳይ በዚሁ አበቃ[30]። በኢሠአማ ፈንታ መኢሠማ ተተክቶ ኢህአፓም የሙያ ማህበሩን አመራር አጥቶ በአብዛኛው ወደ መኢሶን የሚጠጉ አዳዲስ የአመራር አባላት ተመርጠው ብዙም ሳይቆይ ኢህአፓ የሙያ ማህበሩን ፕሬዝደንት ለመግደልና ዋና ጸሐፊውንና ሌሎችንም በፅኑ ለማቁሰል በቅቷል። የኔም ዕጣ ኃይሌ እንደፊራው ሊሆን ይችል ነበር።

---

[30] ያጋጣሚ ጉዳይ ሆኖ የመጽሔቱን ሥራ ለመከታተል እንዲረዳኝ የተሰጠኝ የልጅነት ጓደኛዬና ከሕፃንነታችን ጀምሮ ሰላማዊ ውቅያኖስ በሚባል የእግር ኳስ ቡድን ውስጥ አብረን የነበርን አብሮ አደጌ ኪዳኔ ተካ ነበር። በሱ በኩል የመጣው ደግሞ የሰላማዊ ውቅያኖስ ቡድን መሥራችና በተለይም ከልጅነት ጀምሮ ለስፖርት ብቻ ሳይሆን ለተቸገሩና ለታመሙ መቆርቆርን፣ ለጋስነትንና እውነተኛነትን ሁለመናው ከማድረግ ያለፈ በተለይ ለኔ በነበረው የተለየ ፍቅር እጅግ አድርጎ ያቀርበኝና የልጅነት አመለካከቴን በመቅረፅ በሕይወቴ ውስጥ ስፍራ ያለው፣ አሳፍራቸው ገብረ ሚካኤል ነበር። ያለምንም ከፍያ እና በራሱ መኪናና ነዳጅ አዲስ ፋናን ብርሃንና ሰላም ማተሚያ ቤት ለህትመት በመውሰድና ከዚያ ተቀብሎ በከተማና ክፍለ ሃገር በማከፋፈል ያደረገው አስተዋፅዖና ውለታው ቃላት ከሚገልፀው በላይ ነው። አሳፍራቸው የመኢሶን አባል አልነበረም። በድርጅት አባልነትም የሚያምን ሰው አልነበረም። ገና ከልጅነት ዕድሜዬ ጀምሮ በኔ ላይ ፍቅርና አመኔታ ስለነበረው ከእግር ኳስ ጨዋታው ይልቅ ለመጽሐፍ ማንበብ የነበረኝን ፍቅር በማየት በርካታ የእንግሊዝኛ መጽሐፍቶችን ከማስታውሳቸውም መካከል በአልክሳንደር ዱማስ የተደረሱትን እያፈላለገ ያስነብበኝ ነበር። በትምህርት ቤቴም በማደርገው የሥነ ፅሑፍና ግጥም ውድድር፣ ከዚያም የተማሪዎች ምክር ቤት ምርጫ በተወዳደርኩበትም ጊዜ ሕንፃ ኮሌጅ ድረስ እየመጣ ያዳምጠኝና ያበረታታኝ ነበር። ስለዚህም አሳፍራቸው ገብረ ሚካኤል በብዙ መንገድ የዛሬውን ሕይወቴን ከቀረፁት ሰዎች አንዱ ነበር ማለት እችላለሁ።

ዘወትር በምሳ ሰዓት

ከኃይሌ፣ አንዳርጋቸውና ዮሐንስ ኀኑይ ጋር አብረን ስንኖር ከዮሐንስ በስተቀር እኔ፣ ኃይሌና አንዳርጋቸው በምሳ ሰዓት ቤታችን ሄደን ምሳችንን በልተን ወደየሥራችን እንመለሳለን። ብዙውን ጊዜ የምንሄደውና የምንመለሰው ባንድ መኪና ቢሆንም በተለይ ኃይሌን ደርግ ጽ/ቤት ቅፅር ግቢ ውስጥ ከሚገኘው የሕዝብ ድርጅት ጉዳይ ጽ/ቤት ለምሳ ለመውሰድ እሄዳለሁ። ወይም ደግሞ አንዳርጋቸው ከየካቲት 66 የፖለቲካ ት/ቤት ይነሳና ሁለታችንንም ይዞ ለምሳ ወደቤት እንሄዳለን። የተለመደ ሆኖ በምሳ ሰዓት አንድ የምንወያይበት ጉዳይ መኖሩ አይቀርም። ከማስታውሳቸው መካከል የደርግ ሚና ምን መሆን አለበት? የኤርትራ ጉዳይ፣ «የኢምፔሪያሊዝምን፣ የጎረቤትና የመካከለኛው ምሥራቅ አገሮችን አድሃሪ መንግሥታት በአገሪቱና በአብዮቱ ላይ ስለፈጠሩት ውጥረት፣ ብሔራዊ ነጻነትና በራስ መተማመን የመሳሰሉት ይገኙበታል። እኔ ወዳገር እንደተመለስኩ የመጀመሪያው የምሳ ሰዓት ውይይታችን የደርግ ሚና ምን መሆን አለበት? የሚለው ነበር። ኃይሌ ለዚህ ውይይት መነሻ አድርጎ ያነሳልን ጉዳይ በሕዝብ ድርጅት ጽ/ቤት ድርጅታቸውን ወክለውም ሆነ በግል ተጠይቀው የገቡ ግለሰቦች የደርግ ሚና ምን መሆን አለበት? የሚለውን ጥያቄ በድፍረት ለደርግ አባላት ለማቅረብ አልተጉበትምና ይህንን ጉዳይ በተመለከተ በእኛ በኩል ያለንን ሃሳብ ካሁኑ ለደርግ ቋሚ ኮሚቴና በቋሚ ኮሚቴውና በተለይም በኮሎኔል መንግሥቱ በኩል ለደርግ አባላት ቀርቦ ውይይት እንዲደረግበት ማድረግ

አለብን የሚል ነበር። ኃይሌ ራሱ የነደፈውን ጽሑፍ በእጁ እንደያዘ ሲያወያየን በዚሁ ጽሑፍ ያሰፈራቸው ዋና ዋና ሃሳቦች የሚከተሉት እንደነበሩ ትዝ ይለኛል። እነኚህም፡-

1ኛ ደርግ የቀን ተቀኑን የመንግሥት አስተዳደር እና መንግስታዊና መንግስታዊ ያለሆኑ ተቋማት ባገሪቱ ሕግና ሥርዓት መሠረት ሥራቸውን እንዲሰሩ ማድረግ፣ በቢሮክራሲው ውስጥ ያሉትን አገር ወዳድና ፀረ ደርግ ዝንባሌ የሌላቸውን ቴክኖክራቶች በማስጠጋትና በነርሱ በመታገዝ ላገሪቱ መንግሥታዊ አመራር መስጠት፤

2ኛ ያገሪቱን ዳር ድንበር መጠበቅና በውስጥና በውጭ ያገሪቱን ፀጥታና ሰላም የሚያደፈርሱ ሁኔታዎች እንዳይፈጠሩ ለመከላከል የሠራዊቱንና የፀጥታ ሃይሎችን ሞራል መንከባከብ፤

3ኛ የደርጉን የውስጥ አንድነት መጠበቅ። የደርግ አባላት ባገሪቱ ባሉና ወደፊትም በሚመጡ የፖለቲካ ድርጅቶች በአባልነት እንዳይመለመሉና የፖለቲካ ድርጅቶችም በደርግ ውስጥ ሰርገው በመግባት የደርጉን አንድነት እንዳያናጉ። በዚህም ምክንያት መከፋፈልና አንጃ እንዳይፈጠር ሥርዓት ማውጣትና መቆጣጠር፤

4ኛ የዲሞክራሲ መብቶችን መልቀቅ፣ ሕዝቡ በነጻ እንዲናገር፣ እንዲጽፍና እንዲደራጅ አመቺ ሁኔታ መፍጠር። በተለያዩ የፖለቲካ ድርጅቶች መካከል በሚደረጉ ውይይቶችም ሆኑ ክርክሮች ጣልቃ አለመግባትና አቋም ወስዶ ወገናዊ ከመሆን መቆጥብ።እንደ መንግሥት ከፖለቲካ ድርጅቶችም ሆነ ከርዕዮተ ዓለማዊ ክርክሮች በላይና ነፃ ሆኖ መገኘት።

በእነኚህ ዋና ዋና ጉዳዮች ላይ ከተወያየንና ከተስማማን በኋላ የሚቀጥለው ተግባር ለደርግ ቋሚ ኮሚቴ ገለፃ ማድረግ ሲሆን ከዚያ በፊት ተሰሚነትም መፈራትም የነበራቸውን ኮሎኔል መንግሥቱን ማሳመን የግድ ነበር።

የደርግ ሊቃነመናብርትና አባላት እንዲሁም የወቅቱ የመንግሥት ባለሥልጣናት በአብዮት አደባባይ

ይህንን የማድረጉ ሃላፊነት የኃይሌ ሲሆን በሕዝብ ድርጅት ጉዳይ ጽ/ቤት መኢሶንን ወክለው አባል የነበሩት ጓዶች ድጋፍ መተማመኛ ነበሩ። ብዙውን ጊዜ ኮሎኔል መንግሥቱን ቀደም አድርጎ በማግኘት ሃሳቦችን ማብላላትና ለሳቸውም ዱብ ዕዳ እንዳይሆንባቸው መጠንቀቅ ድንገት ጥርሳቸው ውስጥ ከመግባትና ውሎ አድሮም «ከመቀደም በፊት መቅደም» የተጸናወታቸው ሰው፣ ሊወስዱ የሚችሉትን የከፋ እርምጃ ራቅ ማድረግ ማለት ነበር። ይህንንም በማወቅ ወይ በጥዋት እዚያው ቢሯቸው ወይም ደግሞ ከምሳ ሰዓት በኋላ፣ ካልሆነም ደግሞ ወደማታ ከቢሮ መውጫ ሰዓት ላይ ኮሎኔል መንግሥቱን ማግኘት ለኃይሌ የተለመደ የዕለት ተዕለት ጉዳይ ነበር። ታዲያ ይህንንም ጉዳይ ሆነ ሌሎችንም ወደፊት የማነሳቸውን ጉዳዮች ይዞ ወደ ሊቀ መንበር መንግሥቱ ቢሮ በሄደ ቁጥር የተለመደና

እውነትነት የተላበሰ የቀልድ አነጋገር ነበረው። ይህም «እስቲ! ኮሎኔል መንግሥቱ፣ «ለራት ያሰቡትን ምሳ አደረግናቸው፣ ለምሳ ያሰቡትንም ቁርስ አደረግናቸው» እንደሚሉት እኔንም ወይ ቁርስ ወይም ደግሞ ምሳ ካልሆነም ደግሞ ራት ሳያደርጉኝ» እያለ በመቀለድ ወደ እሳቸው ቢሮ ይሄድ፣ ይመለስ ነበር።

ከፍ ብዬ ያነሳሁት «የደርግ ሚና ምን መሆን አለበት?» የሚለው ሃሳብ ለኮሎኔል መንግሥቱም፣ ለደርግ ቋሚ ኮሚቴ አባላትም ቢቀርብም ለሰፊው የደርግ አባላት ጠቅላላ ጉባኤ ከመቅረብ እንዲዘገይ ኮሎኔል መንግሥቱ ማድረጋቸውን አስታውሳለሁ። ውሎ አድሮ የደርግን ሚና በተመለከተ ተደጋግሞ ውይይት ቢደረግበትም በሕዝብ ድርጅት ጉዳይ ጽ/ቤት ከነበሩት ድርጅቶች መካከል የመኢሶንን ሃሳብ ካለወደዱት ድርጅቶች መካከል ወዝ ሊግ በግምባር ቀደምትነት ይገኝበት ነበር። ከሊቀመንበሩ ሌላ ከወዝ ሊግ ጋር መቀራረብ የነበራቸውም እነ ሻምበል ፍቅረ ሥላሴ ወግደረስ፣ ሃምሳ አለቃ ለገሠ አስፋውና ፒቲ ኦፌሰር ታምራት ፈረደን የመሳሰሉት የደርጉ ቋሚ ኮሜቴ አባላትም ይህንን ሃሳብ አልወደዱትም ነበር። የወዝ ሊግ ድርጅት መሪ የነበረው ዶ/ር ሰናይ ልኬ በአየር ኃይል፣ አየር ወለድ፣ ባህር ኃይልና በቀረውም ጦርና ፖሊስ ሠራዊት መካከል፣ ከዚያም አልፎ በደርጉ ቋሚ ኮሜቴ አባላት መካከልና ከዚያም ውጭ አባልና ደጋፊ በመመልመል ላይ እንደነበር በቂ ምልክቶች ነበሩ። ሰንበት ብሎ አብዮታዊ ሰደድ በሚል እነ ሃምሳ አለቃ ለገሠ አስፋውን፣ ፒቲ ኦፌሰር ታምራት ፈረደንና ሻምበል ፍቅረ ሥላሴ ወግ ደረስንና ውሎ አድሮም ኮሎኔሉን ራሳቸውን ሊቀ መንበር አድርጎ የወጣው ድርጅት ጥንስሱ የተጣለው በሠናይ ስለነበር የመኢሶን ሃሳብ ሠናይ በወዝሊግና አብዮታዊ ሰደድ መካከል የነበረውን ትስስር ጥያቄ ውስጥ

የሚያስገባ በመሆኑ የደርግን ሚና በተመለከተ በኃይሌ አቅራቢነት የቀረበው ሃሳብ እነሡናይ አልወደዱትም ነበር። ሡናይ ቢያንስ በሕዝብ ድርጅት ጽ/ቤት ዙሪያ ይከራከርበት የነበረውን የጃፓንን ወረራና የቻይና ብሔራዊ ህልውናን ለመከላከል ሲባል በኮሙኒስት ፓርቲውና በናሺናሊስቱ ፓርቲ ኩሚንታንግ መካከል ተፈጥሮ የነበረውን ግንባርና በሁለቱም ድርጅቶች መካከል የነበረውን ጣምራ አባልነት ተመክሮ በኢትዮጵያም ለመድገም የነበረውን ሕልም የሚያጨናግፍ መስሎ ስለታየው የመኢሶንን አቋም ለማጣጣል አልሰነፈም ነበር። ሡናይ ባሳዛኝ ሁኔታ ሕይወቱ በማለፉ ሰንበት ብሎ ቢሆን ኖሮ ምን ያህል በዚያ አቋም ይፀናል ብሎ ለማሰብ ይቸግራል። ቢሆንም ለሊቀ መንበር ማኦ መስተማር ከነበረው የማያወላውል ርዕዮተ ዓለማዊ ወገናዊነቱ የተነሳሁ እንደሆነና፣ ላመነበት ከነበረው ምሁራዊ ተመክሮ አንፃር በተለይም ከኃይሌ ጋር በነበረው የመከባበርና የመደማመጥ ግንኙነት ምናልባት የደርግን አብዮቱን የመክዳት አዝማሚያ በማየትና በተለይም ኮሎኔል መንግሥቱ ወዝ ሊግን መልሶ ለማጥፋት የማይመለሱ መሆናቸውን በማጤን ከመኢሶን ጋር የመተባበሩ ዕድል ሊፈጠር ይችል ነበር የሚል ግምት አለኝ። ወይም ደግሞ ሡናይ የወዝ ሊግና አብዮታዊ ሰደድ ጣምራ አባላት በነበሩት ፍቅረ ሥላሴ ወግ ደረስና ለገሠ አስፋው ላይ ያሳይ የነበረው መተማመን ሊያሰጋቸው እንደሚችል በማሰብ አድብተውና ሳይዘጋጅ «ቁርስ ወይም ምሳ ካልሆነ ደግሞ ራት ሊያደርጉት «ለጥቃት ደረቱን የሰጠ (soft target)» ሊባሉ ከሚችሉት መካከል አንዱ በመሆን በኛ ላይ የደረሰው ዕጣ እርሱም ላይ ሊደርስ ይችል ነበር የሚል ግምት አለኝ። ኃይሌም ከመገደሉ በፊት 4ኛ ክፍለ ጦር እያለን ስለ ሡናይ ልኬ በዚያ ዓይነት ሕይወቱ

ማለፉን እንስተን ስንወያይ፣ ቆይቶ ቢሆን ኖሮ ምናልባት ከመኢሶን ጋር ይበልጥ መቀራረብና የደርግን አጥፍቶ የመጥፋት አቅጣጫ መቋቋም ይቻል ነበር የሚል ግምት ነበረው። ሌሎች ግን ቁጥራቸው ብዙም ባይሆን ማኦ እንዳደረጉት ካልቸራል ሬቮሉሺን፣ እኛን ለዘብተኞችና የቀኝ አድርባዮች በሚል ሊያስጨርሰንም ይችል ነበር የሚል ግምት እንደነበራቸው እዚህ ላይ ማስታወስ እወዳለሁ።

በሌላ በኩል እነ ሻምበል አለማየሁ ኃይሌና ሞገስ ወልደ ሚካኤል (ምናልባት ሻለቃ ሲሳይ ሃብቴን ላይጨምር ይችላል) ከኢህአፓ ጋር መቀራረባቸውና ምናልባትም በአባልነት ሳይመለመሉ እንዳልቀሩ ይገመት ነበር[31]። እኔ ራሴ አንድ ቀን ማታ ሆቴል ዲ አፍሪክ ራት ለመብላት ሄጄ በሕንፃው ምድር ቤት የሃበሻ ምግብ የሚበላበት አዳራሽ በጎጆ በጎጆ መልክ የተዘጋጀና ባጋጣሚ ካልሆነ ማን ማን እነዚያ ጎጆዎች ውስጥ እንዳለ ለማወቅ ባያስችልም አለማየሁ ኃይሌን፣ ሞገስ ወልደ ሚካኤልን፣ ተስፋዬ ደበሳይንና ብርሃነ መስቀል ረዳን በዚያች ማን ማን እንዳለ በማታስታውቅ ጎጆ ውስጥ ራት ሲበሉ አጋጥመውኛል[32]። ይህ እንግዲህ እነ አለማየሁ ከኮሎኔል

[31] ብርሃነ መስቀል በተከሳሽነት ከሰጠው ቃል ሞገስ ወ/ሚካኤል የኢህአፓ አባል እንደነበር ይመሰክራል። በሚቀጥለው ገጽ ያለውን የግርጌ ማስታወሻ ይመልከቱ።

[32] ዶ/ር ገብሩ መርሻና ብርሃኑ ነጋ ወዳገር ከመመለሳቸው በፊት በስዊዲን አገር በኩል አልፈው በቤቴ ውስጥ ባስተናገድኳቸው ጊዜ ስላለፈው የደርግ ዘመን የመኢሶን በ"ሂሳዊ ድጋፍ" ስም ከደርግ ጋር አብሮ መሥራትና የኢህአፓ «ሙሉ ተቃውሞ» አቋም ስንወያይ፣ እኛ በገሃድና ባደባባይ ቀን ቀን ከደርግ ጋር ስንሰራ እናንተ ደግሞ ጨለማ ለብሳችሁ ከደርግ አንደኛው ክንፍ ጋር ትሰሩ ነበር ብዬ ሳነሳ፤ ዶ/ር ብርሃኑ «ይህ እውነት ነው! እኔ በዚያን ጊዜ እነ ብርሃነ መስቀል ማን መሆናቸው ሳይነገረኝ፣ ማታ ማታ መኪና ተሰጥቶኝ እየነዳሁ ከነሻምበል አለማየሁ ኃይሌና ሞገስ ወ/ሚካኤል ጋር አገናኛቸው ነበር» ሲል ዶ/ር ገብሩ መርሻ ደግሞ «ከተወገዙም መወገዝ የሚገባቸው ሁለቱም ድርጅቶች ናቸው፣ በጎ ነገር ነበራቸው ካልንም ከሁለቱም ድርጅቶች አፈላልገን ማግኘት አለብን» ማለታቸውን እዚህ ላይ እንደግርጌ ማስታወሻ ማስፈር እወዳለሁ።

መንግሥቱ እየተነጠሉ በሄዱበትና ኢ.ህአፓም ወደ ነፍሰ ገዳይነት ከመለወጡ በፊት ነበር። እነ አለማየሁ ኃይሌንና ሞገስ ወልደ ሚካኤልን በሚመለከት ከመሃላችን ስሙን መጥቀስ የማልፈልገው ጓድ «እነኚህ አድሃሪዎች» ብሎ ሲናገር እዚያው ደርግ ጽ/ቤት ከኃይሌ ጋር ቆመን ስለነበርና አለማየሁ ኃይሌና ሞገስ ወልደ ሚካኤልም ከኛ ራቅ ብለው ከሕዝብ ድርጅት ጽ/ቤት ሽቅብ ወደ ደርግ ጽ/ቤት ወደሚገኘው ቢሯቸው በማምራት ስለነበሩ ኃይሌም ይህንን የተናገረውን ጓድ «እነኚህ እውነት አድሃሪዎች ሆነው አይደለም። ኮሎኔል መንግሥቱን በመፍራትና እኛንም ከእሳቸው ጋር አንድነት ያለንና በመኢሶንም ሳይመለመሉ አይቀሩም የሚል ስጋትና ጥላቻ አድሮባቸውና ሌላ ድርጅታዊ መጠጊያ ከማጣት ወደኢ.ህአፓ ከመጠጋት ያለፈ በዚህ ድርጅት ላይ ሕጋዊ ነፍስ ለመዝራት ላይ ታች ይበሉ እንጂ በመሰረቱ አድሃሪዎች አይደሉም። በትምህርት ቤትም ሆነ በአካዳሚ እያሉ ቅርበታቸው ከተራማጁና ወደ ግራ ካዘነበለው ወጣት ጋር ነበር። በተለይ ሞገስ ወ/ሚካኤልን ወርቁ ፈረደ በደንብ የሚያውቀውና የሚገናኘው ሰው ነበር» በማለት የመኢሶን መሥራች አባልና አገር ቤትም ድርጅቱን ይዞ ህቡዕ በመግባት ይመራ የነበረውን ዶ/ር ወርቁ ፈረደን በመጥቀስ እንደመለሰለት እዚሁ ላይ ማንሳት እወዳለሁ[33]።

[33] ብርሃነ መስቀል ረዳ ወልደ ሩፋኤል በሰጠው የተከሳሽነት ቃል ቀን 11/10/71 ዓ.ም. ዶሴ 6/ቁ/26/71 በአገር አስተዳደር ሚኒስቴር ለአጠቃላይ መረጃ ማ/ማ/ኮሚቴ አዲስ አበባ፤ ሞገስ ወ/ሚካኤል የኢ.ህአፓ አባል እንደነበርና የዚህንም ድርጅት ሽብር የትግል ዘዴና በተለይም የመኢሶንን አባላትና ደጋፊዎች ባንዳ ምሁራን በሚል እንዲመቱ ያበረታታና ከላይ ሽፋን በመስጠት የተባበረ መሆኑን በዝርዝር ተናግሯል።

ኃይሌም ሆነ መኢሶን ሲሟገቱለት የነበረው ደርግ መጀመሪያው ላይ ለተራማጆች አመቺ ሁኔታዎችን እንደፈጠረው በዚያው እንዲቀጥልና ኢህአፓም ከሕዝብ ድርጅት ጽ/ቤት በገዛ ፈቃዱ ውጭ መሆን ቢመርጥም ነፃ የሆነው የክርክር መድረክ ከኢህአፓ ጋር እንዲቀጥል ነበር። ደርግ በሕዝብ ድርጅት ጽ/ቤትና በነፃ ጋዜጦች በኩል ተፅዕኖ ሳያደርግ በአብዮቱ አንገብጋቢ ጉዳዮች ላይ በተራማጅ ድርጅቶች መካከል በተለይም የመሬት ላራሹና የብሔራዊ ዲሞክራሲያዊ አብዮት ፕሮግራም በይፋ እስከ ታወጀበትና ከታወጀም በኋላ ጣልቃ ሳይገባ ውይይትና ክርክሩ እንዲካሄድ አስተዋፅዖ አድርጓል[34]። በተለይ ከኢህአፓ ጋር በአዲስ ዘመንና በዛሬይቱ ኢትዮጵያ ጋዜጦች በተደረገው ክርክርና የሕዝብ ድርጅት ጽ/ቤትና የየካቲት 66 የፖለቲካ ት/ቤት መቋቋም በፈጠረው አጋጣሚ ይበልጥ ተጠቃሚ የነበረው መኢሶን እንደነበር ጥርጥር የለውም። ይህም ከሌሎች በሕዝብ ድርጅት ጽ/ቤት ውስጥ ከነበሩት ድርጅቶች የተሻለ የተደራጀና በመመስረትም ቀደምትነት ስለነበረው ብቻ ሳይሆን ከኃይሌ ሌላ ብስለትና የላቀ ተመክሮ የነበራቸው እንደ ዶ/ር ከበደ መንገሻ፣ ዶ/ር ወርቁ ፈረደ፣ ሲሳይ ታከለን፣ አንዳርጋቸው አሰግድ፣ ዶ/ር ነገደ ጎበዜን፣ ዳኜኤል ታደሰን፣ ዶ/ር ተረፈ ወልደ ጻዲቅንና መስፍን ካሱን፣ እሸቱ አራርሶንና ከወጣቶቹም መካከል ለምሁራዊ ተመክሮ ቀናና ክፍትነት የነበራቸው በርካታ አባላት ስለነበረው መሆኑ

---

[34] ተጠብቆ የነበረው፤ የተረቀቀውና ከሕዝባዊ አብዮታዊ ፕሮግራም ጋር አብሮ በመጽደቅ በአዋጅ ይፋ ይሆናል በሚል ጉግት አሳድሮ የነበረው የዲሞክራሲ መብቶችን በነፃ መለቀቅ የሚመለከተው አዋጅ ነበር። በዚህ መብት መለቀቅ ተጥቅሞ ይበልጥ ይጠናከራል ተብሎ የተፈራው መኢሶን ስለነበር «ደርግ ለተራማጆች አመቺ ሁኔታ እስከፈጠረ ድረስ የዲሞክራሲ መብቶች በአዋጅ መለቀቅ አለመለቀቅ የሚያመጣው ልዩነት የለም» በሚል ከመኢሶንና ኢጭአት በስተቀር እነ ወዝ ሊግና አብዮታዊ ሰደድ የዚህ መብት በአዋጅ ይፋ መሆኑን በማጣጣል የተዘጋጀው አዋጅ እንዳይወጣ ተከላከለዋል።

አይካድም[35]። የኢህአፓ አቋምና ድጋፍ እየተሸረሸረ አባላቱ፣ በተለይም ወጣቱ የተጠበቀውን ያህልም ባይሆን ከኢህአፓ የመላቀቅ ምልክት በታየበት ሰዓት፣ ይህ ድል የመኢሶን ብቻ የመሰላቸውና ደርግንና ከቋሚ ኮሚቴ አባላትም ወደወዝና ሰደድ መንደርደርና መዋከብ የያዙትን የደርግ አባላትና ሊቀ መንበሩን ጨምሮ የሚያሳስት እርምጃ ተወሰደ። እስከዚያ ድረስ በመንግሥት ደረጃ ጣልቃ ከመግባት በመቆጠብ ክርክሩን ከዳር ሆኖ ከመከታተልና ለድርጅቶቹ ሁኔታውን ከማመቻቸት ያለፈ በቀጥታ ጣልቃ ገብ ከመሆን ተቀጥቦ የነበረው ደርግ ኢህአፓን አውግዞ መግለጫ እንዲያወጣ ወዝ ሊግ ደርግን ማዋከብ ያዘ። ኢህአፓ እየተጋለጠና አቋሙንም ተራ አባላቱና በአመራር ደረጃ ያሉ አባሎቹ ጭምር ከውስጥ መቃወም በጀመሩበትና ወዛደሩም ሆነ ገበሬው እየከዳው በሄደበትና በተለይም ወጣቱን ከተፅእኖው ለማላቀቅ የተደረገው ትግል ፍሬ መስጠት በጀመረበት ሰዓት መንግሥት ተራማጅ ድርጅቶችን ወግኖ አቋም በመውሰድ የኮነነው እንደሆነ ሌላ መዘዝ ይከተላል በሚል ተከራከረን ነበር። ይህ ክርክር ደርግ ጽ/ቤት ቅፅር ግቢ ውስጥ ተጋግሎ እኔም ኃይሌን ከሥራ በኋላ ለመውሰድ እዚያው ቆሜ ሳለ ነገደና ኃይሌ ከሠናይና ፍቅረ ሥላሴ ወግደረስ ጋር ሲከራከሩ አስታውሳለሁ። ኃይሌ ደጋግሞ «ምናለ ደርግ

---

[35] ይህ ሲባል በሕጋዊ መድረክ መሳተፋችን በራሱ ድርጅታዊ ልልነት ማስከተሉ፣ በውስጣችንም ሰርጎ ለመግባት ብዙም የማይከብድ እንደነበርና የኢህአፓ ሰርጎ ገቦች አባሎቻችንን በማስገደልና የወዝና የሰደድ ሰርጎ ገቦችም መኢሶንን በደርግ ፊት የሚያሳጣና የሚያስጠይቅ ተግባር አልፈፀሙም ማለት አልነበረም። ለምሳሌም ያህል «መኢሶን ፓርቲያችን ነው» የሚል መፈክር በሜይ ዴይ በዓል ላይ ይዞ የተገኘው የወዝ ሊግ መሪ የነበረው የሸዋንዳኝ በለጠ ባለቤት የወ/ሮ ሃበሻ ወንድም እንደነበር እኔ ራሴ አስታውሳለሁ። ይህም ሆን ተብሎ ከደርግ ጋር ለማጋጨት እንደነበር መረጃው ነበረን። እኛም ራሳችን ሌሎች ድርጅቶችን ለመሽቀዳደም ሆን ብለን የመለመልናቸው አባሎቻችን ለኢህአፓ ግድያ መልስ በመስጠት የራሳቸውን እርምጃ በመውሰድ ድርጅቱን የሚያሳዝንና ከተጠያቂነት ነፃ ሊሆን የማይችልበት ሁኔታ ውስጥ እንደጨመሩት ጥርጥር የለውም።

ኃይሌ ፊዳ እና የግሴ ትዝታ ገፅ 123

መንግሥት መሆንን አውቆበት በድርጅቶች መካከል በሚደረግ ክርክር ጣልቃ ባይገባ። ወዝ ሊግ እንደ ወዝ ሊግ ከኢህአፓ ጋር መከራከር ምን ችግር ሆኖበት ነው የመንግሥት መግለጫ ድጋፍ የሚያስፈልገው» ብሎ ሲል ሠናይ ተቀብሎ በትክክል እንደማስታውሰው «ደርግ በአብዮቱ መሃል አልቢትሮ አይደለም። ለአብዮቱ ወገናዊነቱን በነዚህ አናርኪስቶች ላይ አቋም በመውሰድ ማረጋገጥ አለበት» በማለት ከፍቅረ ሥላሴ ወግደረስ ጋር ቀድመው የተስማሙበት የሚመስል አነጋገር ተናግሮ እንዳበቃ ነገደ የሚከተለውን ትንቢታዊ (prophetic) አነጋገር ተናገረ።

> ደርግ ኢህአፓን ኮንኖ በመንግሥት ደረጃ መግለጫ ያወጣ ዕለት ኢህአፓ መንግሥት ጦርነት አወጀብኝ ብሎ ጫካ መግባቱና በገጠርና በከተማ ያሉትን አባላቱን ሰብስቦ ቴረሪስት መሆኑ አይቀርም። በመካከላቸውም የታየው ልዩነት እየሰፋና ድርጅቱም ውሎ አድሮ እየተከፋፈለ በሰፊው የተራማጆች ግንባር ለመሰባሰብ ፈቃደኛ ሊሆን የሚችለው የኢህአፓ የውስጥ ተቃዋሚ ተስፋ በመቁረጥ ተጠቃሎ አንድ በመሆን፣ ደርግ እንደመንግሥት ያወጀብንን ጦርነት በጋራ መከላከል የሚለውን አቋም በዋነኛነት በመውሰድ ተመልሶ መዋጡና ውሎ አድሮም መበላቱ አይቀርም። ይህ የመንግሥት መግለጫ ከፍተኛ ጉዳት የሚያደርሰው በአብዮቱ ባጠቃላይና በተለይም በኢህአፓ ውስጥ ባሉ የድርጅቱን መስመር የሚቃወሙት ላይ ነው። በዚህ ዓይነት ኢህአፓን በመኮነን መንግሥት መግለጫ ያወጣ እንደሆነ አክራሪውና አናርኪስቱ የኢህአፓ አመራር የውስጥ ተቃዋሚዎቹን ለማጥፋት አመቺ ሁኔታ ይፈጥርለታልና ደርግ እንደ መንግሥት ኢህአፓን ኮንኖ

> መግለጫ ማውጣት የለበትም። ይልቁንስ ክርክሩ በአብዮታዊ መድረክ እንዲቀጥልና መድረኩም ሳይዘጋ ይህንኑ ክርክር እንዲያስተናግድ ደርግ ድጋፉን መስጠት መቀጠል አለበት።

በሚል ቃል በቃል የማስታውሰውን አቋም ለፍቅረ ሥላሴ ወግደረስና ሠናይ ልኬ ሲናገር ፊንጠር ብዬም ቢሆን በሚገባ አዳምጬው ነበር። ደርግ በኢህአፓ ላይ ጦርነት የሚያውጅ መግለጫ በመገናኛ ብዙሃን ሲለቀቅ እንደተፈራውም በኢህአፓ አመራር አካባቢ የነበሩ አባሎቹ ከየመንግሥት መስሪያ ቤቱና መንግስታዊ ካልሆኑ ተቋማት እየኮበለሉ በስውር አሲምባ በመግባት የጠመንጃውን ትግል (ለምሳሌም ያህል እነይርጋ ተሰማ፣ ገብሩ መርሻና የመሳሰሉት) ተቀላቅለዋል። አዲስ አበባ አካባቢ የቀረው የኢህአፓ አመራር ደግሞ ወጣቱን በነፍሰ ገዳይነት በማሰማራትና እስከ ጥርሱ ድረስ ከታጠቀ የመንግሥት ሠራዊት ጋር በማጋጨት ደርግን ጥሎ የመንግሥት ስልጣን ለመረከብ የቀናትና ሳምንታት ያህል የቀረው የሚመስል ሁኔታ እስከመፍጠር ተደርሷል።

ይህንን ከላይ የጠቀስኩትን ጉዳይ ዶ/ር ነገደ በትክክል ያስታውስ እንደሆነ ብራሰልስ በተገናኘንበት ቀናት አንስቼበት ነበር። እሱም በተጨማሪ ያስታወሰኝ በዚያን ሰዓት እኔ ከነፍቅረ ሥላሴና ሠናይ ጋር ሲከራከሩ ባገኟቿቸው ጊዜ ይህንኑ በተመለከተ ከሕዝብ ድርጅት ማስታወቂያና ፕሮፓጋንዳ ኮሚቴ አባላትና በዚሁ ሰደድንና ወዝን ከሚወክሉ እንደነ ግርማ ንዋይ (ደርግ ወደ መውደቁ ገደማ በብርጋድዬር ጄነራልነት ማዕረግ የፖሊስ ሠራዊት ጠቅላይ አዛዥ) ከመሳሰሉ ጋር ተከራክረውባቸው ግርማ ንዋይም ኢህአፓ በመንግስት ደረጃ

ኃይሌ ፊዳ እና የግሴ ትዝታ ገፅ 125

የመወገዙ ጉዳይ መደገፍ አለበት ብሎ መከራከሩን አስታውሷል። እነ ወዝና ሰደድን ወደዚህ አቋም የመራቸው ምክንያት በአብዮታዊ መድረክ በሚደረገው ክርክር መኢሶን እያየለ መውጣቱና ፀረ ኢህአፓ የሆኑ ጽሁፎች ሁሉ በማን ይጻፉ በማን የመኢሶን አቋም ተደርገው እየተወሰዱ ስለነበረ ይህንን ሂደት ለማገድ የተጠነሰሰ እንደነበር ነገደ ከስብሰባው በኋላ ከዶ/ር ከበደ መንገሻ ጋር መነጋገሩንና ከበደም በዚያ ስብሰባ ኢህአፓን በመንግሥት ደረጃ አውግዞ መግለጫ ማውጣት ትልቅ አደጋ እንዳለው ተናግሮ ነበር በማለት አስታውሶኛል። ነገደ እንደሚያስታውሰው ይህንን ስብሰባ ሊቀ መንበር መንግስቱ ራሳቸው ይመሩት እንደነበርና ይህንን አካሄድ በመቃወም በአብዮታዊ መድረክ የሚካሄደው ክርክር ይቀጥል በሚል የተከራከሩት ከመኢሶን እሱ ራሱ ነገደ፣ ፍቅሬ መርዕድና ተስፋዬ ታደሰ ነበሩ። ውሳኔው በድምጽ ብልጫ ተብሎ ሲያልፍ ፍቅሬ ከፉኛ መናደዱን፣ ነገደና ፍቅሬም የመኢሶን ተቃውሞ በቃለ ጉባዔው እንዲመዘገብ መጠየቃቸውንና ይህም ነገደ «ይድረስ ለግንቦት ከየካቲት» በሚል አርዕስት በዋሽንግተን ዲሲ ባሳተመው መጽሐፍ ገጽ 208-210 ሰፍሮ እንደሚገኝ ነግሮኛል።

ይህ በኢህአፓ ላይ ጦርነት የሚያውጅ መግለጫ እንደወጣ የኢህአፓ ነፍስ ግድያ የመጀመሪያ ሰለባ የሆነው ፍቅሬ መርዕድ ነበር። ይህ ሳያበቃ መርካቶ አካባቢ እነ ገብረ እግዚአብሔር ተስፋዬና ክፍሌ ጄንጅስ ከዚያም የነብርሃኔ ተክለ ማርያም (አስፋው ወሰን 2ኛ ደረጃ ተማሪ የነበረና የአዲስ አበባ ሕዝብ ድርጅት ጽ/ቤት ካድሬ) መገደል ከማደናገጥና መሸበር ያለፈ ራሳችንን እንኳን መከላከል የማንችልበት ሁኔታ ውስጥ ከቶናል። ከዚህም የተነሳ በደርግ ጽ/ቤት እስከመሸሸግና ደርግም

የሚወስደውን ያልተመጣጠነ እርምጃ ለማርገብ የማንችልበት ሁኔታ ውስጥ ጥሎናል። በድርጅታችን አባላትና ደጋፊዎቻችን ላይ ኢ.ህአፓ በየአደባባዩ የመግደል እርምጃውን በነሞገስ ወልደ ሚካኤልና አለማየሁ ኃይሌ «እኛ ከላይ ስንጫናቸው እናንተ ከታች ምቷቸው» (ብርሃነ መስቀል ከሰጠው ቃል የተወሰደ) በሚል መሪ ቃልና አበረታችነት ባፋፋመበት ጊዜ በዚህ ድርጅት አሸባሪዎች፣ ላይ በተወሰደው እርምጃ ምንም አይነት ርህራሄ የማናሳይብት ደረጃ ላይ መድረሳችን ብቻ ሳይሆን የነጩና ቀዩ ሽብር እትብት እዚህ ላይ አብሮ የተቋጠረ እንደነበር መካድ አይቻልም። እነ አለማየሁ ኃይሌና ሞገስ ወልደ ሚካኤል በደርግ ላይ የነበራቸውን የበላይነት በመጠቀም ኮሎኔል መንግሥቱንና የወዝ ሊግ–ሰደድ ተባባሪዎቻቸውን አስወግደውና በተለይም መኢሶንን አስጨርሰው በኩዴታ መልክ ስልጣኑን ከኢ.ህአፓ ጋር ለመጋራት ያደረጉት ሙከራ ሳይሳካ መቅረቱ እርግጥ መተናፈሻ ሰጥቶናል። ብዙም ሳይቆይ እኛም በተራችን የደርግ ግድያ ዕዋ ቀማሽ መሆናችን አልቀረም። ራሳችንን ለማዳን ያልተሳካ መፍጨርጨር ላይ ያተኮርንበት ስለነበር ኢ.ህአፓ በጫረው እሳት ሰለባ ለሆነው ወጣት ከማንም በላይ የኢ.ህአፓን አመራር ጨብጦ የነበረው የነተስፋዬ ደብሣይ፣ ዘሩ ክሸንና ክፍሉ ታደሰ ቡድን ዋና ተጠያቂ እንደሆነ ብርሃነ መስቀል ረዳ ከሰጠው የተከሻነት ቃል ማየት ይቻላል። ብርሃነ መስቀል ከጌታቸው ማሩ ጋር በመሆን ይህንን ሽብርና በተለይም «ባንዳ ምሁራን» በማለት ኢ.ህአፓ የሚጠራቸውን የመኢሶን አባላትና ደጋፊዎች ላይ የሚካሄደውን ግድያ ለማስቆም በሞከረ ጊዜ ተስፋዬ ደበሣይ እንዴት እንደመለሰለት የሚያስረዳውን፣ በተከሳሽነት የሰጠውን ቃል እንደሚከተለው እጠቅሳለሁ፡-

«ተስፋዬ ደበሳይ በቁጣ የወሰድነው ርምጃ ትክክል ነው። መቆምም የለበትም አለኝ። ከዚህ በማከታተል አንተ የማታውቀው ነገር አለ በሚል መንፈስ ሻምበል ሞገስ የፓርቲ አባል መሆኑን ከገለፀልኝ በኋላ የሱ አስተሳሰብ ከዚህ ቀደም የወሰድናቸውን የኃይል እርምጃዎች እንድንቀጥል ነው። በተለይ መኢሶንን በሚመለከት - እኛ ከላይ ስንጫናቸው እናንተ ከታች ምቷቸው የሚል ነው ሲለኝ የማላውቀው ከባድ ነገር ያለ ስለመሰለኝ በአነጋገሬ ላይ ቆጠብ ማለት ጀመርሁ። የመለስኩት ሻምበል ሞገስ የፓርቲ አባል እንደመሆኑ መጠን ሀሳቡን መግለፅ ይችላል። በተጨማሪም በአገሪቱ ያለውን የኃይል ሚዛን ከእኔ የበለጠ ሊያውቀው ይችል ይሆናል። ነገር ግን አስተያየቱ ትክክል አይመስለኝም በማለት ውይይቱን አቋረጥሁ። ከዚህ በኋላ ይህ ነገር እረፍት ስለነሳኝና ስጋት ላይ ስለጣለኝ ጌታቸው ማሩን ለመገናኘት የብዙ ጊዜ ጥረት ካደረግሁ በኋላ ይህንኑ ከተስፋዬ ደበሳይ ጋር ያደረግነውን ውይይትና በተለይም ሻምበል ሞገስ ተናገረ የተባለውን ነገር እንደተነገረኝ ቃል በቃል ነገርኩት። የማናውቀው ከባድ ነገር ሊኖር ይችላል ኩ ዴታ /መፈንቅለ መንግሥት/ በሚል ሀሳብ ተስማማንና ቀደም ብሎ የፓርቲው አመራር የተከተለውን አቋም በመቃወም ለምናገኛቸው የፓርቲ አባሎች በሙሉ የማስረዳት ዘመቻችንን እንድናፋፍምና በተቻለ ፍጥነት በሀሳባችን የሚስማሙ ሰዎችን ከሁለታችን ጋር ለማገናኘት ጥረታችንን እንድንቀጥል ተስማማን» (ገጽ 27 እስከ 28)[36]።

---

[36] ብርሃነ መስቀል ረዳ ወልደ ሩፋኤል የተከሳሽነት ቃል ቀን 11/10/71 ዓ.ም. ዶሴ 6/ቁ/26/71 በአገር አስተዳደር ሚኒስቴር ለአጠቃላይ መረጃ ማ/ማ/ ኮሚቴ አዲስ አበባ ገጽ 27-28።

እኛም ደርግ ኢ.ህአፓን ኮንኖ መግለጫ በማውጣት በድርጅቱ ላይ «ጦርነት» ያህል እንዳያውጅ ከነሐሴ ወር 1968 ጀምሮ የተከራከርንበት ፍሬ ሳይሰጥ በመስከረም ወር ላይ ኢ.ህአፓ በፍቅሬ መርዕድና በሌሎች ጓዶች ላይ ግድያ ፈፀመ። ከዚያ በኋላ እስከ ጥር ወር ድረስ የእነተስፋዬ ደበሳይ «ክሊክ» በእነ ሞገስ ወልደሚካኤልና አለማየሁ ኃይሌ ቡራኬ ግድያውን የማጧጧፍ እርምጃ ወደ የርስ በርስ መጠፋፋት አምርቷል። በመጨረሻ የበጀው ለማንም ሳይሆን ኮሎኔል መንግሥቱ ኢ.ህአፓንና በደርጉ ውስጥ የነበሩትን የዚሁ ድርጅት ውስጥ አርበኞችን – እነሞገስ ወልደ ሚካኤልን፣ ውሎ አድሮ ደግሞ እኛንም አጥፍተው፣ ኃይሌ ገና በጥቅምት 23 ቀን 1967 የተናገረው የእኚህ ሰው ባገር ፍቅር መንፈስ መቃጠል አብቅቶ ሥልጣኑን በፋሽስታዊ አምባገነንነት መጠቅለል ችለዋል።

ኃይሌ ፊዳና ጎህ መጽሔት

ምንም እንኳን እሱን በማሰይጠኑ ሴራ ግንባር ቀደም ብትሆንም ይህችን መጽሔት ማገላበጡና አምዶቿንም ከዳር እስከዳር በማንበብ ይዘቷን መፈተን ይወድ ነበር። አንድ ቀን ከምሳ በኋላ ይህችው ጎህ መጽሔት ዘወትር በምሳ ሰዓት ከምንወያይባቸው አርእስቶች አንዷ ሆና ነበር። እኔም በእኩል ደረጃ ኃይሌን በዚሁ በምሳው ሰዓት ውይይትም ሆነ በሌሎች ርዕዮተ ዓለማዊና ድርጅታዊ ጉዳዮች ላይ እንድሳተፍና ሃሳብ እንድሰጥ ሳልጠየቅ ቀርቼ አላውቅም። በተለይም የአዲስ ፋና ዋና አዘጋጅነት ሃላፊነት ስለተጣለብኝ በመጽሔቷ ላይ ኃይሌ በቋሚነት ለሚያበረክተው አምድም ሆነ አልፎ አልፎም ጥራት በሚለው የመጽሔቱ አምድ ላይ ስለሚወጡት ጽሑፎች መወያየታችን አይቀርም።

ጎህ መጽሔት፤ የሰኔ ወር 1968 ዕትም ሽፋን

አንድ ቀን ምሳ እየበላን ኃይሌ የጎሕን መጽሔት ቁጥር እያነበበ ሲበሳጭ ተመለከትኩት። ጊዜውም ኢህአፓ ወደ ሽብርና ነፍስ ግድያ ወደማምራቱ እየቀረበ የሄደበት ወቅት ነበር። በጎሕ መጽሔት ሰኔና ሐምሌ ወር 1969 ልዩ ዕትም «ላይላ ካሊድ» የምትባል ወጣት ፍልስጤማዊ በአይሮፕላን ጠለፋ በመሰማራት የፈጸመችውን ሽብር ፈጠራ በተመለከተ ከዚህች ወጣት ሴት ጋር የተደረገውን ቃለ ምልልስ እንዳለ ተርጉሞ አወጥቶት ነበር። ይዘቱም ለተናጠል አፈናና አይሮፕላን ጠለፋን የመሳሰለ ስፔክታኩላር ሽብር ፈጠራ እንደ ትግል ዘዴ ከማቆላመጥ (romanticize) ያለፈ እስከማበረታታት የሚደርስ መልዕክት ያዘለ ጽሑፍ ነበር። ምሳችንን በልተን እንደጨረስን ኃይሌ ይህ በጎሕ መጽሔት ላይ ታትሞ የወጣው ጽሑፍ እጅግ በርካታና ንፅህ ወጣት ኢትዮጵያውያንን ሊያሳስትና ወደማያዋጣ የትግል ዘዴ በቀላሉ እንዲሳቡ ሊገፋፋ ይችላልና ዝም መባል የለበትም አለ። ወዲያውም ማስታወሻውን አውጥቶ አንድ ሁለት ነገሮች ካሰፈረ በኋላ ለዚህ ጽሑፍ መልስ እንደሚያዘጋጅና ይህም ምላሽ «ጥራት» በምትባለው የአዲስ ፋና መጽሔት ዓምድ ላይ በቶሎ መውጣት እንዳለበትና ቀደም አድርጌ ለመጭዎቹ የመጽሔቷ ቁጥሮች ካሰባሰብኳቸው ጽሑፎች አንዱ እንዲሆን ተነጋግረን ተለያየን። ኢህአፓ የመጀመሪያውን ሽብር ፍቅሬ መርዕድን በመግደል ሲጀምር ኃይሌ ያዘጋጀው ጽሑፍ ግን ከጥቅምት ወር በፊት ሊደርስ አልቻለም። ለአብነት ያህል በጎሕ መጽሔት ላይ የወጣውን የላይላ ከሊድ ኢንተርቪው ኃይሌ «አብዮታዊ አመፅ ወይስ ሽብር» በሚል ርዕስ ያቀረበውን ትችት ከዚህ በታች አሳጥሬ አቀርቤዋለሁ፡-

> በዚህ አርዕስት ሥር ለመጻፍ ያነሳሳኝ የጎሕ መጽሔት በሰኔና ሐምሌ ወር ልዩ ዕትም ዓምድ ከላይላ ካሊድ ጋር

የተደረገ ቃለ መጠይቅ ትርጉም በማንበቤ ነው። በዚህ መጽሔት ካላሺንኮቭ እንዳነገበች ፎቶግራፏ ወጥቷል። የላይላን ፎቶግራፍ ከጠብመንጃ ጋር ያየና የሰጠችውን ቃለ መጠይቅ ያነበበ ሰው «እንዴት ደፋር ነች!»፣ «እንዴት ቆራጥ ነች!» ማለቱ አይቀርም። ነገር ግን ከሁሉ አስቀድሞ በድፍረት የሚሠሩ ሥራዎች ሁሉ ትክክለኛ መሆን አለመሆናቸውን በሰፊው መመርመር አስፈላጊ ነው» (አዲስ ፋና ጥቅምት 1969 ገጽ 25)

ካለ በኋላ በመቀጠልም

በፍልስጤም ሕዝባዊ የነፃነት እንቅስቃሴ ውስጥ የተወገዘውንና በጣም ጥቂት ተከታዮች ያሉበትን የፍልስጤም ሕዝባዊ ነፃ አውጭ ንቅናቄ የሽብር ፈጠራ ትግል ዘዴ በጎሕ መጽሔት የሰኔና ሐምሌ ልዩ እትም ታትሞ ማውጣቱ ዓላማውና ግቡ ምን ይሆን? አብዮታዊ የትግል ዘዴ ነው ለማለት ይሆን? የኢትዮጵያ አብዮት እየተፋፋመና እየገፋ በደረሰበት ደረጃ አብዮቱን በገጠሙት ዋና ዋና ችግሮች አንፃር ስለ ላይላ ካሊድ የጀብዱ ሥራ ስሜትን ሊቀሰቅስ በሚችል አቀራረብ ቃለ መጠይቅ ተርጉሞ ማቅረብ ለኢትዮጵያ ወጣት ተራማጆች የሚሰጠው «ጠቃሚ ትምህርት» ምን ይሆን? የላይላ ካሊድ ጀብዱ ስሜትን ከመቀስቀስ አልፎ ለጋው ተራማጅ ትውልድ ወደ ተመሳሳይ የሽብር ፈጠራ የትግል ዘዴ ቢሰማራ በኃላፊነት የሚጠየቀው ማነው? የኢትዮጵያ አብዮት ዕድልስ ምን ይሆናል? የወጣቱ ተራማጅ ትውልድስ እነኚህን በመሳሰሉ ጽሑፎች ስሜቱ ከተነካ በአብዮታችን የሚኖረው አሰላለፍ ምን መልክ ይወስድ ይሆን? ... በጎሕ መጽሔት የሰኔና ሐምሌ ወር እትም ስለላይላ ካሊድ የቀረበውን ቃለ መጠይቅ ሳነብ

> በአእምሮዬ የተመላለሱብኝ ጥያቄዎች እነኚህና እነኚህን የመሳሰሉት ነበሩ። የተባለው ቃለ መጠይቅ በኢትዮጵያ ወጣት ተራማጅ አእምሮ ሊያሳድር የሚችለውን ጠንቀኛ መርዝ መዋጋት እንደ አብዮታዊ ተግባር አድርጌ እቆጥረዋለሁ። ስለዚህም ለኢትዮጵያ አብዮት ከገንቢነት ይልቅ አብዮቱ ወደ አደጋ እንዲያመራ ሊያግዝ የሚችለውን የላይላ ካሊድንና የመሳሰሉትን የሽብር ፈጠራ የትግል ዘዴዎች ፀረ-አብዮታዊነት ማሳየት አስፈላጊ ነው። ... (አዲስ ፋና ገጽ 25፣ ጥቅምት 1969)።

የኃይሌን ጽሑፍ በሰፊው ለመጥቀስ አንባቢን ያሰለች ይሆናል። ጽሑፉን ማግኘት የሚፈለግ ከዚህ ገጽ መጨረሻ ያሰፈርኩትን የግርጌ ማስታወሻ በመከተል ሙሉ ጽሑፉ ከሚገኝበት ፈልጎ ማንበብ ይችላል[37]። ለማንኛውም የሚከተለውን ብቻ ጠቅሼ ወደሚከተለው ምዕራፍ አልፋለሁ።

> «ስለላይላ ካሊድ የወጣው ልዩ እትም የአንባቢን በተለይም የወጣቱን ስሜት በመቀስቀስ በግንፍል ልቦና ከሰፊው ሕዝብ የትግል ሂደት ተገንጥሎ ወደግላዊ የሽብር ፈጠራ እንዲሰማራ ይገፋፋል። የግለሰቦችን ጀግንነትና ጀብዱ ማስፋፋት ግለሰቦች በሰፊው ሕዝብ የነቃ፣ የተደራጀና የታጠቀ ሃይል እንዳያምኑና ዘላቂ ነፃነት በሚጠይቀው መራራ ትግል ትዕግስት ኖሯቸው እንዳይሳተፉ፣ ነገር ግን ለራሳቸው ዝና ሲሉ በተናጠል የሽብር ፈጠራና የአናርኪስት ጀብዱ እንዲሰሩ ማበረታት ነው። ጎሕ የላይላ ካሊድን ቃለ መጠይቅ ያቀረበችው የላይላን «አብዮታዊነት» ለማሳየት ነው። ነገር ግን

[37] አዲስ ፋና ጥቅምት 1969 ብርሃንና ሰላም ማተሚያ ቤት አዲስ አበባ። የዚህ መጽሔት ቅጂ አሜሪካን አገር ኮንግረስ ቤተ መጽሐፍት ቤት ይገኛል።

የላይላና የድርጅቷ መስመር የተስፋ ቆራጭ አናርኪስት ንዑስ ከበርቴ ድርጊት እንደሆነ መረጃዎች ማቅረብ ይቻላል ... »

የኃይሌ ጽሑፍ ዓለም አቀፍ ድጋፉን እያገኘ በሄደው የፍልስጤማውያን ነፃነት ትግል ላይ ይህንን የመሰለው ሽብር ፈጠራ የፈጠረው ተቃውሞ እሥራኤል ለምትወስደው የበቀል እርምጃ ሌጂትመሲ ከመስጠት ያለፈ የፍልስጤም ነፃ አውጭ ግንባር ያገኘውን ዓለም አቀፋዊ ድጋፍ እየሸረሸረው መሄዱን በማሳየት ወጣቱ በዚህ መርዘኛ የትግል ዘዴ ቢማረክ ተጠያቂው ማነው? የሚል ጥያቄ በማንሳት ኃይሌ ጽሑፉን ይደመድማል። እንዳጋጣሚ ይሁን አይሁን እርግጠኛ መሆን ባልችልም የሰኔና መስከረም ወሩ በጎሕ መጽሔት ልዩ እትም ስለ ላይላ ካሊድ ታትሞ የወጣው ጽሑፍ ገና የተጻፈበት ቀለም ሳይደርቅ በዚያው መስከረም ወር ኢህአፓ በፍቅሬ መርዕድ ላይ ከፈፀመው ግድያ ጋር ተገጣጥሟል። ለጽሑፉ መርዘኛነት እንደ ማረጋገጫ ነበር ማለት ይቻላል።

ፍቅሬ መርዕድ

በኢህአፓ ጥይት ለመውደቅ የመጀመሪያውም የመጨረሻውም ሰው መሆን የማይገባው ሰው ቢኖር ፍቅሬ መርዕድ ነበር። በአንደበቱ ልስላሴ፣ ለሰው ባለው አክብሮት፣ የማንንም ሃሳብ የማዳመጥና ለመቀበል ችግር የሌለበት፣ በውይይት የማሳመን ልዩ መምህራዊ ተክህኖ (pedagogical skill) የነበረው ሰው ነበር። በመስከረም 21 ቀን 1969 በኢህአፓ ጥይት የወደቀውን ጓዳችንን በፀባዖት ቅድስት ሥላሴ ካቴድራል ለመጨረሻ ጊዜ ከመሰናበታችን በፊት የተሰማንን ሃዘን፣ ለፍቅሬም የነበረንን ፍቅርና አክብሮት ለመግለፅ የካቲት 66 የፖለቲካ ት/ቤት ሰብሰብ ብለን ነበር። ይህ ግድያ ያልተጠበቀና አስደንጋጭ

የነበረውን ያህል በመኢ.ሶን አመራር፣ አባላትና ደጋፊዎች መካከል የቀሰቀሰው ቁጣና ምሬት ከፍተኛ ነበር ቢባል የሚገርም አይደለም። በስነ ሥርዓቱም ላይ ተናጋሪ ከነበሩት መካከል የመኢ.ሶን ማዕከላዊ ኮሚቴ አባላት፣ የሰራተኛና የቀበሌ ማህበራት ተወካዮች ይገኙበት ነበር። በየተራ ከቀረበውም ንግግር መካከል አብዛኛው ቁጣ የተመላበትና የአንድ አብዮታዊ ታጋይ ግድያን በብዙ በሚቆጠሩ የኢ.ህአፓ አናርኪስቶች ላይ እርምጃ በመውሰድ በቀልን እስከመጋበዝ የሚደርስ ሃዘንና ዕንባ የቀላቀለ ብቻ ሳይሆን ማቅራራትና ሽለላ ድረስ የሚደርስ ንግግር ነበር ቢባል ከሁኔታውና ግድያው ከቀሰቀሰው ስሜት አንፃር ሲታይ የሚገርም አይሆንም። የሁሉንም ንግግር፣ ሃዘንና ዕንባ፣ ዋይታና ልቅሶ አብዛኛውን ጊዜ አንገቱን አቀርቅሮ ሲያዳምጥ ከቆየ በኋላ በመጨረሻ በዚሁ ስነ ሥርዓት ማብቂያ ላይ ተነስቶ የተናገረው ኃይሌ ፊዳ ነበር። ከንግግሩ መካከል የማይረሱኝ ቃሎች «ኧረ ተው ጓዶች! እንዲህማ ሊሆን አይችልም ጓዶች!» የሚሉት ነበሩ። ንግግሩ እስከማስታውሰው ድረስ የሚከተለው ነበር።

> ውድ ጓዶች፣ ልብ ብለን ብናስተውለውና የአናርኪስቱ ቡድን ይህንን የመሰለ ጥቃት ሊፈጽምብን የቻለው ለምን እንደሆነ ራሳችንን ብንጠይቅ መልሱ እንደምናስበው ድርጅታችን ጠንካራና አቋማችን ትክክል ስለሆነ ብቻ እንዳልሆነ እንረዳለን። ይህ ጥቃት ሊፈጸምብን የቻለው በእርግጥም ድርጅታችን ደካማና ገና ብዙ ያልተሰራ ሥራ በመኖሩ እንደሆነ ማመን ይኖርብናል። ከአናርኪስቱ ኢ.ህአፓ ጉያ ወጣቱን ለመሳብና ወደድርጅታችን አቋም ለማምጣት አለመቻላችን በራሱ ይህንን ለመሳሰሉ ጥቃቶች ሊያጋልጠን ችሏል።

ለኢሀአፓ ምላሹ በቀል አይደለም። ይህማ ኢሀአፓን ራሱን መሆን ነው ጓዶች። ኸረ ተዉ ጓዶች! እንዲህማ ሊሆን አይችልም ጓዶች! ድርጅታችንን ማጠናከርና ከተመሳሳይ ጥቃት መጠበቅ የምንችለው አቋማችን በአብዛኛው ኢትዮጵያዊ ተራማጅ ወጣትና ባለማወቅና በመከፋት ለዚህ ቡድን ድጋፍና መጠጊያ በሚሰጠው ወገን ዘንድ ተቀባይነት ሲኖረው ብቻ ነው። ያን ጊዜ ጠንካራ መከላከያችን ወጣቱ ራሱ ይሆናል ...

በአጋጣሚ አሜሪካን አገር ኮንግረስ ቤት መጻሕፍት ስለዚህች አጭር ማስታወሻ የጎደለኝን መረጃ በማሰባሰብ ላይ እያለሁ ከአብሮ አደጌና ሁለተኛ ደረጃ ት/ቤት አብረን ከተማርነው የልጅነት ጓደኛዬ ዶ/ር አድማሱ ጣሰው ጋር ተገናኘን። እሱም ምን በመሥራት ላይ እንዳለሁ ጠይቆኝ ከጥቂት ወራት በፊት ጡረታ መውጣቴንና እግረ መንገዴን ወደ አሜሪካን አገር የመጣሁበትን አጋጣሚ በመጠቀም «ኃይሌ ፊዳና የግሌ ትዝታ» በሚል ለጀመርኩት መጽሐፍ መረጃ ለማፈላለግ ኮንግረስ ቤተ መጽሐፍት ብቅ ማለቴን ገለጽኩለት። እሱም በአብዮቱ ዘመን ኢትዮጵያ ስለነበርና ከኢሀአፓ፣ መኢሶንና አልፎ ተርፎም ከአብዮት እና «ቀይ ኮከብ» (በእነ አሰፋ እንደሻው የሚመራው) ቡድኖችም ወዳጆችና ጓደኞች ስለነበሩት አቋማቸውንና ክርክራቸውን ይከታተል እንደነበር እኔ የማስታውሰውን ያህል እሱም እያከለበት በሰፊው ስንጨዋወት ፍቅሬ መርዕድ ግድያ ላይ ደረስን። ዶ/ር አድማሱም ለፍቅሬ መርዕድ ስንብት በየካቲት 66 የፖለቲካ ት/ቤት በተዘጋጀው ሥነ ሥርዓት ተገኝቶ እንደነበርና የተደረጉትን ንግግሮች ሁሉ ማዳመጡን አጫወተኝ። ለመጀመሪያና መጨረሻ ጊዜ ኃይሌ ፊዳ የሚባለውን ሰው በአካል ያየሁት የዚያን ዕለት ነበር በማለት

ካስታወሰ በኋላ ከሱ የሰማው ንግግር በአመለካከቱ ላይ ትልቅ ተፅዕኖ ያሳደረ እንደነበር ገለጸልኝ። ለኔ ትልቅ አጋጣሚና ለራሴ ትውስታ ማመሳከሪያ የማግኘት ዕድሉን የከፈተልኝ በመሆኑ ከኃይሌ ንግግር የሚያስታውሰው ምን እንደነበር ጠየኩት።

> እንዲህማ ሊሆን አይችልም ጓዶች! ይህማ ኢህአፓን ራሱን መሆን ነው እያለ ጥቃቱ የደረሰብን ድርጅታችን ደካማ ስለሆንና ገና ያልተሰራ ብዙ ሥራ ስለሚጠብቀን ነው በማለት ወጣቱን ከአናርኪስቱ ቡድን ጉያ ማውጣት እስካልቻልንና የተቃዋሚዎቻችንን ሰፈር win over ወይም neutralize ማድረግ እስካልቻልን ድረስ ጥቃቱ የማይቀር ነው። ስለዚህ ምላሹ በቀል አይደለም ሲል የተናገረው ዘወትር እስከዛሬም ድረስ የማይረሳኝና የራሴንም አመለካከት ለመለወጥ ትልቅ ተፅዕኖ ያሳደረ ንግግር ነበር። ወደኋላ ተመልሼ ሳስበው ኃይሌ ያንን የመሰለ አስደንጋጭ ሁኔታ በርጋታና አርቆ አስተዋይነት ለመተንተንና ለማስረዳት የተጠቀመበት የበሰለ ቋንቋ እውነትም ኃይሌ የፖለቲካ መሪዎች ሊኖራቸው የሚገባ የመሪነት ብቃት ያለው ሰው ነበር የሚል የምስክርነት ቃል ለመስጠት አስችሎኛል

በማለት ዶ/ር አድማሱ ጣሰው አጫውቶኛል። ከላይ እንደገለጽኩት በፍቅሬ መርዕድ ላይ የተፈፀመው ግድያ ያልተጠበቀና ያልተዘጋጀንበት ስለነበር አስደንጋጭነቱ የሚገርም አልነበረም። ከዚህም የተነሳ ለተወሰኑ ቀናት በደርግ ጽ/ቤት ውስጥ ነጠል ብሎ በሚገኘው የኮሎኔል መንግሥቱ መኖሪያ ቤት እያመሸንና በጂፕ ላይ በተጠመደ ቢ.50 መትረየስ እየታጀብን አንዳንዴም ከምሽቱ 4 ሰዓት አንዳንዴም እኩለ

ሌሊት ገደማ እኔ፣ ኃይሌና አንዳርጋቸው ወደምንኖርበት መኖሪያ ቤት እንሸኝ ነበር። በኮሎኔል መንግሥቱ መኖሪያ አብረውን የሚያመሹት የህብረቱ ድርጅት አባል መሪዎችና የቅርብ ተባባሪዎች፣ እንዲሁም ደግሞ የደርጉ ቋሚ ኮሚቴ አባላት ጭምር ነበሩ። አጋጣሚው ኢህአፓ ፍቅሬ መርዕድን በመግደል በአሸባሪነት የተሳካለት የሚመስለውን ለጊዜውም ቢሆን የማደናገጥ ጉዳይ የተመለከተ ይሁን እንጂ፣ በየመካከሉ የጨዋታውና የቀልዱ ጉዳይ ብቅ ባለ ቁጥር የዚያኑ ያህል ደግሞ አንዳንድ ርስ በርስ የሚያስተዛዝቡ ገጠመኞች መድረሳቸው አልቀረም ነበር።

አንድ ቀን ማታ በዚያው በኮሎኔል መንግሥቱ መኖሪያ የፓለቲካ ክርክሩ አብቅቶ ወደ ጨዋታ ቀልዱ አምርቶ እሳቸውም ዘና ብለው ከተቀመጡበት ሶፋ ላይ ሆነው ሰዓቱም እየመሸ በመሄዱ ይሆን የተለምዶ የወታደር ቡት ጫማቸውን ክር ለመፍታትና ካንጋቾቻቸው መካከል ለእግራቸው ሙቅ ውሃ ይዞ በመቅረብ ላለው ሰው ራሳቸውን ሲያዘጋጁ ሌላው አንጋቻቸው ጫማቸውን ለመፍታት ተንደረደረ። ይህንን የተመለከተው ከህብረቱ ድርጅቶች መሪዎች መካከል አንዱ ሰውም አብሮ ተንደርድሮ ካንጋቹ ቀድሞ የኮሎኔል መንግሥቱን ጫማ ለማውለቅ ከአንጋቹ ጋር ትንቅንቅ ያዘ። ይህንን የተመለከቱት መንግሥቱ ኃይለ ማርያምም «ኧረ አይገባም!» እያሉ ከልባቸው ይሁን ወይም ለይስሙላ ያህል ለማወቅ በሚያስቸግር ሁኔታ ለመከላከልና አንጋቾቻቸው እንዲያወልቁላቸው ለመመቻቸት ቢሉ ቢሰሩ የሚሆን አልሆነም። ይኸው ከህብረቱ ድርጅቶች መሪ አንዱ የሆነው ሰው ጡንቸኛና ፍርጥም ያለ ስለነበር አንጋቹን ገፍትሮ እሱ

ጫማቸውን አወለቀላቸው። ወዲያውም የእግር ውሃ ይዞ የቀረበውንም አንጋች ተቀብሎ ውሃውን እግራቸው ሥር አደረገላቸውና ድርጊቱ ከሚያሳፍር ይልቅ የሚያኮራ ይመስል ምንም ሳይመስለው ፈገግ እያለ ወደ መቀመጫው ተመለሰ። የዚህን ጊዜ እኔ እንደምንም ብዬ ሰረቅ አድርጌ ከፊት ለፊቴ ትይዩ የተቀመጠውን ኃይሌን አየት አደረኩት። እሱም ወደ እኔ እንደተመለከተ ሳይታወቅበት አየት እንዳደረገኝ መቼም ኮሎኔል መንግሥቱ ማለት ቀበሮ ማለት ናቸውና እሳቸውም ለካ ወደ ኃይሌ ዓይናቸውን ሰደድ አድረገው ኖሯል። በማግሥቱ ጥዋት እንደተለመደው ከኃይሌ ጋር ቢሯቸው ሲገናኙ ይህንን ጉዳይ አንስተውበት ኖሮ እሱም ስንገናኝ ምን እንዳሉትና እንዴት እንዳነሱበት አጫወተኝ

> ተገቢ ነገር አይደለም በእውነቱ። ተራማጅ ነን እያልን እስከዚህ መድረስ የሚያስፈልግ አይመስለኝም ሲሉኝ ዝም ብዬ አዳመጥኳቸው። ይህን ጊዜ በልባቸው እያንዳንድሽን ከጫማዬ ሥር ሳላንበረክክሽ ብቀር እኔ አይደለሁም ብለው መዛታቸው ይቀር መሰልህ

ይህ እንግዲህ ራስን እስከማዋረድና ከበሬታ እስከማጣት የተደረሰበትን አጋጣሚ የሚያስታውስ ሲሆን ይህ አጋጣሚ በኃይሌ ላይ ያሳደረው የመከፋት ስሜት የሚረሳ አልነበረም።

የኤርትራ ጉዳይና ኃይሌ ፊዳ

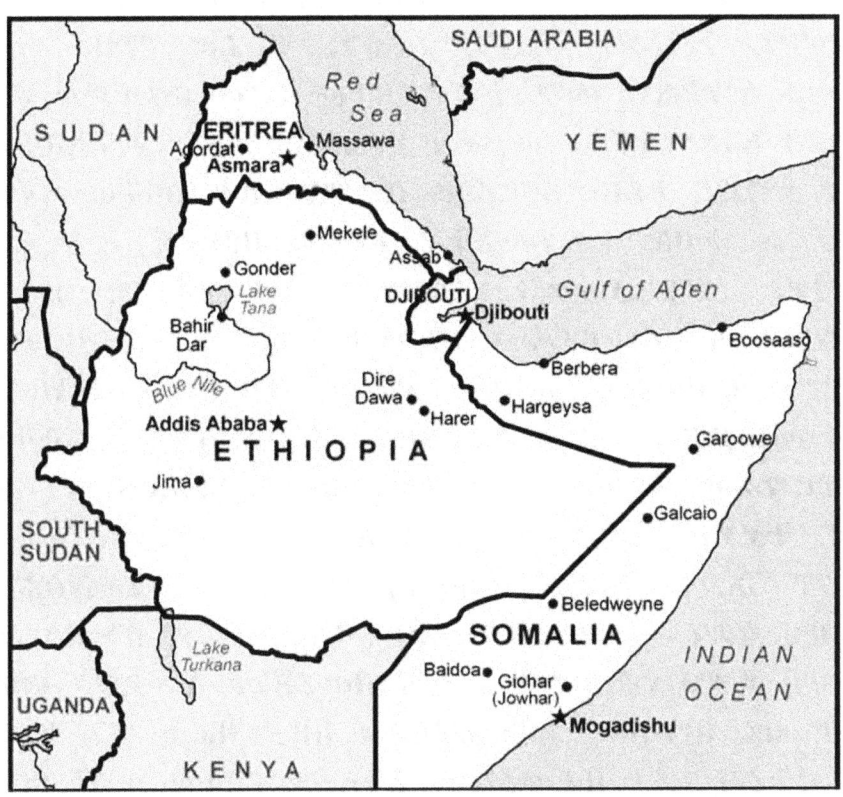

የኤርትራን ችግር በሰላም ለመፍታት የተነደፈው «የዘጠኝ ነጥብ የፖሊሲ ውሳኔ» እንደተመለደው የምሳ ሰዓት መወያያችን ነበር። ለደርግ የቀረበው ከተወያየንበትና ወደ ድርጅቱ ማዕከላዊ ኮሚቴ ቀርቦ ከተወሰነ በኋላ ነበር። እኛ የተወያየንበት ረቂቅ እና አዋጅ ሆኖ በመገናኛ ዘዴዎች በተለቀቀው መካከል የቃላት

ልዩነት ስላልነበረው የቀሩት የሕዝብ ድርጅት ጽ/ቤት አባል ድርጅቶችና የደርግ ቋሚ ኮሚቴና ሰፊው የደርግ አባላት መኢሶን ባቀረበው ሃሳብ ተስማምተውበት ነበር ማለት ይቻላል።

ይህ የግንቦት ስምንቱ «የዘጠኝ ነጥብ የፖሊሲ ውሳኔ» የመንግሥት አቋም ቢሆንም ይህንኑ በሰፊው ማብራራትና በሥራ ለማዋልም መሟላት የሚገባቸው ቅደመ ሁኔታዎች ምን መሆን እንደሚገባቸው ውይይት የሚጠይቁ ነበሩ። ምናልባትም ወደ ድርድር ተደርሶ በየደረጃው ስምምነት ሊደረስባቸው ይችሉ ይሆናል ተብሎ የሚገመቱትን ጉዳዮች በየደረጃ ሥራ ላይ ለማዋል የሚጠይቀውን ሰላማዊና ዴሞክራሲያዊ ሁኔታ የሚያትትና ለውይይት የሚጋብዝ ሰፊ ፅሑፍ በኃይሌ አዘጋጅነት በመኢሶን ሕጋዊ መጽሔት አዲስ ፋና ወጥቶ ነበር። በተመሳሳይም ከዚህ መለስ ብሎ መኢሶን እንደ ድርጅትና በፕሮግራሙ መሠረት ካቀረበው የብሔር/ብሔረሰቦች ጉዳይ ጋር ተያይዞ እንዴት መተንተን እንዳለበት የሚገልፅ ፅሑፍ ደግሞ ሕጋዊ ባልሆነው (ሕቡዕ) የድርጅቱ ልሳን «የሰፊው ሕዝብ ድምፅ» ጋዜጣ ወጥቶ ነበር። በአዲስ ፋናም ሆነ በሰፊው ሕዝብ ድምፅ የቀረበውን ትንተና በመረጃነት ለመደገፍ ያህል ዝቅ ብዬ በማሳጠር አቅርቤዋለሁ። ከዚያ በፊት ግን ኃይሌ የኤርትራን ጉዳይ በተመለከተና እንዴትስ የሰላሙ ጥረት በበቂ ሳይገፋበትና እልህ አስጨራሽ ተብሎ የሚባል ደረጃ እንኳን ሳይደረስ፣ እንዴት እንደተጨናገፈ ኃይሌ የተጠቀመበትን ቃልና አነጋገር የማስታውሰውን ያህል እንደሚከተለው አቀርባለሁ። ይህም ምናልባት የዘጠኝ ነጥቡ የፖሊሲ ውሳኔ የራሣ ዘመቻን እንዳስቀረው ሁሉ ከወታደራዊ መፍትሄ ይልቅ በሰላማዊ መንገድ ችግሩን ለመፍታት እስከ መጨረሻው ተሞክሮ ቢሆን ምናልባት ውጤቱ የተለየ ሳይሆን አይቀርም

የሚል ግምት ለማስዳር ዕድል ይሰጥ ይሆናል የሚል ግምት አለኝ። ኃይሌም ከኤርትራ ኮሚሽን በገዛ ፈቃዱ የተሰናበተበትን ምክንያት ለማስረዳት ይረዳል ብዬ አምናለሁ። በተረፈ ከቀዳማዊ ኃይለ ሥላሴ መንግሥት ጀምሮ እስከ ደርግና ኢህአዴግ ድረስ በተደጋጋሚ ያጣነውን በሰላም ችግሩን የመጨረስ ዕድል በአንክሮ ለማስታወስና በተለይ የኃይሌ ፊዳን ሚና የታሪክ ምሁራን እንዲመረምሩት ይረዳ እንደሆን በማለት አቀረብኩት እንጂ ሌላ የሚፈይደው ነገር ያለ ለማስመሰል እንዳልቀረበ እንዲታወቅልኝ እሻለሁ።

> «በተደጋጋሚ በተደረገውና ሳንታክት ባደረግነው ጥረት ከኤርትራ ግንባሮች በተለይም ከኢ. ፒ ኤል ኤፍ (ሻዕቢያ) ጋር የግንኙነት መስመር ፈጥርን ነበር። ሱዳንና መካከለኛው ምሥራቅ ያሉ አንዳንድ መንግሥታትና በኤርትራ የሚኖሩ ያገር ሽማግሌዎች ጭምር ውስጥ ለውስጥ በመላላክ ግንኙነቱ እንዲፈጠር ታላቅ ሚና ተጫውተዋል። ከብዙ ጥረት በኋላና በኢትዮጵያም መንግሥት ሆነ በሻዕቢያ በኩል የቀረቡት ቅድመ ሁኔታዎች ሲያከራክሩ ቆይተውና አንዳንድ ጊዜም ተስፋ የመቁረጥ ደረጃ ላይ እስከመድረስ ደረጃ ተደርሶም ቢሆን በማያታክት የዲፕሎማሲ ጥረት ችግሩን በሰላም የመጨረሱ ዕድል ተከፍቶ ነበር። በተለይም በመጀመሪያው የታንዛንያ ፕሬዝደንት በነበሩት ጁሊየስ ኔሬሬ ጥረት በመጨረሻው ያለምንም ቅደመ ሁኔታ በዳሬሰላም ከተማ ቀጥተኛ የሰላም ድርድር ላይ ለመገኘት ሻዕቢያ እስከመስማማት ደርሶ ነበር። በዚህ ጊዜ ገደማ ደግሞ ሻዕቢያ በወያኔ ሐርነት ትግራይ ነፃ አውጭ ግንባር እየተረዳ ኢ. ኤል ኤፍን ከጋሽ ሸለቆ በማስወጣት ትልቅ ወታደራዊ ድል በመቀዳጀቱ

የተሸነፈው ኢ. ኤል ኤፍ በወታደራዊ ኃይል ደረጃ እየተፈረካከሰና አባላቱም እየከዱት ለኢትዮጵያ መንግሥት እጅ ከመስጠት ያለፈ ለደርግ የፖለቲካ ድጋፍ በመስጠት በመገናኛ ብዙሃን ድማፃቸው በብዛት መሰማት የጀመረበት ጊዜ ነበር። በዚያኑ ወቅት አካባቢም የሻዕቢያ መሪ ኢሳይያስ አፈወርቂ በጦር ሜዳ ቆስሎ ሳውዲ ዓረቢያ ይገኛል የሚል ዜናና ይህንኑ ዜና የሚቃረን ሌላ ዜና ይነፍስ ነበር። ኢሳይያስ አፈወርቂ በጭንቅላት ወባና ጉበት በሽታ በፀና ታሞ ሳውዲ በህክምና ላይ ይገኛልና ረዘም ላለ ጊዜ በሕይወት መኖሩ አጠራጣሪ ነው እስከሚል ስፔኩሌሽን ድረስ ተደርሶ ነበር። ይህንን ዜናና በኤርትራ የነበረውን ኃይልና የኢ. ፒ ኤል ኤፍ (ሻዕቢያ)ንም የውስጥ፣ ያካባቢና ሌላም ግንኙነቶች በበሰለ ኢንተልጀንስ ከመዳሰሱ በፊትና ደርግም በኤርትራ ግንባሮች መካከል ጣልቃ ሳይገባና ይህ ተራማጅ ሌላኛው ደግሞ አድሃሪ ከሚል አቋም ተቆጥቦ ለሁለቱም ድርጅቶች እኩል በሰላሙ ጥሪ ውስጥ እንዲሳተፉ ጥረት ከማድረግ ይልቅ የሻዕቢያን በዳሬሰላም ያለ ቅድመ ሁኔታ የመደራደር ፍላጎት ከድካም የመነጨ አድርጎ ተመለከተው። የድርጅቱ አመራር ቀውስ ውስጥ ከመወደቁ የተነሳ ድካም ተሰምቶትና ኢ. ኤል ኤፍንም ከጋሽ ሸለቆ ለማስወጣት አቅም ከማጣት የተነሳ የወያኔ ሃርነት ትግራይ ነፃ አውጪ ግንባር ድጋፍ እንዳስፈለገው በማመን ወደ ድርድር ከመሄዳችን በፊት መጀመሪያ በጦር ሜዳ እናንበረክካለን በማለት የኮሎኔል መንግሥቱና ወታደራዊ አመራር ልምድና ብቃት ባልነበራቸው የበታች መኮንኖችና ካድሬዎች ምክር በመስከር፣ የረጅም ጊዜ የጦርና የአመራር ልምድ የነበራቸውንና እዚያው ኤርትራ የሚገኙ አዛዦችን ምክር ባለመስማት የጦርነት መፍትሄ እንደ ብቸኛ አማራጭ

ተወሰደ[38]። እኔም ይህንን የሰላም ዕድል እንዳናጣ ሊቀ መንበሩን ቤታቸው ድረስ ሄጄ ሳነጋግራቸው ሻዕቢያ ድካም ቢሰማው ነው እደራደራለሁ የሚለው በማለት መጀመሪያ በጦር ሃይል ካንበረከክነው በኋላ ነው የምንደራደረው ብለው አሰናበቱኝ። በማግስቱም እንደገና ወደ ቢሯቸው በመሄድ ከኤርትራ ኮሚሽን በገዛ ፈቃዴ መሰናበቴን ነገርኳቸው። እሳቸውም እንደ ቀድሞው ቢሆን የማንገራገርና ምክንያቶቼ ላይ የሚመስላቸውን ከመናገር ተቆጥበው አያውቁም ነበር። የዚያን ዕለት ግን ደህና ምናለ፣ ባንተ ምትክ ሌላ ሰው እንዲተካ በሕዝብ ድርጅት ጽ/ቤት ስብሰባ ይወሰንና ይቅረብልን። እኛም የተባለው ተተኪ በበኩላችን ተቀባይነት ያለው ሰው ከሆነ እንቀበላለን ብለው አሰናበቱኝ። ውሎ አድሮ ግን ውሳኔዬን የኩርፊያና በኤርትራ ጉዳይ አለመኢሶን በስተቀር ሌላ ድርጅት መደመጥ የሌለበት አድርጌ ከመመልከት የመነጨ አድርገው ተመልክተውት ነበር። በክተት ዘመቻውም የመሳተፍ ፍላጎት እንዳልነበረን አድርገው በመውሰድ ይህ አመለካከት በወዝ ሊግና አብዮታዊ ሰደድ በሰፊው እንዲታመንበትና በዚሁ የኤርትራ ጉዳይ ጭምር ውሎ አድሮ ተከሳሽ ለማድረግ

[38] በአውሮፓ አቆጣጠር 1993 ይመስለኛል ኢህአዴግ ሥልጣን ይዞ ኤርትራም ነፃ መንግሥት ሆና እንድትቋቋም ዕውቅና ከተሰጠ በኋላ የኢትዮጵያንና ኤርትራውያን ተራማጆችን ለማቀራረብ በሚል አንድ መድረክ አዘጋጆቹ ከአዲስ አበባ ዩኒቨርስቲ ጀምሮ ወዳጄ የነበረውን የታሪክ መምህርና ጋዜጠኛ ፓትሪክ ጂልክስን ስዊድን አገር ጋብዘው በመኖሪያ ቤቴ ባስተናገድኩበት ጊዜ ስለኤርትራ ጉዳይ አንስተን ተወያይተን ነበር። በጂልክስ ዕውቀትና ግምገማ «የኤርትራን ችግር በጦር ኃይል ለመፍታት እንደ አማራጭ እንኳን ቢወሰድ የጦርነቱ ጉዳይ መተው የነበረበት ለሃምሳ አለቆችና ለካድሬዎች አልነበረም። ኮሎኔል መንግሥቱም ቢሆን ከመሣሪያ ግምጃ ቤት ያለፈ የጦር ሜዳ ዕውቀትና ልምድ ያልነበረው ሰው ነው። ከሱ ይልቅ በብዙ ጦር ሜዳ የዋሉት ወላጅ አባቱ (ሃምሳ አለቃ ኃይለ ማርያም ወልዴ) ይሻላሉ» በማለት ካፌዘ በኋላ በኤርትራ የኢትዮጵያ ጦር አዛዥ የነበሩትን እነ ጄነራል ደምሴ ቡልቶን፣ ረጋሣ ጂማንና የመሳሰሉትን በስም በመጥራት «እነኚህ የኢትዮጵያ ጄነራሎች እንኳንስ የኤርትራን ይቅርና የቬይትናምን ጦርነት መርተው ማሸነፍ የሚችሉ፣ በውትድርና የአመራር ችሎታቸው ዓለም አቀፍ እውቅና ማትረፍ የሚችሉ ሰዎች ነበሩ» በሚል የነገረኝን በዚህ የግርጌ ማስታወሻ ላይ ማስፈር እወዳለሁ።

> ጥድፊያ መያዙን ተገንዝቤ ነበር። ደርግ የኢሳይያስ አፈወርቂን የጤና ሁኔታ የሻዕቢያን ድርጅታዊም ሆነ ወታደራዊ አቅም ከፉኛ ያናጋው አድርጎ በመውሰድ ከሻዕቢያ ጋር ከመደራደር ይልቅ የተራረፈውን ኃይል ይዞ የት እንደሚገኝ ከማይታወቀውና አባላቱም የጦር ሜዳ ሽንፈቱን በማየት ወደ ደርግ ከገቡት የኢ. ኤል ኤፍ ድርጅትና አባላት ጋር መደራደርን ወደመምረጡ አዘነበለ[39]። ደርግም ሆነ ሊቀ መንበሩ ማዳመጥና ማመን የፈለጉት ፓለቲካዊም ሆነ ወታደራዊ ልምድ ያልነበራቸውን ወገኖች ስለሆነ በተለይ ኮሎኔል መንግሥቱ የሰከሩበት ወታደራዊ መፍትሄ አሸንፎ ለማየት ስለሆነ ከዚህ በኋላ በዚህ የኤርትራ ኮሚሽን ውስጥ በአባልነት የምቀጥልበት ምክንያት የለኝም። መኢሶን ያኮረፈ እንዳይመስል ከተፈለገ ድርጅቱ ሰው ሊመድብ ይችላል። ይህንን ወታደራዊ መፍትሄ ማስቀረት ካልተቻለ ጊዜው ይርዘም እንጂ ኤርትራ ከመገንጠል አትድንም።

ኃይሌ ይህንኑ የኤርትራን ችግር በጦርነት ለመፍታት የተወሰደውንና ያልተስማማበትን እርምጃ አስመልክቶ በተከሳሽነት የሰጠውን ቃል እንዲያብራራ ተጠይቆ በድጋሚ ቃሉን የሰጠበትን መዝገብ ለሚያገላብጥ ይህንኑ አቋሙን ከላይ ከጠቀስኩት ጋር ተመሳሳይ በሆነ መንገድ እንድሚከተለው

[39] ኃይሌ እንደሚለውና እኔም ራሴ ከማስታውሰው የታሪክ አጋጣሚ ሆኖ የጦር ሜዳ ሽንፈት ቢደርስበትምና በአመራሩ ላይ ሙስሊሞች ይበዙበታል በሚል በሻዕቢያ ይከሰስ እንጂ በጽሑፍም ሆነ በያጋጣሚው በአውሮፓ መድረኮች ላይ ተገናኝተን በተከራከርንባቸው ዘመናት የኢኤልኤፍ አባላት የተሻለ የተራማጅነትና የትንተና ችሎታ እንደነበራቸው አይካድም። ለሻዕቢያ ከጀበሃ (ኢ.ኤል ኤፍ) ተነጥሎ ለመውጣት በድርጅቱ በነበሩ ክርስትያኖች ላይ በተፈፀመ ግድያ ነው ተብሎ ቢዘከረምና ይህም ቢሆን በሁለቱም ድርጅቶች መካከል ክርስትያኖችና ሙስሊሞች በአመራሩ እንደነበሩ መረጃ ቢኖርም «መንከአ» በመባል ይታወቁ የነበሩትን ተራማጅና የሶሺያሊስት አመለካከት የነበራቸውን አባላቱን በሙሉ በመጨረስ የሻዕቢያ ታሪክ ከጀብሃ በማይተናነስ መንገድ የጎደፈ እንደነበር አይካድም።

ገልጾት ነበር።

የኤርትራን ጥያቄና ... የችግሩን መፍትሄ በሚመለከት ረገድ መኢሶን ያቀረበው ሃሳብ በሦስት ነጥቦች ይጠቃለላል።

1ኛ/ በዚያን ጊዜ ያስታራቂነትን ሚና ይዞ የነበረው በፕሬዝዴንት ኒሜሪ አማካኝነት ወይም በሌላ ዘዴ ከተኩስ ማቆም ስምምነት ላይ መድረስ።

2ኛ/ ሰፋ ያለ ውይይት ተከፍቶ ለሦስት ወይም ለአራት ዓመታት ፍጹም የሆነ ሠላማዊ ሁኔታ እንዲኖር ማድረግ፣ በነዚህ የሰላም ዓመታት ውስጥ የኤርትራና የኢትዮጵያ ሕዝቦች ዲሞክራሲያዊ የሆነ የብሔረሰብ ጥያቄና የኤርትራን መገንጠል የሚመለከት ሰፊ ውይይት እንዲያካሂዱ ማድረግ።

3ኛ/ ከእነዚህ ዓመታት በኋላ የኤርትራ ሰፊ ሕዝብ ነፃ በሆነ መንገድ የራሱን ዕድል እንዲወስን ማድረግ።

እነዚህ መኢሶን ያቀረባቸው ሃሳቦች በጊዜው ተደማጭነት አላገኙም። ሕዝብ ድርጅት ጉዳይ ጽ/ቤት ከተቋቋመና የኢትዮጵያ ብሔራዊ ዲሞክራሲያዊ ፕሮግራም ከወጣ በኋላ በፕሮግራሙ ላይ በመመስረት ጊዜያዊ ወታደራዊ መንግሥት ሚያዚያ 9 ቀን 1968 ዓ.ም. በኤርትራ ከተገንጣይ ቡድኖች ጋር ውይይትን የሚፈልግ አንድ ቡድን አቋቋመ። ይህ ቡድን ኤርትራ እንደደረሰ ለኢ. ፒ ኤል ኤፍ የመጀመሪያውን ደብዳቤ ጻፈ። ይህም ድርጅት ለቡድኑ በጻፈው መልስ በመሠረቱ ለውይይት ዝግጁ መሆኑንና ነገር ግን ከዚያ በፊት የኢትዮጵያ መንግሥት ሦስት ነገሮችን እንዲያሟላ ጠየቀ።

1ኛ/ በኤርትራ ሁለት ድርጅቶች እንዳሉና ለውይይት ለሁለቱም ድርጅቶች ጥሪ ማድረግ እንዳለበት።

2ኛ/ ይህ ሂደት ረዘም ያለ ጊዜ የሚፈልግ መሆኑን የኢትዮጵያ መንግሥት እንዲያውቀው

3ኛ/ በዚያን ጊዜ በዝግጅት ላይ የነበረው የራዛ ዘመቻ እንዲቀር።

እነዚህን ነጥቦች ይዞ ቡድኑ ለጊዜያዊ ወታደራዊ መንግሥት ካቀረበ በኋላ ግንቦት 8 ቀን 1968 ዓ.ም የኤርትራን ችግር በሰላማዊ መንገድ ለመፍታት ባለ ዘጠኝ ነጥብ የፖሊሲ ውሳኔ ወጣ። ይህን ውሳኔ መሠረት በማድረግ ቡድኑ ከድርጅቶቹ ጋር መጻጻፉን ቀጠለ። በነሐሴ 1968 ዓ.ም. ኢ. ፒ ኤል ኤፍ ለሁለቱም ድርጅቶች የኢትዮጵያ መንግሥት ቦታና ጊዜ ወስኖ ያስታውቅ፣ ኢ. ኤል ኤፍ ከመጣ መጣ እኛ ግን አንቀርም የሚል መልዕክት አስተላለፈ። ይኸው ጉዳይ ለጊዜያዊ ወታደራዊ አስተዳደር ደርግ ቀርቦ ኢ. ፒ ኤል ኤፍ በዚህ መልዕክቱ ላይ ማብራሪያ እንዲሰጥ እንዲጠየቅ ተወሰነ። ቡድኑም ለመጨረሻ ጊዜ ለኢ. ፒ ኤል ኤፍ ማብራሪያ የሚጠይቅ ደብዳቤ ጽፎ ወደ አዲስ አበባ ተመለሰ። በመስከረምና በጥቅምት 1969 ዓ.ም አካባቢ በአዲስ አበባ በደርግ ውስጥና ከዚያም በኢህአፓ በከተማ ውስጥ በተፈጠረው ሁኔታ ምክንያት የውይይት ቡድኑ ምንም ዓይነት ግልፅ ውሳኔ ሳያገኝ ሥራውን አቋረጠ። በተጨማሪም በሐምሌ ወር 1968 ዓ.ም የግንቦት 8ን የዘጠኝ ነጥብ የፖሊሲ ውሣኔ ከሥራ ላይ ለማዋል ያወጣው ያጭር ጊዜ መመሪያ ከሥራ ላይ ሳይውል ቀረ። በአጭሩ ለማስታወስ የምፈልገው የግንቦት ስምንቱ የፖሊሲ ውሣኔ መውጣቱና የኤርትራ ልዩ ኮሚሽን

መቋቋም በእርግጥ ትክክለኛ እርምጃዎች መሆናቸው ሲታወቅ በፖለቲካ በኩል ግን የማያቋርጥ ጥረት ተደርጓል ለማለት አያስደፍርም። የእኔ አቋም በአሁኑ ሁኔታም ቢሆን ከነዚህ ተገጣይ ድርጅቶች ጋር እንደምንም ተብሎ የውይይት መድረክ ካልተከፈተ በስተቀር የኤርትራን ችግር በቀላሉ ለመፍታት ይቻላል የሚል እምነት የለኝም (የተከሳሽነት ቃል ከሰጠበት ማህደር ገጽ 53-54 የተገኘ)።

ሲሳይ ሃብቴና ኃይሌ ፊዳ

በደርግ ላይ ተፅዕኖ ለማድረግና ለመደመጥ የተያዘው ሽምያ ከኛ ይልቅ ወደ ወዝ ሊግና ሰደድ እያዘነበለ በሄደበትም ወቅት ቢሆን፣ ደርግ እየተሸረሸረና ድርጅቶች ሰርገው በመግባት፣ አባላቱን በመመልመል የደርጉን አንድነት እንዳያናጉ ኃይሌ ፊዳ በሻለቃ ሲሳይ ሃብቴ በኩል ሙከራ ለማድረግ ሞክሯል። ይህም አጋጣሚ ሊፈጠር የቻለው ኃይሌ የኤርትራን ችግር በሰላማዊ መንገድ ለመፍታት እንዲቻል አርቅቆ ያቀረበው «የዘጠኝ ነጥብ የፖሊሲ ውሳኔ» በደርግ ተቀባይነት አግኝቶ ስለነበር ኃይሌም የሕዝብ ድርጅት ጽ/ቤትን ወክሎ በሲሳይ ሃብቴ ይመራ በነበረው የኤርትራ ኮሚሽን ውስጥ አባል ለመሆን ችሎ ነበር። ይህም ሊሆን የቻለው በሕዝብ ድርጅት ጽ/ቤት ድርጅቶቻቸውን ወክለው ከገቡ የድርጅት መሪዎች መካከል የኤርትራ ግንባሮች እንደ አነጋጋሪ ሊቀበሉት የሚችሉት ሰው ቢኖር ኃይሌ ፊዳ ነው በሚል በሙሉ ድምፅ በመመረጡና ደርግም ይህንን ምርጫ በመቀበሉ ነበር እንጂ በተወዳዳሪነት መቅረባቸውን ከማስታውሳቸው መካከል የወዝ ሊጉ መሪ ዶ/ር ሠናይ ልኬ ይገኝበት ነበር። ይህ ኮሚሽን ሌሎችንም የውጭ ጉዳይ ሚኒስቴር ቴክኖክራቶችን ሲጨምር በዋናነት ከኤርትራ ግንባሮች ጋር ግንኙነት ለመፍጠርና ወደ ሰላማዊ ድርድር ለመድረስ የሚያስችለውን ሁኔታ ለማመቻቸት ሃላፊነቱ የነበራቸው ሻለቃ ሲሳይ ሃብቴና ኃይሌ ፊዳ ምናልባትም ሻለቃ ብርሃኑ ባይህ ይመስሉኛል። ሲሳይ በሕይወት እያለ ብርሃኑ

ባይህ የጎላ ሚና ኖሮት ቢሆን ከኃይሌ እሰማ ነበር። ምክንያቱም ኃይሌና ብርሃኑ ባይህ፣ ታናሽ ወንድሙን ፍስሃ ባይህን ጨምሮ ጀኔራል ዊንጌት ተማሪ ከነበሩበት ጊዜ ጀምሮ በጣም የቅርብ ጓደኞች ስለነበሩ ብርሃኑ በዚያን ወቅት ጎላ ያለ ሚና ኖሮት ቢሆን ኃይሌ ያጫውተን ነበር። ቢሆንም እርግጠኛ መሆን አልችልም[40]።

የኃይሌ የኤርትራ ኮሚሽን አባልነትና በተደጋጋሚ ከሲሳይ ሃብቴ ጋር አብሮ ኤርትራ መጓዝና መመለስ ቀረብ ብሎ ለመተዋወቅ ዕድሉን ሰጥቶት ነበር። ከኤርትራ ቆይታ በኋላ በቤታችን ለምሳም ሆነ ራት ስንገናኝ የኤርትራን ተልዕኮ ብቻ ሳይሆን ስለሲሳይ ሃብቴ ያጫውተን ነበር። የተሻለ ምሁራዊ ብቃት ያለውና ወደ ምዕራቡ ዓለምና ለአሜሪካውያን ፍቅር የነበረው በተለይም የግራ ዝንባሌና ሶሽያሊዝምን ለሚያራምዱ ኃይሎች ጥላቻ ቢቀር ፍቅር እንዳልነበረው ያወሳን ነበር። ከኃይሌ እንደሰማሁት ከሆነ ሲሳይ ሃብቴ እርግጥ ምሁራዊ እብሪት (intellectual arrogance) እንደነበረውና ይህንንም ንቀት የተመላበት የበላይነት ስሜቱን በኮሎኔል መንግሥቱ ላይ ከማሳየት ወደኋላ አለማለቱን ይነግረን ነበር። በተለይ ኤርትራ በነበሩበት ሰዓት በመጠኑም ቢሆን ድብቅብ (mysterious) ያለና በኮሎኔል መንግሥቱ ላይ የመዶለት ዓይነት የሚመስል የነጋ ጠባ ውይይት በኤርትራ የኢትዮጵያ ጦር አዛዥ ከነበሩት

[40] ኃይሌ፣ አቶ ፍስሃ ባይህ ትዳር በመሠረተ ጊዜ ከአጃቢዎቹ አንዱ ነበር። እርግጥ ሲሳይ ከተወገደ በኋላ የደርግ የውጭ ጉዳይ ኮሜቴ ሊቀ መንበር ስለነበርና ባለቤቱም የኤርትራ ተወላጅ ከመሆን ያለፈ ወላጆቿ ኢትዮጵያ ወይም ሞት ብለው ከታገሉት የአገር ፍቅር ማህበር አባል ስለነበሩ በውጭ ጉዳይ ሚኒስቴር የአፍሪካና የመካከለኛው ምሥራቅ መምሪያ ሃላፊ ከነበረው ተስፋዬ ታደሰ ጋር በዚህ የኤርትራ ኮሚሽን ትልቅ የዲፕሎማሲ ሚና እንደነበረው አስታውሳለሁ። በመኖሪያ ቤታቸውም ራት እየተጋበዝን እንሄድ ስለነበር ይኸ የኤርትራ ጉዳይ አነጋጋሪ አርዕስት በመሆን ብርሃኑን ብቻ ሳይሆን ባለቤቱንና ወላጆቿን ይጨምር እንደነበር አንዳንድ ትዝታዎች አሉኝ።

ጄነራል ጌታቸው ናደው ጋር እንደነበረው መታዘቡንም አልደበቀንም ነበር። በኃይሌ ግምት ጄነራል ጌታቸው ከወታደራዊ ችሎታና ቆራጥነት ያለፈ፣ ያመጣላቸውን ከመናገር ግራ ቀኝ የማይመለከቱና በዙሪያቸው የኮሎኔል መንግሥቱ ሰላዮች ቢኖሩ ባይኖሩ ደንታ ያልነበራቸው ሰው ነበሩ። ኃይሌና ሲሳይ ሃብቴ ይበልጥ እየተቀራረቡ ሲሄዱ የደርግን ሚና በተመለከተ መወያየት ጀምረው ነበር። በመካከሉ ኃይሌ ከኤርትራ ኮሚሽን ጉዞ ወደ አዲስ አበባ ተመልሶ ረዘም ያሉ ሳምንታት ይመስለኛል ወደ ኤርትራ ሳይመለስ እዚያው ደርግ ጽ/ቤት መደበኛ ሥራው ላይ (የሕዝብ ድርጅት ጽ/ቤት ሊቀመንበር) አተኩሮ ነበር። እኔም ለምሳና ከሥራ በኋላም ወደ ቤት አንድ ላይ ለመግባት ደርግ ጽ/ቤት ቅፅር ግቢ ድረስ በመግባት አመላልሰው ነበር። በዚሁ ጊዜ አካባቢ ሻለቃ ሲሳይ ሃብቴ የደርጉ ሊቀ መንበር ከነበሩት ሜጀር ጄነራል ተፈሪ በንቲና የውጭ ጉዳይ ሚኒስትር ከነበሩት ክፍሌ ወዳጆ ጋር በመሆን የአፍሪካ አንድነት መሪዎች ስብሰባ ላይ ለመካፈል ሞሪሺየስ ሄዶ በዚያውም እግረ መንገዱን ወደ እሥራኤል ጎራ ብሎ በኢትዮጵያና በእሥራኤል መካከል ስለሚኖረው የመሣሪያ ሽያጭ፣ ወታደራዊና የኢንተልጀንስ ግንኙነቶችን የተመለከተ ውይይት አድርጎ የተመለሰበት ወቅት ነበር[41]። ባጋጣሚ ከኃይሌ ጋር ሰላምታ ለመለዋወጥ ይሁን ወይም ደግሞ ሲሳይ ወደውጭ በነበረ ጊዜ የኤርትራ ኮሚሽን ከተገንጣይ ድርጅቶቹ በተለይም

[41] ሌተና ኮሎኔል ፍስሃ ደስታ « አብዮቱና ትዝታዬ» በሚለው መጽሐፋቸው ስለ ሲሳይ ሃብቴ መገደል ምክንያት የሆኑትን ጉዳዮች ባሰፈሩባቸው ገጾች የሲሳይ ሃብቴ የእሥራኤል ጉብኝት ከደርግ ውሳኔ ውጭ በግል የተደረገ ነበር በማለት፣ ይህና ሌላም ኮሎኔል መንግሥቱን የተመለከተ ሂስ ከማቅረብ የማይመለስ፣ ምሁራዊ ብስለቱም ከሳቸው ልቆ የሚገኝ መኮንን ስለነበረ ይህ ሁኔታ በኮሎኔል መንግሥቱ ጥርስ ውስጥ ሳይከተው እንዳልቀረና አድብተው ሊያጠፉት ከቻሉበት ምክንያትም ይህ ዋነኛ ሊሆን እንደሚችል ጠቁመው አልፈዋል (2008, ገጽ 196-201)።

ከዋነኛው ከሻዕቢያ ጋር ግንኙነት በመፍጠር በኩል ምን ተስፋ የሚሰጥ ፍንጭ ይኖር አይኖር እንደሆነ ለማወቅ ይሁን አይሁን አላስታውስም ኃይሌን እንደተለመደ ከቢሮው ለምሳ ለመውሰድ ቢሮው ሰተት ብዬ ስገባ ሲሳይ ሃብቴ እዚያው ቁጭ ብሎ ከኃይሌ ጋር ሲነጋገር ደረስኩ። እኔም ወደ ኋላዬ መለስ በማለት በቢሮው መካከል ባለው ኮሪዶር በኩል በመውጣት ወደ ዶ/ር ነገደ ቢሮ በሚወስደውና ትይዩ ወደሆነው ስፍራ በማምራት ኃይሌን ስጠብቅ ቆየሁ። ከተወሰነ ደቂቃ በኋላ ተመልሼ ውይይታቸውን ጨርሰው እንደሆነ ለማወቅ ወደ ኃይሌ ቢሮ ሳመራ ሲሳይ ሃብቴን ኮሎኔል መንግሥቱ ለሥራ ጉዳይ አስፈልገውት ኖሮ ወደሳቸው ቢሮ ለመሄድ ከኃይሌ ጋር ተያይዘው ወደ ውጭ ሲወጡ አገኘኋቸው። ኃይሌም ወደኔ መኪና ገብቶ መንገድ እንደጀመርን ነገሩ ሁሉ ደስ እንዳላለውና ኮሎኔል መንግሥቱ የሕዝብ ድርጅት ጽ/ቤት እያንዳንዱ ቢሮ ውስጥ የሚባለውንና የሚፈሳውን ሳይቀር መጥለፋቸው እንደማይቀር እንዴት እንደማይጠረጥር ሊገባኝ አይችልም። አብሮኝ ቢሮዬ በቆየበት ሰዓት ደጋግሞ የሚናገረው ኮሎኔል መንግሥቱን የማጣጣል ነው። የት ይደርሳል ብላችሁ ነው የትም አይደርስ እያለ በተደጋጋሚ ስለሚናገር እንደ ደርግ ቋሚ ኮሚቴ አባል፣ እንደተማረና ነገር በቀላሉ እንደሚገባው ሰው ደርግን በተመለከተ እሱም ጭምር ያለበትን ሃላፊነት ማየት የሚችል ሆኖ አላገኘሁትም። የደርግ ሚና ምን መሆን አለበት የሚለውን ጉዳይ ሰፋ አድርጌ ለማብራራትና ለማሳመን ብሞክር ሊሰማኝ አልቻለም። ቢቸግረኝ የደርጉን አንድነት መጠበቅ ትታችሁ ርስ በርስ በመናናቅ አንዳችሁ አንዳችሁን በማጥላላት የጀመራችሁት የርስ በርስ መናከስ በመጨረሻው ከመካከላችሁ አንድ አምባገነን ይወጣና ሁላችሁንም ይበላችኋል። ይህ አንጃ

ገፅ 156 ኃይሌ ፊዳ እና የግሌ ትዝታ

የመፍጠርና የመከፋፈል ሁኔታ የሚያግዘውም አንድ አምባ ገነን ሁላችሁንም አስወግዶ ስልጣኑን እንዲጠቀልል ነውና ይህ እንዳይሆን የደርጉን አንድነት የመጠበቅ ሃላፊነት የሚወድቀው ባንተም ጭምር ነው። ለአባላቱም፣ ላገሪቱም አሁን ያለው ዋስትና ይህ ብቻ ነው ብዬ አልኩት ብሎኝ ንፋስ ስልክ ከእህል ጎተራው ሳይደርስ ከቀድሞው እሥራኤል ኤምባሲ አለፍ ብሎ አደይ አበባ ሆቴል አጠገብ ከነበረው መኖርያ ቤታችን ደረስን። ምሳችንን በልተን አረፍ ከማለታችን በፊት ራድዮ ከፍተን ስለነበር «የፍየል ወጠጤ» እየተፎከረ በሻለቃ ሲሳይ ሃብቴና በጄነራል ጌታቸው ናደው ላይ የተወሰደውን የግድያ («አብዮታዊ») እርምጃ አዳመጥን[42]። ኃይሌ እንደፈራው መሆኑን ከተናገረ በኋላ ወደ ቢሮው ልመልሰው መኪና ውስጥ ስንገባ «እንግዲህ እኔን ደግሞ ኮሎኔል መንግሥቱ ለራት ያደርጉኝና የማታውን የፍየል ወጠጤ በተራችሁ ትሰሙት ይሆናል» ብሎ እያፌዘ ደርግ ጽ/ቤት አድርሼው እኔ አርበኞች ሕንፃ ላይ ወደነበረው አዲስ ፋና መጽሔት ዝግጅት ቢሮዬ ገባሁ።

[42] ጄነራል ጌታቸው በዚያኑ ሳምንት ለሥራ ጉዳይ ተጠርተው አዲስ አበባ መጥተው ነበር። እጅ የሚሰጡ ሰው አለመሆናቸውንና በቀላሉ አግባብቶ ደርግ ጽ/ቤት ለመውሰድ የማይደፈሩ ወታደር በመሆናቸው ሳይሆን አይቀርም፣ ከደርግ ጽ/ቤት የተላከ መልዕክት በፖስታ አድርጎ ቤታቸው ድረስ የተላከው ነፍሰ ገዳይ ፖስታውን ለመቀበል ወደ ደጅ ሲወጡ ጠብቆ በከባድ መሣሪያ እንደተደመሰሱ ውሎ አድሮ የአሟሟታቸውን ዝርዝር ልሰማ ችያለሁ። ይህም ሌተና ኮሎኔል ፍስሃ ደስታ በጻፉት «አብዮቱና ትዝታዬ» 2018፣ ከገፅ 196-201 ከቀረበው ጋር ተመሳሳይ ነው።

የሊቀ መንበር መንግሥቱ ጠርሙስ ሰበራ ትርዒትና ደፍሮ የሚነግራቸው ሰው ማን ይሆን?

ኮሎኔል መንግሥቱ ሚያዝያ ወር 1969 ዓ.ም የቀይ ኮከብ ዘመቻን በማወጅ በታጠቅ ጦር ሠፈር ሰልጥኖ ወደ ሰሜን ጦር ግንባር ለመንቀሳቀስ የተዘጋጀውን ሕዝባዊ ሠራዊት ለማሰናበት በአብዮት (መስቀል) አደባባይ በተጠራው ሰልፍ የሳቸው የፕሬስና የሕዝብ ግንኙነት ክፍል ሃላፊ የነበረው ሻለቃ ፍስሃ ገዳ[43] እንደታዘዘው በቀይ ቀለም የተሞላ ፋሽኮ ጠርሙስ እያቀበላቸው እሳቸው ደግሞ እየተቀበሉ ከመሬት በመከስከስ

---

[43] ለኮሎኔል መንግሥቱ ታዛዥ ከመሆን ያለፈ ቀናና በተለይ መኢሶንን (ምናልባትም ሁሉንም ድርጅቶችና ግለሰቦች ጭምር) በከፉ ዓይን የማይመለከት ሰው ነበር።

የኢምፔሪያሊዝምን ደም እንዴት እንደሚያፈሱ ያሳዩበትን ትርዒት ሁላችንም ከአደባባዩ ሆነን እንመለከት ነበር። ከኢምፔሪያሊዝም ቀጥሎ ያካባቢው አድሃሪ የዓርብ አገሮች መሪዎች ደም በሌላ ፋሽኮ ጠርሙስ ተምስሎ ፍስሃ ገዳ ሲያቀብላቸው እሳቸው እየተቀበሉ መከስከሱን ቀጥለው በመጨረሻ በውስጥ የሚፈታተኗቸውንም በቢሮክራሲው ውስጥ የተሰገሰጉ አድሃሪዎችን ደም ማፍሰሳቸውን በመጨረሻ በተሰጣቸው ፋሽኮ ጠርሙስ አሳርገው ነበር። ይህንን የመሰለ ዝግጅት መታሰቡንም፣ መደረጉንም ማንኛችንም ስላልሰማን፣ ይህ እንግዳና አስደንጋጭ ትርዒት የምንናገረውን እስከማሳጣት ደርሶ ነበር። እኔና ኃይሌ አንድ ላይ ተቀመጠን የሚሆነውን ሁሉ በዝምታ ስናስተውል ቆይተን ሰልፉ መበተኑን በማስተዋል ዶ/ር ከበደ መንገሻን ከሩቅ አይተነው ኖሮ እሱ ወዳለበት ማዝገም ጀመርን። አጠገቡም እንደደረስን እኔ ድንገት አምልጦኝ ይሁን አላውቅም «ይህ እብደት ካልሆነ ምን ይባላል?» ብዬ ገና ተናግሬ ሳልጨርስ ከበደ እኔ ላይ ክፉኛ በመጮህ «ዝም በል ነው የምልህ!! ታስጨርሰናለህ!!» የሚል የቁጣ አነጋገር ተናግሮኝ መኪናችንን ወዳቆምንበት ስፍራ ተጓዝን። እኔ ኃይሌን ይገፔው ወደቤታችን መሄድ ስለነበረብን ቀደም ብዬ ወደመኪናው መሄድ ስጀምር ከከበደ መንገሻ ጋር ይህንን የሊቀ መንበር መንግሥቱን የዕብደት ትርዒት በተመለከተ አንዳንድ ማለት እንደጀመሩ ያስታውቅ ነበር። ምን እንደተባባሉ ቆሜ ማዳመጥ ተገቢ ስላልነበርና ድርጅታዊ ሥነ ምግባር ከሚፈቅደው ውጭ እንደነበር በማስተዋል መኪናው ውስጥ ሆኜ ኃይሌን ለመጠበቅ ወሰንኩ። ከቤታችን እንደደረስን አንዳርጋቸው አሰግድና ዮሐንስ ጎሩይ እንደተደባለቁን ይኸው ጉዳይ ማነጋገሩ አልቀረም። በመጨረሻ ኃይሌ በሚቀጥለው ቀን

ጥዋት ኮሎኔል መንግሥቱ ቢሯቸው ከመግባታቸው በፊት የደርግ ክበብ የሚባለውን መሳለማቸውና ሌሎችም እንዲሳለሚቸው ከዚያው ከክበቡ ለጥቂት ደቂቃም ቢሆን መሰጣታቸው ስለማይቀር በዚያች አጋጣሚ ብቻቸውን መሆናቸውን ጠብቆ የጠርሙስ ክስከሳውን ትርዒት በለሰሰ መንገድ እንደሚያነሳባቸው ተናገረ[44]። አለወትሯችን በማግስቱ ጥዋት ቀደም ብለን በመውጣት እዚያው ደርግ ጽ/ቤት አድርሼው ወደቢሮው መግባቱን ትቶ ወደ ክበቡ በማምራት ሊቀመንበሩን ለመጠበቅ ሲወስን እኔ ደግሞ አርበኞች ህንፃ ወደሚገኘው ቢሮዬ ማምራት ነበረብኝ። ለምሳ እንደተለመደው ስንገናኝ ይህንን ጉዳይ በለሰለሰ አንደበት እንዴት እንዳነሳባቸውና እሳቸውም የሰጡት ምላሽ ምን እንደነበር ስለማስታውስ እዚህ ላይ እንደሚከተለው አቅርቤዋለሁ[45]፡-

---

[44] እኔ እንደተያዝኩ የምርመራ ቃሌን ሰጥቼ ከመጨረሴ በፊት ከነኃይሌ ፊዳ ጋር እንዳይገናኝ ተብዬ 5ኛ ፖሊስ ጣቢያ ተወስጄ በነበረ ጊዜ አንድ በከተማው የታወቀ መጠሪያ ስሙ በቀለ የሚባል እብድ እዚያው ታስሮ አግኝቼው ነበር። ይህ እብድ በዕድሜው ጠና ያለ ሲሆን እንደሰማሁት አእምሮውን ነካ ያደረገው እናትም አባትም ሆኖ ያሳደገው አንድ ወንድ ልጁ ከሆለታ ጦር መኮንኖች ማሰልጠኛ ኮሌጅ በምክትል መቶ አለቃነት ተመርቆ ለግዳጅ ኤርትራ ተልኮ እዚያ ስለሞተበት ነው ይባላል። በተደጋጋሚ የአንበሳ አውቶብስ ላይ ድንጋይ እየወረወረ መስተዋቱን ከመስበር ያለፈ ኮሎኔል መንግሥቱንም ከተማው የሚላቸውን እያለ በመሳደብ ሲታሰር ሲፈታ የኖረ ሲሆን፣ እኔ እዚያ 5ኛ ፖሊስ ጣቢያ ባገኘሁት ጊዜ ቀደም ሲል ከታሰረባቸው ጉዳዮች አንዱን አንስቶ ይናገር ነበር። ይህም ኮሎኔል መንግሥቱ «ኢምፔሪያሊዝምንና አድሃሪ የዓረብ አገሮች መሪዎችን ደም ለማፍሰስ የከሰከሱት ጠርሙስ የእኛን ለእግራችን ጫማ እንኳን ለመግዛት አቅም የሌለንን ድሆች ደም አፈሰሰ እንጂ ኢምፔርያሊስቶችንና አድሃሪዎችንማ የት አገኛቸው?» እያለ አንቱታ ሳይጨምር ሲናገር እኔም ላዳምጠው ችያለሁ። ይህ ሰው ከተወሰኑ ቀናት በኋላ ከእስር ቤት ተወስዷል። በከተማው በእብድነቱ የሚያውቁት እንዳላዩትና የት እንደደረሰም እንደማይታወቅ ሲነገር ሰምቻለሁ።

[45] ኃይሌ ይህንን ጉዳይ አንስቶባቸው እንደጨረሰ፣ ዶ/ር ነገደም ባጋጣሚ እዚያው ደርግ ክበብ አግኝቷቸው ኖሮ በዚሁ ጉዳይ ተጨምሮበት፣ ባጋጣሚ የቢሮክራሲያዊ ካፒታሊዝምን ደም ለማፍሰስ ተመስሎ የተሰጣቸው ጠርሙስ ሳይሰበር ቀርቶ ስለነበር ይህንን በፌዝ መልክ በማንሳት «ጓድ ሊቀ መንበር ቢሮክራሲው ብቻ ነው የተረፈው፣ የራሱ የቢሮክራሲው አሻጥር ይሆን እንዴ?፣ ያቀበልዎት ጠርሙስ ሳይሆን በፕላስቲክ የተሞላ ቀይ ቀለም ሳይሆን አይቀርም! እንዳው ፍንክች አላለም! የቢሮክራሲው አሻጥር ሳይሆን አይቀርም!» ብሎ እንደቀለደባቸው ሰምቻለሁ።

«በርሶ ደረጃ ባለ የአገር መሪ መደረግ የሚገባው አልነበረም» እያልኩ እሳቸውን በመካብ ስነግራቸው በጥሞና አዳመጡኝ። «አዎን! እውነትክን እኮ ነው! ካለፈ በኋላ እኔም ሳስብበት መደረግ አልነበረብትም። ማንም ቀድሞ የነገረኝና የመከረኝ አልነበረም። በጣም ነው የማመሰግነው። መቼም አንዴ ሆኗል። ምንም ማድረግ አይቻልም» ብለው ሲሉኝ ይህን ጊዜ በልባቸው የሚያስቡልኝን እያሰላሰሉ መሆኑን የሚጠፋኝ ይመስላቸው ይሆናል። ጠባያቸው ተለዋዋጭ፣ የያዙት አቋም የማያዋጣ ከመሰላቸው አጥፍቻለሁ፣ ይቅርታ ይደረግልኝ ከማለት የማይመለሱ፣ ካልመሰላቸውና የበላይነቱ በጃቸው ያለ ከመሰላችው እንደነብር ለመቆጣትና ቁርስ ቢቀር ምሳ፣ ምሳ ቢቀር ራት ከማድረግ የማይመለሱ፤ ካስፈለገም ደግሞ ያገር ጉዳይ እኮ ነው ብለው ስቅስቅ ብለው ያለቀሱ መስለው ለመታየት የማይገዳቸው፣ ይህንን የመሰለ ብልጠት ከቦዘኔ ባህርይ ጋር አደባልቀው የያዙ መሆናቸውን የታዘብን ላይመስላቸው ይችላል።

ኮሎኔል መንግሥቱ ኢህአፓንና በደርጉም ውስጥ የነበሩትንና ለጥቂት ሳምንታት ሥልጣናቸውን አራግፈውባቸው የነበሩትን እነአለማየሁ ሃይሌንና ሞገስ ወልደ ሚካኤልን ሳያስቡት ካሰናበቱ በኋላ ወደ መኢሶን በመዞር ያንኑ በስውርና በገሃድ የማጥፋቱን ተክህኖ ማካሄዳቸው እንደማይቀር ግልፅ ነበር። እኛም ከኢህአፓ ግድያ ከገባን ድንጋጤና እነአለማየሁ ኃይሌ ቁልፍ ሥልጣን በያዙበት አጭር ጊዜ ውስጥ እነርሱም መኢሶንን ለማጥፋት የነበራቸው እቅድ በመክሸፉ የመተንፈሻና ነፍስ የመዝራት ሁኔታ ታይቶብናል። «የኮሎኔል መንግሥቱን ከተከላካይነት ወደ አጥቂነት መሸጋገርና ደርግን አጥፍተው ሥልጣኑን በአምባገነንነት ለብቻቸው ማጠቃለላቸው

የተረጋገጠበትን ሁኔታ «አብዮቱ ከተከላካይነት ወደ አጥቂነት» ተሸጋገረ የሚለውን ቅኝት አብረን ተረግርገንበታል። በዚያኑ ሳምንት ይመስለኛል እኔ፣ ኃይሌና ዶ/ር ነገደ ጎበዜ ድርግ ጽ/ቤት ቆመን በመኢሶን ላይ ውሎ ሳያድር የተጀመረውን ዛቻ ስንቃኝ ዶ/ር ነገደ «እንደ ዶሮ ሽንት ጭርቅ ያለ የአብዮት ከተከላካይነት ወደ አጥቂነት ሽግግር፣ እንዲህም አድርጎ ሽግግር የለ» ብሎ ማፌዙን አስታውሳለሁ። በዚያው እነ አለማየሁ በተገደሉበት ወቅት ስለኮሎኔል መንግሥቱ ስንነጋገር ከቅርብ ጓዶቻችን መካከል «ደርግ ለአብዮቱ ካደረገው ትልቅ አስተዋጽኦ መንግሥቱ ኃይለ ማርያምን ያህል ሰው መሪ አድርጎ መምረጡ ነው» ብሎ ሲል ኃይሌ ደግሞ ቀበል አድርጎ «በዚህ አባባል ደስተኛነቱን በማያሳይ መንገድ «ምን ማለትህ ነው? ደርግ የመረጠው መሪ ደርግን ራሱን እና አገሪቱን ከማጥፋት የማይመለስ ሰው ነው» በማለት መመለሱን አስታውሳለሁ። ከዚህ ጊዜ በኋላ የመኢሶንም ሆነ የኃይሌ ፊዳ ነገር «በግ ካራጁ ይውላል» እንደሚባለው ዓይነት እንደነበር ከዚህ በታች ኃይሌ ለደርግ ጽ/ቤት የተከሳሽነት ቃሉን የሰጠበትን መዝገብ ስናገላብጥ የሚከተለውን እናነባለን፡-

> «እንዲያውም <u>በአንዳንድ መ/ቤቶችና የመንግሥት ድርጅቶች ውስጥ በሚደረግ ገለጻ ላይ መኢሶን ሌላው ኢ/ሕ/አ/ፓ ነው፣ በቅርቡ ይመታል በማለት የሰደድ ጓዶች በግልፅ ይናገሩ ጀመር።</u> በተጨማሪም የአዲስ አበባ የሕዝብ ድርጅት አባሎች በተለመደው መሠረት ገለጻዎችን ከማድረግ ታገዱ። ይህንን ሁሉ ሁኔታ በሕብረቱ አማካኝነት ለማረም እንዲቻል በሕብረት ኮሚቴ አባላት ላይ ሂስና ግለ ሂስ እንዲካሄድ ተወስኖ ነበር። ነገር ግን በነበረው አጣዳፊ ሁኔታ ስብሰባው አልተደረገም (ስርዝ ኦሪጅናል)።

ከግንቦት ወር 1969 ዓ.ም ጀምሮ መኢሶን በቅርብ ይመታል ለዚህም ደግሞ በአንዳንድ መ/ቤቶች በተለይም በመከላከያ ሚኒስቴርና በሕዝብ ደህንነት ውስጥ መ.ኢ.ሶ.ንን የሚመቱ ቡድኖች ተቋቁመዋል የሚል መረጃ በየጊዜው ይደረስን ጀመር። በተጨማሪም በአንዳንድ ጓዶች ላይ ..... ለምሣሌ ያህል የእነ ጓድ አምበርብር በላይ (በሊቀ መንበሩ ትዕዛዝ የተገደሉት ጄነራል ፋንታ በላይ ታናሽ ወንድም) እና የጓድ አብዱላሂ መገደል በአንዳንድ ክፍላተ ሃገር በተለይም በሐረር፣ በከፋ፣ በሸዋ፡ የአንዳንድ ካድሬዎች መታሰር በእርግጥ ወደ መኢሶን መመታት የሚያመራ መሰለ። እኔ በበኩሌ ለሊቀመንበሩና ለዋና ፀሐፊው የእኛ ጓዶች በየቦታው አስፈሪ ሁኔታ እንደገጠማቸውና መሥራት አለመቻላቸውን ደጋግሜ ገልጬ ነበር። ምንም እንኳን ሊቀመንበሩና ዋና ፀሐፊው ይህ የአድሃሪ ወሬ ነውና ጆሯችሁን አትስጡት ቢሉንም በመኢሶን ውስጥ የተፈጠረው ሽብር መባባሱ ሊቆም አልቻለም (ስርዝ ኦሪጅናል)።

ስለዚህም ሦስት የመኢሶን ጓዶች ማለትም፡- 1ኛ/ ዶ/ር ከበደ መንገሻ፣ 2ኛ/ ዳንኤል ታደሰ፣ 3ኛ/ እኔ ራሴ የተለየ ቀጠሮ ከሊቀመንበሩ ወስደን እቤታቸው ድረስ ሄደን አነጋገርናቸው። እሳቸውም በማበረታታት፣ አይዟችሁ ግዴለም በማለት ሸኝተውናል። ቢሆንም የመሸሸጉ «ታክቲካል ሪትሪት» ታምኖበት ስለነበረ በቁጥጥር ሥር ልናደርጋቸው ባልቻልንበት ሁኔታ የወለጋ ክፍለ ሀገር ካድሬዎች መጥፋታቸውን ሰማን። በዚህ ምክንያት የመሸሸጉ እርምጃ እንዲፋጠን ተደርጎ ብዙዎቻችን ሸሸን። ለዚሁ ሽሽት ምክንያቶቹ በመጽሔታችን በቁጥር 61 ላይ ተገልጿል። በአጭሩ ለማጠቃለል ለሽሽቱ ምክንያት

የሆነው፡- 1ኛ/ መኢሶን ይመታል የሚለው ወሬ በመብዛቱና በጣም ተደጋግሞ በመወራቱ፣ 2ኛ/ በሕብረቱ ውስጥ ብዙውን ጊዜ በድርጅታችን ላይ የጥርጣሬ እና ያለማመን ዝንባሌ በግልፅ ይታይ ስለነበረ፣ 3ኛ/ በየክፍላተ ሃገሩና በአዲስ አበባም ጭምር በካድሬዎች ላይ የተወሰዱት እርምጃዎች በእርግጥ የመኢሶንን መመታት የሚያሳይ ስለመሰለን ነው። በተጨማሪም በአዲስ አበባ የተፈጠረው የቅልበሳ አደጋ ከፍተኛ መሆኑን እኛ ብቻ ሳንሆን ሌሎችም ድርጅቶች አምነውበት ስለነበረ ይህም አንድ ተጨማሪ ምክንያት ሆኗል። በተረፈ በመግለጫው ላይ እንደተገለጸው የመኢሶን አቋም ወይም መመሪያ ከሸሸቱም በኋላ ቢሆን አብዮታዊ ሂስ እንደሚሆንና መኢሶን በማንኛውም መንገድ የመንግሥት ሥልጣን በአቋራጭ ለመያዝ የሚፈልግ አለመሆኑን ተናግሯል። (ገጽ 49-50)

ማፈግፈጉ ሳይሳካ ቀርቶ እጃችን ከተያዘ በኋላና በተለይም ኃይሌ፣ ንግሥት አዳነ፣ ቆንጂት ከበደ፣ ኃይሉ ገርባባና ደስታ ታደሰ ከታሰሩበት ተወስደው በግፍ እንዲገደሉና ዶ/ር ንግሥት አዳነና አቡነ ቴዎፍሎስ ባንድ ጉድጓድ እንዲገቡ የተደረገው የጭካኔ ውሳኔ ሲታሰብ የሚያንገፈግፍ ነው። ይህም ሆኖ ኮሎኔል መንግሥቱ እስከዛሬም ድረስ የማይፀፀቱበትና ሃላፊነቱን ሙሉ በሙሉ በመውሰድ ቤተሰቦቻቸውን ይቅርታ የማይጠይቅ ደንዳና ልብ እንዳላቸው ለሚታዘብ ምክንያቱ ምን እንደሆነ ልገምት እንኳን ቢል፣ አጥጋቢ መልስ ማግኘቱን እጠራጠራለሁ።

ብሔራዊ ነፃነትና በራስ መተማመን

ይህንን ጉዳይ ሰፋ አድርጎ ለማውሳትና የተሻለ የታሪክ መንደርደሪያ ለመስጠት ወደኋላ ተመልሼ ኃይሌ ወደ ኢትዮጵያ ለመመለስ ሳምንታት ያህል ሲቀረው የተከሰተውን አንድ አጋጣሚ አነሳለሁ። ይህም የሃገሪቱ ብሔራዊ ነፃነት፣ ከጥንት ጀምሮ ከትውልድ ወደ ትውልድ ሲተላለፍ ከኖረው በራስ መተማመንና ለየትኛውም ኃያል መንግሥት ጥገኛ ያልሆነ አብዮት ለማካሄድ ከነበረው ሕልም ጋር እንዴት እንደሚገናኝ እንደሚረዳ አምናለሁ።

እዚያው ፈረንሳይ አገር አብሮን የነበረ ጓድ በሶቭዬት ሕብረት ከነበረው ኢትዮጵያ ተማሪዎች ማህበር አንድ መልዕክት ይደርሰዋል። ይኸውም መልዕክት ቫሎዲያ ሽራዬቭ የሚባል የሶቭዬት ሕብረት ዜጋ በቀዳማዊ ኃይለ ሥላሴ ዘመን በሰላይነት ተጠርጥሮ ከሌላ የቼኮዝሎቫኪያ ተወላጅ ጋር ካገር የተባረረውን ሰው የሚመለከት ነበር። ይህ ሰው በተማሪነት አዲስ አበባ ዩኒቨርስቲ ተመዝግቦ ይማር የነበረና አማርኛ ቋንቋ ጠንቅቆ የሚያውቅ ሲሆን ወደ ሶቭዬት ሕብረት ከተመለሰ በኋላ በሞስኮ ራድዮ የአማርኛ ፕሮግራም ሃላፊና በሌላም የኢትዮጵያ ቋንቋዎችና ሥነ ጽሑፍ ጥናትና ምርምር ላይ የተሰማራ ነበር። በሶቭዬት ሕብረት የኢትዮጵያ ተማሪዎች ማሕበርና በየዘመኑ ከነበሩት የማሕበሩ መሪዎችና አክቲቪስቶች ጋር ጥሩ ግንኙነት ነበረው። በዚያን ሰዓት ኃይሌ ከፈረንሳይ አገር ወደ አገሩ ለመመለስ ሳምንታት ያህል በቀረው ሰዓት ባጋጣሚ ከአንድ

የሶቭዬት ሕብረት ልዑካን ቡድን ጋር ለሥራ ጉብኝት ፓሪስ መጥቶ ነበር። ከሞስኮ ከመነሳቱ በፊት በሶቭዬት ሕብረት የኢትዮጵያ ተማሪዎች ማሕበር በኩል ፓሪስ ለሚገኘው ቅርንጫፍና ከላይ በጠቀስኩት ጓድ በኩል ቀደም አድርጎ በላከው መልዕክት መሠረት ከኃይሌ ፊዳ ጋር መገናኘት እንደሚፈልግና ስለፈነዳው የኢትዮጵያ አብዮት ሃሳብ ለሃሳብ ለመለዋወጥ እንደሚሻና ቀጠሮውም ፓሪስ ከተማው መካከል ካረፈበት ሆቴል እንዲሆን የሚጠይቅ ነበር። ኃይሌ ይህ መልዕክት ሲደርሰው በምንም ዓይነት የኬጂቢ ሰላይ በሚል ተጠርጥሮ ከኢትዮጵያ ከተባረረና አሁንም ሶቭዬት ሕብረትን በርዕዮተ ዓለማዊ ፕሮፓጋንዳና ስለላ ጭምር ለማገልገሉ ከማያጠራጥር ሰው ጋር አልነካካም። በዚህ አጋጣሚ ወደ አገር ለመግባት ሳምንታት ያህል ሲቀረኝ ሊገናኘኝ መምጣቱ በራሱ በጥርጣሬና በጥንቃቄ መታየት የሚገባው ጉዳይ ስለሆነ ልገናኘው አልፈልግም። ከዚህ ሰው ጋር በድንገት እንኳን መገናኘት ውሎ አድሮ የአብዮቱ ሂደት ሶቭዬቶች ከሚፈልጉት አቅጣጫና ቁጥጥር ነፃና እኛም ተሳክቶልን የምንጫወተው ሚና አብዮቱ ብሔራዊ ነፃነትን በተመለከተ ከየትኛውም ሃያል መንግሥት ጋር ድርድር ውስጥ እንዳይገባ ነውና በዚህም ምክንያት ሶቭዬቶች የተቀየሙ እንደሆነ ይህንን የመሳሰለውን ግንኙነት እንደ ማስፈራሪያ (blackmail) ሊጠቀሙበት ስለሚችሉ ለኔም ሆነ ለመኢሶን መዘዝ ሊያመጣ ይችላልና አልገናኘውም[46]። ለማንኛውም ወደ ሞስኮ ሲመለስ በዚያ በሚገኘው ቅርንጫፍ ማሕበራችን ላይ የቅያሜ አስተያየት

[46] ሽራዬቭን ብቻ ሳይሆን ሌላም ከሲ አይ ኤ ጋር ግንኙነት አለው ተብሎ ይጠረጠር የነበረ ኢትዮጵያዊ ከአገር ቤት በዚያኑ ጊዜ ገደማ ፓሪስ መጥቶ ሊገናኘው ፈልጎ ኃይሌ መነካካት ስላልፈለገ ሰበብ በመፍጠር ሳይገናኘው መቅረቱን አስታውሳለሁ።

እንዳይወስድና ለሚያስፈልጋቸው መንግሥታዊ ድጋፍ ላይ አጉል ተፅዕኖ እንዳይኖረው አማረ (እኔን) እንዲገናኘው ማድረግ ይሻላል የሚል ሃሳብ አቅርቦ፣ ይህንን ውይይት የተካፈልነው ከሌሎችም ጓዶች (እንደማስታውሰው ቢበዛ ከሶስት አንበልጥም) ጋር ተስማምተንበት እኔ ሸራዩቭ የሚገኝበት ሆቴል ድረስ ሄጄ መልዕክት በመተው ከልዑካኑ ጉብኝት በኋላ ወደ ሆቴሉ የሚመለስበትን ሰዓት ጠይቄ እንደገና ወደ ሆቴሉ በመመለስ ሸራዩቭን አግኝቼው ነበር። ኃይሌ ከፓሪስ ወጣ ማለቱን ከገለፅኩለት በኋላ ስለኢትዮጵያ ያለውን ፍቅርና ልዩ ስሜት በማንሳት ኢትዮጵያን እንደ አገሩ ከማየት ያለፈ «አገራችን ኢትዮጵያ» እያለ ተመስጦ የተመላበት በሚመስል አነጋገር ደህና አድርጎ ካሳደመጠኝ በኋላ ወደ የካቲት 66ቱ አብዮት አመራን። ቫሎዲያ ሼራዩቭም «ካፒታሊስት ያልሆነ የዕድገት ጎዳና» የሚለውን ከሶቭዬቶች ርዕዮተ ዓለማዊ አመለካከት ጋር ያስተዋውቀኝ ጀመር። እኔም ከዚያ በፊት ሰምቶ እንደማያውቅ ሰው አዳምጠው ጀመር። በነሌኒንና ማኦ ዘመን እንደተደረገው አብዮት ረጅምና በወዛደሩ ፓርቲ በሚመራና በገጠሩ ገበሬ ላይ መሠረት ባደረገ የትጥቅ ትግል መመራት የለበትም ይለኝ ጀመር። በተለይም ካፒታሊዝም ባልተስፋፋበትና የወዛደር ፓርቲ ተመስርቶ ባልተጠናከረባቸው እንደ ኢትዮጵያ በመሳሰሉ ከፊል ፊውዳልና ከፊል ካፒታሊስት አገሮች የተሻለ የተደራጀው ሠራዊቱ ስለሆነ አገር ወዳድ የሆኑ ወታደሮች በመፈንቅለ መንግሥት ሥልጣን እንዲይዙና ከያዙም በኋላ እነርሱን በማገዝና በመደገፍ ቀስ በቀስ የካፒታሊዝምን የዕድገት ጎዳና በመተው ለታሪክ አጭር በሆነ ዘመን (ባቋራጭ ማለቱ ነበር) ለሠራተኛውና ለገበሬው የሚበጅ መንግሥት ሊመሰርቱ ይችላሉ። ውሎ አድሮም ባገር ውስጥ ባሉ ተራማጆችና

በሶቭዬት ሕብረት በሚመራው የሶሺያሊስት ሰፈር ድጋፍ ቀስ በቀስ በሰላም ወደ ሶሺያሊዝም መሸጋገራቸው አይቀርም እያለ እኔም ከዚያ በፊት ይህንን የሶቭዬቶች ቴዎሪ ሰምቶ የማያውቅ ሰው መስዬ አዳመጥኩት። በዚህ ዓይነት ሶቭዬት ሕብረት ሶስተኛውን ዓለምና በተለይ አፍሪካን በሚመለከት የነበራትን ዕይታ አስኮምኩሞኝ እኔም ባክብሮት አዳምጩውና ይዞት ከመጣው ቮድካና ቋሊማ ተጋብዤ ተለያየን[47]። የዚያን ዓመት በአውሮፓ የኢትዮጵያ ተማሪዎች ማህበር (አኢተማ) ሊቀመንበር ስለነበርኩና በሶቭዬት ሕብረት የአውሮፓ የኢትዮጵያ ተማሪዎች ቅርንጫፍ ማህበራት ስብሰባ ላይ ሥራ አስኪያጅ ኮሚቴውን ወክዬ ተገኝቼ በነበረም ጊዜ የግድ በፕሮቶኮሉ መሠረት «የኢትዮጵያ ወዳጅ» የሆነውን ሼራዬቭን ማግኘቴ አልቀረም። በዚህም አጋጣሚ ያንኑ ከላይ የጠቀስኩትን ኢትዮጵያ ካፒታሊስት ያልሆነ የዕድገት ጎዳና በመከተል በመጨረሻው ወደሶሺያሊዝም ልታመራ እንደምትችል መልሶ ካነሳብኝ በኋላ በዚያድ ባሬ ከሚመራው መንግሥት ጋር ኢትዮጵያና አብዮቱ ስለሚኖራቸው ትስስር አዲስ የሆነ ሃሳብ አነሳልኝ። ይህም በዚያድ ባሬ የሚመራው በመፈንቅለ መንግሥት ስልጣን የያዘ ቢሆንም እንደ ደርግ ፀረ-ኢምፔሪያሊሲትና አገር ወዳድና ይህንኑ ተራማጅ ካፒታሊስት ያልሆነ የዕድገት ጎዳና በመከተል ላይ ያለ መንግሥት ነውና ከኢትዮጵያ ጋር በተቻለ ማስተሳሰር ያስፈልጋል አለኝ። በአፍሪካ ቀንድና ቀይ ባህር አካባቢ የፀረ-ኢምፔሪያሊስት ሰንሰለት በማበጀት ጂቡቲንም ውሎ አድሮ በዚሁ ፀረ-ኢምፔሪያሊስት ትስስር ውስጥ እንድትገባ ማድረግ ይቻላልና

[47] ለመጀመሪያ ጊዜ ሶሴጅ በአማርኛ ቋሊማ መባሉን ያወቅሁት ይህንኑ ቫሎዲያ ሸራዬቭ ሆቴሉ ድረስ ሄጄ ባገኘሁት ጊዜ ካገሩ ይዞት የመጣውን ቮድካና ሶሴጅ በጋበዘኝ ጊዜ ነበር።

ሶቭዬት ሕብረት ለደርግ የምታደርገውን ድጋፍ በኢትዮጵያ ብቅ ብቅ ያሉ ተራማጆች በሙሉ ልብ ሊደግፉትና ሊተባበሩ ይገባል አለኝ። እኔ በሶቭዬት ሕብረት የአኢተማ ቅርንጫፍ ማህበር ዓመታዊ ስብሰባ ላይ ለመገኘት እዚያ በነበርኩበት ሳምንት በሌተና ኮሎኔል አሥራት ደስታና መቶ አለቃ ገበያው ተመስገን (በሌተና ኮሎኔል መንግሥቱ የተገደሉ) የሚመራና ከደርግ የማስታውቂያ ኮሚቴ አባላት የተውጣጣ የልዑካን ቡድን ሶቭዬት ሕብረትን ጎብኝቶ ነበር።

በፓሪስና ሞስኮ ከሼራዬቭ ጋር ያደረኩትን ውይይት በዝርዝር ለኃይሌ አሳውቄው ነበር። እንደተለመደው የማዳመጥ ችሎታው ድንበር የለሽ ስለነበር በሚገባ ካዳመጠኝ በኋላ «ሶቭዬቶች ለኢትዮጵያ ያሰቡላት አንድ ነገር እንዳለ ያሳያል። ከእኛ መካከል ደግሞ አብዛኞቻችንን ማአኢስት ዝንባሌ አላቸው የሚል ጥርጣሬ ሳላላቸው ምናልባት ከእኛ ይልቅ የኢህአፓን ወዳጅነት በመሻት የተሻለ ግንኙነት ይኖራቸው ይሆናል። ድጋፋቸው ለአብዮቱ ቢያስፈልግም በጥንቃቄ መታየት የሚገባው ጉዳይ ነው። በሶቭዬት ህብረትና በቻይና መካከል ጣልቃ ሳንገባ በተቻለ ሚዛኑን መጠበቅ ይኖርብናል» በሚል ጉዳዩን በዚህ ዘጋነው። ውሎ አድሮ ግን የሶቭዬቶች በቀይ ባህርና ሕንድ ውቅያኖስ የነበራቸውን ስትራቴጂካዊ ፍላጎት በሶማሌ ወረራ በኩል (ምናልባት ሶቭዬቶች ሶማሊያን ተይ ለማለት ሳይችሉና ከቁጥጥራቸው ውጭ ሆኖ) እውን ማድረጋቸው አልቀረም። ይህም ገና ከአብዮቱ ፍንዳታ ጀምሮ ኃይሌ ኢትዮጵያ ከአሜሪካኖች እጅ ወጥታ በሶቭዬቶች መዳፍ እንዳትወድቅ የነበረውን ስጋት ያመለክታል።

እኔ እስከማውቀው ድረስ ኃይሌም ሆነ አንዳንዶቻችን ለቻይና አብዮትና ለሊቀመንበር ማኦ መስተማር ፍቅር ቢኖረንም «የነቃ

የተደራጀና የታጠቀ ረጅም የሕዝብ ትግል» ለዘላቂው አብዮት ደህንነትና ድል እንደዋስትና እንመልከተው እንጂ ድርጅቱ አንድ ወጥ የሆነ ማኦኢስት ርዕዮተ ዓለማዊ ወገናዊነት አልነበረውም። ኃይሌ በተከሳሽነት በሰጠው ቃልም የሶቭዬቶች ጊዜያዊ ድጋፍ ለመኢሶን አስፈላጊ እንደነበርና ድርጅቱም ከሶቭዬት ሕብረት፣ ምሥራቅ ጀርመን፣ ኩባና ደቡብ የመን መንግሥታት ጋር ጥሩ ግንኙነት እንደነበረው ሲገልፅ የጠበቀና ዘላቂ ግንኙነትን በሚመለከት መኢሶን ከቻይና ጋር ሊኖረው እንደሚገባ በማመን በዚህ በኩል ጥረት ለማድረግ መሞከሩን አልደበቀም። በሌላ አነጋገር የሶማሊያ ወረራ እስከተከሰተ ድረስ ሶቭዬት ሕብረትን የማጣጣልና ቻይናን የማሞገስ አንድ ወጥ ድርጅታዊ አቋም አልነበረም። በሠናይ ልኬ ይመራ የነበረው ወዝ አደር ሊግ በገሃድ ማኦኢስትነቱን ያሳይ ስለነበርና ከፍ ብዬ እንደገለፅኩት በወዝ ሊግ እና ኮሎኔል መንግሥቱንና አብዛኞቹን የደርግ አባሎች ወክሎ በተቋቋመው አብዮታዊ ሰደድ መካከል ልክ እንደ ቻይና ኮሙኒስት ፓርቲና ኮሚዩንታንግ መካከል እንደተፈጠረው ዓይነት ጣምራ አባልነትና የጋራ ግንባር የሚያበረታታ ስለነበር መኢሶን በበኩሉ፣ የወዝሊግና ሰደድ አቋም አብዮቱ ከሚያስፈልገው በርካታ ወዳጆች የሚነጥል ይሆናል የሚል አመለካከት ነበረን። የነሠናይ ግልፅ ያለ ማኦኢስት አመለካከትም ከሶቭዬት ሀብረትና የምሥራቅ አውሮፓ ሶሺያሊስት አገሮች ጋር የሚያቀያይም እንደነበር በማየት ደርግ በተቻለ ከምሥራቅ አውሮፓ ሶሺያሊስት አገሮችና አጋሮቻቸው ጋር ሚዛኑን የጠበቀ የወዳጅነት ግንኙነት እንዲኖረው ጥረት ተደርጎ ነበር። ከሶማሊያ ወረራ በኋላ ግን በሶቭዬት ሕብረት ላይ የነበረን አቋም እንደተለወጠ ኮሎኔል መንግሥቱና ኃይሌ በተለመደው

የማለዳ ጥዋት ግንኙነታቸው የውይይት ርዕስ እንደነበርና እሳቸውም «መኢሶን ከሶቭዬት ሕብረት ጋር እንድንቀራረብ ቅስቀሳ ሲያደርግ ቆይቶ አሁን ግን ለምን ስለ ሶሺያል ኢምፔሪያሊዝም ያነሳል?» (ገጽ 64) ካሉት በኋላ አያያዘውም «ለምን ሕቡዕ እንገባለን ትላላችሁ?» (ገጽ 64) በማለት ቅሬታቸውን የገለጹበትን ኃይሌ በተከሳሽነት ቃል የሰጠበትን ሰነድ ማገላበጥ ይቻላል። ሊቀ መንበር መንግሥቱ ባንድ በኩል ከፍ ብዬ የጠቀስኩትን የይስሙላ ቅሬታ እያቀረቡ በሌላ በኩል ደግሞ ስውር ነፍሰ ገዳዮቻቸውን በማሰማራት ላይ እንደነበሩ በቂ ምልክቶች ነበሩ። መኢሶንን ለማጥፋትና አባላቶቹንና ደጋፊዎቹን በማሸበር በቁጥጥራቸው ስር ለማድረግ ለዚህም «መኢሶንን ለመምታት» የተቋቋመ ቡድን እንደነበራቸው መረጃው እንደነበረን ከዚህ በታች ኃይሌ በተከሳሽነት ከሰጠው ቃል መጥቀስ ይቻላል።

> አንዳንድ የሰደድ ጓዶች ናቸው ብለን የምናምንባቸው ሰዎች ለምሳሌ ቴክኒሽያን ደምሰው በሕዝብ ስብሰባዎች መኢሶን ሌላ ኢህአፓ ነው! በቅርቡ ይመታል ብለው እስከመናገር ደርሰዋል። እንደዚሁም የሃምሳ አለቃ ለገሠ አስፋው፣ ፒ.ቲ. ኦፊሰር ታምራት ፈረደ፣ መቶ አለቃ ድንቁ ይህንኑ ሃሳብ ደጋግመው ለእኔና ለጓደኞቼ በማስፈራሪያ መልክ ገልፀውልናል። በተጨማሪ ሻለቃ እንዳለ ተሰማ የደርግ የቋሚ ኮሚቴ አባል የሆኑት መኢሶን ነሐሴ 15 ቀን 1969 ዓ.ም. ያልቅለታል ሲሉ ለግብፅ አምባሳደር መግለጫ ለመስጠታቸው ኢንፎርሜሽን ደርሶናል ... እኔም .... ከዚህ በላይ ከተጠቀሰው ቀን 2ና 3 ቀናት ቀደም አድርገን ማለትም ነሐሴ 11 ቀን ለመሸሸ ተገደናል (ኃይሌ ፊዳ ከሰጠው የተከሳሽነት ቃል 1969 ገጽ 50 የተወሰደ)።

የሶማሌ ወረራ በቀላሉ መፈንቅለ መንግሥት ሊጋብዝ እንደሚችል ለኃይሌ ብቻ ሳይሆን ለሁላችንም ታይቶን ነበር። መፈንቅለ መንግሥት ቢቀር ያገሪቱን ብሔራዊ ነፃነትና በራስ የመተማመን ታሪክ በሚያጎድፍ መንገድ አገሪቱ በሶቭዬቶች ቁጥጥር ስር የምትወድቅበትና የኮሎኔል መንግሥቱ አምባገነንነት ነግሶ ሕዝባዊ የነበረው አብዮት መቀልበሱ አይቀርም የሚል እምነት ላይ ደርሰን ነበር። ኮሎኔል መንግሥቱም ኃይሌን ሲያነጋግሩ «መኢሶን ከሶቭዬት ሕብረት ጋር እንድንቀራረብ ቅስቀሳ ሲያደርግ ቆይቶ አሁን ለምን ስለ ሶሻል ኢምፔሪያሊዝም ያነሳል?» በሚል የተቆጡትም ሶማሊያን ከራስ ፀጉሯ እስከ እግር ጥፍሯ ድረስ በዘመናዊ መሣሪያ ያስታጠቋት ሶቭዬቶች፣ ሶማሊያን የልብ ልብ እንደሰጣትና ሶቭዬቶችም ሊገቷት የማይችሉበት ደረጃ ላይ መድረሷን ሳያውቁት ቀርተው አልነበረም። ከሰርጎ ገብ ባሻገር ኢትዮጵያ ከነበራት የእግረኛ ጦር፣ የተዋጊ ጄትም ሆነ ሚሳይል አቅም ጋር ሲወዳደር ሶማሊያ የነበራትን ብልጫ በመጠቀም ኢትዮጵያን ለመውረር ተይ ማለት ባለመቻላቸው እንደነበርና ይህም መረጃ ለራሳቸው ለሊቀ መንበሩ በተለያየ አጋጣሚ ቀርቦላቸው እንደነበር ዘንግተው አልነበረም። ሶቭዬቶች ኢትዮጵያንና ሶማሊያን መገላገልና ማግባባት ቢቻላቸው ይህንኑ ለማድረግና በፀረ-ኢምፔሪሊስት ሰንሰለት ሁለቱንም አገሮች በቁጥጥራቸው ስር በማድረግና በኮንፌዴሬሽን የማስተሳሰር የቀይ ባህርንና የሕንድ ውቅያኖስን መቆጣጠር፣ ይህ ሳይሆን ቢቀር ከሶማሊያ የተሻለ ስትራቴጂካዊ ጠቀሜታና በሕዝቧ ብዛትም ሆነ በተፈጥሮ ሃብቷ ከሶማሊያ የተሻለችውን ኢትዮጵያ መምረጣቸው አይቀርም የሚል አመለካከት መኢሶን ነበረው። ኮሎኔል መንግሥቱም በተለይ እነአለማየሁ ኃይሌንና ሞገስ

ወልደሚካኤልን ከገደሉ በኋላ ለብሔራዊ ነጻነትና በራስ መተማመን እኛ የምናስበውን ያህል ዋጋ ሳይሰጡ በሶቭዬቶች የመታቀፍና ሶማሊያን አሸንፈው የአምባገነን ዘመናቸውን የማራዘሚያ ዕድል ያገኙ ሳይመስላቸው እንዳልቀረ ገምተን ነበር።

ሕዝብ ድርጅት ከመቋቋሙና አብዱላሂ ዩሱፍ የሐረር ክፍለ ሃገር ሕዝብ ድርጅት ጉዳይ ጽ/ቤት ሃላፊ ሆኖ ከመመደቡ በፊትና ከተመደበም በኋላ የሶማሌ መደበኛ ወታደሮች ሰርጎ ገብ በመምሰል ወደ ኢትዮጵያ ግዛት ዘው ብለው በመግባት ላይ መሆናቸውን የሚጠቁም መረጃና የጉዳዩንም አሳሳቢነት የደርግ ተጠሪ ለነበረው ኮሎኔል ዘለቀ በየነ ማቅረቡን በዚህ ጽሑፍ ከፍ ብዬ ጠቅሻለሁ። ይህ ጉዳይ እስከ ሊቀ መንበር መንግሥቱ ድረስ በኃይሌ በኩል ደርሶ ደርግ የገጠሩ ሕዝብ ላይ ሙሉ እምነት በማሳደር፣ ጊዜው ከመዘግየቱና ሶማሊያ ሰፊውን የኢትዮጵያ ግዛት ከመቆጣጠሯ በፊት ሕዝቡን ባግባቡ በማስታጠቅ እነኚህን ሰርጎ ገቦች እንዲቋቋምና ኢትዮጵያም መደበኛ ጦሯን በሰርጎ ገብነት ሶማሌ ግዛት ውስጥ በማስገባት ሁካታና ውጥረት በመፍጠር የሶማሊያን መንግሥት ወከባ ውስጥ መጨመር እንደሚያስፈልግ ሃሳብ ቢቀርብም ተቀባይነት አላገኘም። እንዲያውም ሊቀመንበሩ ከሶቭዬት ሕብረት በኩል ያላቸው መረጃ «የኤርትራ ተገንጣዮች፣ ከኢህአፓና ኢድህ ጋር በመሆን የሰሜኑን ኢትዮጵያ በማስገንጠል መንግሥት የማወጅ ነውና ጎዴ የሚገኘውን የኢትዮጵያን ጦር ወደ ሰሜን ኢትዮጵያ በቶሎ የማዛወር ውሳኔ መሆኑና ይህንን ውሳኔ ከሰሞኑ እንደሚወስዱ ሲነግሩት የሚከተለውን መልሶላቸው እንደነበር ቅርቡ ለነበርነው አጫውቶናል።

ይህ የሶቭዬቶች ዲስ ኢንፎርሜሽን ነውና ይህ ጦር ከጎዴ ተንስቶ ወደ ሰሜን እንዳይዛወር። ይህ የሆነ እንደሆነ የሶማሊ መደበኛ ጦር ድንበሩን በርግዶ በኦጋዴን ብቻ ሳይወሰን እስከ ድሬዳዋ ድረስ የኢትዮጵያን ግዛት በቀላሉ የሚይዝበትን ሁኔታ ማመቻቸት ነው[48]። እሳቸው ግን የሶቭዬት ህብረትና የስለላ ተቋማቸው (ኬጂቢ) «ዲስ ኢንፎርሜሽን» ዘመቻ ሊሆን ይችላል የሚለውን ግምት ትተው የመኢሶን «ዲስ ኢንፎርሜሽን» እንደመሰላቸውና በጥሞናም ሳያዳምጡት እንዳሰናበቱት አጫውቶን ነበር[49]።

[48] በዚህች አጭር ማስታወሻ ያነሳኋቸውን ጉዳዮች ትክክለኛነት ለማመሳከርና እሱም ከሚያስታውሳቸው ተመሳሳይ ጉዳዮች ጋር ተመሳሳይነታቸውን ለማረጋገጥ ከዶ/ር ነገደ ጋር ቤልጅየም ዋና ከተማ ብራሰልስ በቆየሁባቸው ቀናት ሌተና ኮሎኔል መንግሥቱ ራሳቸው በህብረቱ ስብሰባ ላይ «ሶቭዬቶች ዲስ ኢንፎርም አድርገውናል» ብለው ነግረውን ነበር። «ጎዴ ያለውን ጦር አንስታችሁ ወደ ሰሜን አዛውሩ በማለት ከሶማሌ በኩል ምንም የወረራ ስጋት የለም ብለው መከረውናል» ሲሉ መናገራቸውን እንደሚያስታውስ አጫውቶኛል። ሶቭዬቶች በዚያድ ባሬ «ዲስ ኢንፎርም» ይደረጉ፣ ይህንኑ ይዘው ደርግን «ዲስ ኢንፎርም» ያድርጉ በእርግጠኛነት መናገር ባይቻልም ከዛሬ 40 ዓመት በኋላ ያነጋገርኳቸው፣ እውቀቱ የነበራቸው ሰዎች እንደሚሉት ከሆነ ሶቭዬቶች ሆን ብለው ኢትዮጵያን «ዲስ ኢንፎርም» አድርገዋል የሚለው የማያስኬድና የዚያድ ባሬ ሁኔታ ሳያሳስታቸው አልቀረም የሚለው ይበልጥ ወደ እውነትነት እንደሚቀርብ ልገነዘብ ችያለሁ።

[49] ከዚሁ ጊዜ ጋር የሚገጣጠም ሌላ አንድ እንቆቅልሽ የሆነ (mysterious) ሁኔታ ተከስቶ ነበር። አለማየሁ ኃይሌ በሞስኮ ሬዲዮ የአማርኛ ፕሮግራም የተነገረ ዜና ይዞ የሕዝብ ድርጅት የማስታወቂያና የፕሮፓጋንዳ ኮሚቴ ሊቀመንበር ወደነበረው ዶ/ር ነገደ ጎበዜ ቢሮ ሄዶ፣ ደርሶ ሲመለስ እኔም ባጋጣሚ ኃይሌን ከሕዝብ ድርጅት ቢሮ ለምሳ ወደ ቤት ለመውሰድ ደርግ ጽ/ቤት ደርሼ ነገደና ኃይሌ፣ አለማየሁ ኃይሌ ይዞት የመጣውን ዜና ሲነጋገሩበት ደረስኩ። ይህም ዜና «ፀረ ኢምፔሪያሊስት መፈክር በመያዝና የአሜሪካን ኢምፔሪያሊዝምንና የሲ አይ ኤን ሴራ በማውገዝ በአዲስ አበባ ስለማዊ ሰልፍ ተደረገ የሚልና ይህንን ሰላማዊ ሰልፍ የጠሩት የዩኒቨርስቲ ተማሪዎችና በአዲስ አበባ አካባቢ የሚገኙ ወጣቶች ሲሆኑ እነርሱም የቀድሞው ፖስታ ቤት ኢየሩሳሌም ሕንጻ ላይ የሚገኘውን የአሜሪካ ማስታወቂያ ድርጅት ቢሮ በድንጋይ ደበደቡ» የሚል ነበር። እውነትም ይህ ድርጊት እርግጥ የተፈፀመ ቢሆንም የተፈፀመበት ሰዓትና ዜናው ሞስኮ በሚገኘው የአማርኛ ራዲዮ የተነገረበት ሰዓት የተጣጣመ አልነበረም። ዜናው የተላለፈው ድርጊቱ ከመፈፀሙ ቢያንስ ሁለት ሰዓት አስቀድሞ (እንደማስታውሰው የ2 ሰዓት ልዩነት ነበር) ስለነበር እንዴት ይህንን የመሰለ ቅንጅትና ሃርሞናይዜሺን የጎደለው ዜና ሊተላለፍ እንደቻለ ሚስቲሪየስ ሆኖብን ነበር።

ይህ ጉዳይ በዚህ እንዳለ አንድ ቀን ምሳ በልተን ወደሥራ ከመመለሳችን በፊት በሬዲዮ እዚያው ደርግ ጽ/ቤት፣ በሕዝብ ድርጅትና በህብረቱ ውስጥ እንደሌለን የሚያስቆጥር አንድ መግለጫ ሰማን። ይህም ኢትዮጵያ ከአሜሪካኖች ጋር የነበራትን ወታደራዊ ስምምነት መሰረዟንና ይህም የኢንተሊጀንስ ልውውጥንም ሆነ የመሣሪያ ግዥና ሌሎችንም የኢትዮጵያን ወታደራዊ ተቋም የተመለከቱ ስምምነቶችን የሚጨምር ሲሆን፣ በዳህላክ ደሴት ላይ ሰፍሮ የነበረውም ቃኘው በመባል ይታወቅ የነበረው የአሜሪካኖች የጦር ሠፈር እንደሚዘጋ የሚያበስር ነበር። ይህ መግለጫ እንደተሰጠ በማግስቱ በተጠራው የድጋፍ ሰልፍ ኮሎኔል መንግሥቱ አደባባይ ወጥተው የአሜሪካን ኢምፔያልዝምን ካወገዙ በኋላ «ከእንግዲህ ኢትዮጵያ የግዛቷን ቅንጣት ያህል መሬቷ ቆርሳ በመስጠት የየትኛውም ኃያል መንግሥት የጦር ሰፈር አትሆንም» ብለው ተናገሩ። በሶስተኛው ሳምንት 17 ሺህ የኩባ ጦር አገራችን ገባ። የሶቭዬት ሕብረትና የምሥራቅ ጀርመን የጦር አማካሪዎችና ሰላዮች ወዳገራችን መጉረፍ ጀመሩ። የደቡብ የመን ወታደራዊ ተቋም (machinery) ሳይቀር ወዳገራችን በመግባት የሶማሊያን ወረራ ለመግታትና የሰሜኑንም የተገንጣዮች እንቅስቃሴ ለመገደብ ይራወጥ ጀመር። በመኢሶን አመለካከት ይህ ከአንድ ኃያል መንግሥት ቁጥጥር ሥር ተላቆ በሌላ ኃያል መንግሥት ቁጥጥር ሥር መውደቅ፣ ኮሎኔል መንግሥቱም «ከእንግዲህ አገራችን የማንኛውም ኃያል መንግሥት የጦር ሠፈር አትሆንም» በሚል ባደባባይ የለፈፉትን ቃል የሚያፈርስና ብሔራዊ ነፃነቷን ጠብቃ ለኖረችና በሕዝቦቿ ላይ ባላት ፅናት የባዕድ ወረራን ጠርጋ በማስወጣት ለትውልድ ትታው ያለፈችውን አገር አኩሪ

ታሪክ የሚያጎድፍ መደምደሚያ ላይ ለመድረስ በቃን። ይህንን በሚመለከት በድርጅቱ ሕቡዕ ልሣን «የሰፊው ሕዝብ ድምፅ» እና በ«አዲስ ፋና» አንድ ጽሑፍ እንዲወጣ ተወስኖ አንዳንዶቻችን በዚህ ጽሑፍ ዝግጅት ውስጥ እንድንሳተፍና የመጀመሪያውን ረቂቅ እንድናቀርብ ተወስኖ እኔም በዚሁ ብሔራዊ ነጻነትንና በራስ መተማመንን በተመለከተ በተዘጋጀው ጽሑፍ ተሳታፊ ነበርኩ። ነገር ግን የኔ ረቂቅ የከረረና ጀብደኛ (ከወጣትነት ዕድሜዬ ጋር የተያያዘ ሳይሆን አይቀርም) ሆኖ በመገኘቱና ሶቭዬት ሕብረትን በሶሺያል ኢምፔሪያሊስትነት የሚረግም ስለነበር አንዳርጋቸው እንዲያርመውና በመጨረሻም ኃይሌ ቋንቋውን ሰላማዊና ዲፕሎማሲያዊ በሆነ መንገድ እንዲ ያስተካክለው ተደርጎ «ብሔራዊ ነፃነትና በራስ መተማመን» በሚል ርዕስ የመኢሶንን ኦፊሴል አቋም በሚወክለው «የሰፊው ሕዝብ ድምፅ» ጋዜጣና የዚሁ ተመሳሳይ ቅጂ ደግሞ በእኔ ዋና አዘጋጅነት ይመራ በነበረው «አዲስ ፋና» ታትሞ እንዲወጣ ተደርጓል። በድርጅቱ ህቡዕና ሕጋዊ ልሳኖች ላይ የወጡት ጽሑፎች ላይ የኃይሌ አስተዋፅዖ እጅግ የጎላ ነበር።

አዲስ ፋና መጽሔት፤ የሰኔ ወር 1969 ዕትም ሽፋን

በአዲስ ፋና ነሐሴ ወር 1969 እትም «የኢትዮጵያ ጊዜያዊ ሁኔታ» በሚለው ዓምድ ሥር «ለአብዮታችንና ለብሔራዊ ነጻነታችን በራሳችን እንተማመናለን» በሚል ርዕስ ከወጣው ጽሑፍ የሚከተለውን ለአብነት ያህል እጠቅሳለሁ፡-

> ይህንን አርዕስት የመረጥንበት ምክንያት የጊዜውን የኢትዮጵያ ተጨባጭ ሁኔታ እንዲሁም አገሪቱ የምትገኝበትን የችግርና የፈተና ጊዜ ካለመረዳት ለለበጣ፣ ለቅንጦትና ከንቱ የሆነ ምሁራዊ ፀጉር ፊለጣ ለማድረግ በመሻት አይደለም። አብዮት፣ ብሔራዊ ነፃነትና በራስ መተማመን በዛሬው የኢትዮጵያ ሁኔታ ከፍተኛ ፍቺና ቦታ ያላቸው በመሆኑና አሁን አብዮቱ በሚገኝበት ወሳኝ ሂደት ውስጥ አብዮት ማለት ብሔራዊ ነፃነት ማለት እንደሆነና አብዮቱም ግቡን እንዲመታም ሆነ ብሔራዊ ነፃነትና ክብር ከማንም ተቀናቃኝ እንዲጠበቅ በተቀዳሚ በራስ መተማመን እንደሚያስፈልግ በማመን ነው። ስለዚህም አንዱ ከሌላው ሊነጠል ሌላው ካለ ሁለቱ ለብቻው ሊገዝ አለመቻሉና የሶስቱ በጽኑ መቆላለፍ ማለት ብሔራዊ ዴሞክራሲያዊ አብዮትን ከግቡ ማድረስ ማለት ነው። የተነሳንለትን እስካሁንም ወገኖቻችን የከፈሉትን የመስዋዕትነት ድርሻ እኛም ተገንዝበን አብዮቱን ከግቡ ለማድረስ እስከ መጨረሻ በቆራጥነት መታገል ማለት ነው። ... ለምሳሌ ሀገራችን በውጭ ጠላቶች ተከባና ተወጥራ በተያዘችበት ባሁኑ ወቅት በሀገራችን ላይ የተቃጣውን ድፍረት መቋቋምና የሀገራችንን ነፃነትና ክብር ማስጠበቅ ጎልቶ የሚታይና የሚቀርብ ተግባር ሆኗል። ምክንያቱም የውጭ ጠላቶችን መቋቋም ካልቻልን አብዮታችን መቀልበሱ ነው። አብዮታችንም ከተቀለበሰ ብሔራዊ ነፃነቷ የተከበረ፣ ሕዝቦቿ በአርነት የሚኖሩና በውስጧ በሚኖሩ

ብሔረሰቦች መሐል እኩልነት የሠፈነባት አብዮታዊት እናት ሀገር ሆና መገኘት አትችልም» (አዲስ ፋና ነሐሴ 1969 ገፅ 29 ብርሃንና ሰላም ማተሚያ ቤት አዲስ አበባ)።

ለዚሁ ብሔራዊ ነፃነትና በራስ መተማመን ላይ የነበረንን አቋም ለመተግበር ከገበሬውና ከወዛደሩ በብዙ መቶ ሺህ የሚቆጠሩ የሕዝባዊ ሚሊሺያ አባሎች በመመልመል ታጠቅ ጦር ሰፈር እየገቡ እንዲሰለጥኑ፣ እኛ ግን ሚሊሺያውን ብቻ እያስረከብን እንድንመለስ ተደርጓል። ለማስታወስ ያህል ከየካቲት ወር 1969 ጀምሮ ኃይሌ በአዲስ ፋና መጽሔት ሲወተውትበት የነበረው ሃቅ

> በገጠር የአርሶ አደሩን ትግል ለማገዝ በደቡብና ምሥራቅ ኢትዮጵያ ሰፊው ሕዝብ የሰርጎ ገቦችን ጥቃት የሚከላከልበት ትጥቅ ባስቸኳይ ያስፈልገዋል። በሰሜን ክፍላተ ሀገራት የፓለቲካ ንቃት ለመስጠት የካድሬዎች እጥረት መኖሩ የማይካድ ስለሆነ በሚመጡት ወራት ብዙ ካድሬዎችን እያዘጋጁ ከተሟላ ወታደራዊ ትምህርት ጋር እያሰለጠኑ ከመለዮ ለባሹና ከተደራጀው ሕዝብ ጋር ካድሬዎች እንዲደባለቁና አንቂ፣ አደራጅና ተዋጊ ለመሆን እንዲችሉ ጥረት መደረግ አለበት» (አዲስ ፋና የካትት 1969 ገጽ 33 ብርሃንና ሰላም ማተሚያ ቤት አዲስ አበባ)

የሚል ነበር።

ቀደም ባለው ምዕራፍ የኮሎኔል ጎሹ ወልዴና የኃይሌ ትውውቅ ሁለቱም የ2ኛ ደረጃ ተማሪዎች ከነበሩበት ጊዜ የሚጀምር እንደነበር አውስቻለሁ። ኃይሌ ጄነራል ዊንጌት ኮሎኔል ጎሹ ደግሞ ኮተቤ ቀዳማዊ ኃይለ ሥላሴ 2ኛ ደረጃ ት/ቤት በአዳሪነት ሲማሩ የወለጋና የኢሉባቦር ልጆች በያጋጣሚው ይገናኙ

ስለነበር የሁለቱም ግንኙነት ከዚህ የተነሳ እንደነበር አውስቻለሁ። አንድ ቀን በምሳ ሰዓት ከኃይሌ ጋር ተያይዘን ወደቤታችን ለመሄድ ከሕዝብ ድርጅት ጽ/ቤት ለመውጣት መኪና አስነስተን ሄድ እንዳልን አንድ የሻለቃ ማዕረግ የነበረው የመከላከያ ሠራዊት አባል ፈጠን ብሎ ወደእኛ መኪና በመጠጋት ኃይሌን አስቆመው። የዚያን ዕለት መኪናውን የሚነዳው ኃይሌ ስለነበር መኪናውን አቁሞ እንደ ወረደ ሻለቃውም እዚያው መኪናችን አጠገብ ስለነበር እዚያው ከቆሙበት ሞቅ ያለ ሰላምታ ተለዋወጡ። ለካሳ! ይህ በዚያን ጊዜ የሻለቅነት ማዕረግ የነበረው ኮሎኔል ጎሹ ወልዴ ነበር። ከጦር ኃይሎች አቃቤ ሕግነት የታጠቅ ጦር ሠፈር አስተዳዳሪ መሆኑንም የሰማሁት የዚያን ዕለት ነበር። ጎሹ ወልዴም እኔ እየሰማሁ «ታጠቅ ጦር ሠፈር የገባውንና «አብዮታዊ እናት አገር ወይም ሞት» ብሎ ወደሰሜንና ደቡብ ለመዝመት በሥልጠና ላይ ያለውን ጦር ንቃተ ህሊና ለማዳበር ከናንተ በስተቀር የህብረቱ ድርጅቶች በሙሉ ታጠቅ ሠፈር ሲገቡ እናንተ ምን ሆናችሁ ነው በዚህ የማንቃትና የማደራጀት ተግባር የማትሳተፉት በማለት ኃይሌን ጠየቀው። ኃይሌም «ከሕብረት ድርጅቱም እኛን በማግለልና ሳንወድ በግድ ሕብረቱን ጥለን እንድንሄድ የማይደረግ ነገር የለም። ድርጅታችን ከየክፍለ ሃገሩ በብዙ ሺህ የሚቆጠር የሚሊሽያ ሠራዊት በመመልመልና ካድሬዎቻችንም ጭምር አብረው ታጠቅ ጦር ሠፈር በመግባት የሚያስፈልገውን ወታደራዊ ስልጠና በመውሰድ፣ በአንቂነት፣ አደራጅነትና ተዋጊነት አብረው ከመለዮ ለባሹ ጋር እንዲዘምቱ ብንወተውትም ሚሊሽያውን ታጠቅ ጦር ሠፈር እያደረስን ከመመለስ በስተቀር ተመልሰን ዝር እንዳንል ተከልክለን ነው እንጂ ሰደድ ወዝና ማሌሪድ እንደሚያወሩት በአብዮቱና በእናት

አገር የምናኮርፍ ሆነን አይደለም። የእናት አገሩን ጥሪ እንደምንደግፍ፣ ካድሬዎቻችንም አብዮታዊት እናት አገር ወይም ሞት ብለው አብረው በየጠሩ ግንባር ለመዝመት ፈቃደኝነታቸውን በተደጋጋሚ ብንገልፅም የሰማን የለም ብሎት ጎሹ ወልዴም የመገረም ሁኔታ እየታየበት አዳምጦት እንደተለያዩ እኛም ወደ ምሳችን አምርተናል። ኃይሌ ከጎሹ ወልዴ ጋር የነበራቸው ትውውቅ ከመቼ ጀምሮ እንደነበር ለመጀመሪያ ጊዜ ያጫወተኝም በዚሁ ጊዜ ነበር። ስለሰውዬውም የእውቀት ደረጃና ኮተቤ 2ኛ ደረጃም ሆነ ሐረር አካዳሚ ከነበረበት ጊዜ ጀምሮ ትልቅ ምሁራዊ ተሰጥዖ የነበረውና በሕግ የማስተርስ ዲግሪ ምሩቅ መሆኑንም የገለፀልኝ በዚህ አጋጣሚ ነበር። በኢትዮጵያ ጊዜያዊ ሁኔታ በመኢሶን በኩል የሚቀርቡት ትንተናዎች «እንደ ጎሹ ለመሳሰሉ የበሰሉ ወታደራዊ ምሁራን አሳማኝ መሆን አለበት የሚል ግምት ቢያሳድርም «እነኚህ ሰዎች ምንም ቢሆን ወታደሮች ናቸው። እንቅረባቸው እንኳን ብንል የራሳቸው ሞቲቭ ምን እንደሆነ ሊታወቅ አይችልም» ብሎኝ ይህንኑ ወሬያችንን ዳር ሳናደርስ ከቤታችን ደረስን። ይህንን ጉዳይ በዚህ መልክ ያነሳሁት ኃይሌ በተከሳሽነት በሰጠው ቃል ውሎ አድሮ እነኮሎኔል ጎሹ ወልዴና ሌሎችም በመከላከያ ሠራዊቱ ላይ የአዛዥነት ማዕረግ የነበራቸው መኮንኖች ከመኢሶን ጋር ግንኙነት እንደነበራቸው የሚገልፅ መረጃ በማግኘቴ ነው። ይህንን ግንኙነት በሚመለከት የኃይሌም ሆነ የመኢሶን አቋም በመፈንቅለ መንግሥትም ሆነ በሌላ አቋራጭ ሥልጣን የመያዝ ፍላጎት እንዳልነበረውና የታሰበውም («ባጭር የተቀጨ» ቢሆንም) የረጅም ጊዜ ትግል እንደነበርና ይህም በኃይሌ አንደበት ምን እንደሚመስል በመኢሶን አመራር ደረጃ ከነበሩ ጓዶች ካደረገው ውይይት ሰፋ አድርጌ በመጥቀስ በመረጃነት አቀርባለሁ።

«ሐምሌ 12 ቀን 1969 ዓ.ም. በግምት ከምሽቱ አንድ ሰዓት ጀምሮ ምናልባት በእኔ (ኃይሌ) ቤት በተደረገው ስብሰባ፡- 1ኛ/ እኔ ራሴ 2ኛ/ አቶ መስፍን ካሱ፣ 3ኛ/ ዶክተር ከበደ መንገሻ፣ 4ኛ/ አቶ ዳንኤል ታደሰ፣ 5ኛ/ አቶ ሲሣይ ታከለ ሆነን በተደረገው ስብሰባ ላይ ከሚሊሽያው አዛገሮች ውስጥ አንዳንዶቹ የመኢሶንን መስመር የሚከተሉና በአሁኑ ጊዜ ምን እናድርግ በማለት ከመኢሶን አመራር ሃሳብ የጠየቁ መኖራቸውን አቶ መስፍን ካሱ ገለጸልን። የሰዎቹም ስም፡- 1ኛ/ ኮሎኔል ደሣለኝ 2ኛ/ ሻለቃ ጎሹ ወልዴ፣ 3ኛ/ ቱሉ የሚባል ማዕረጉንና የአባቱን ስም የማላውቀው ለመሆናቸው ዘርዝሮ ገለጸልን። ..... በዚህ ስብሰባ/ልዩ ስብሰባ ላይ ወታደራዊ ካድሬዎችና ከላይ በተጠቀሱት ሰዎች መካከል ቅራኔ አለ ሲል መስፍን ሃሳቡን ከሰነዘረ በኋላ አቶ ዳንኤል አዛገሮቹ ከካድሬዎቹ በፖለቲካ ንቃት ምን ያህል ይሻላሉ? የሚል ጥያቄ አቀረበ። ከዚያም መስፍን ምናልባት በንቃት ምንም ያህል ላይበላለጡ ይችላሉ የሚል መልስ የሰጠ ይመስለኛል። ዶክተር ከበደም መጀመሪያ እነዚህ ሰዎች «ጁንታ»ን ሊያቋቁሙ ይችላሉ ወይንም ደግሞ በነኮሎኔል መንግሥቱ የተጠመደልን ወጥመድ ሊሆን ይችላል፣ የሚል ሃሳብ አቀረበ። ቀጥሎም እኔ «ኩ ዴታ» አይጠቅመንም ሰዎቹንም አናውቃቸውም። ሞቲቫቸውንም በደንብ አናውቅም። ስለዚህ በየሄዱበት ጦሩንና ሕዝቡን ለማዋሃድ ይሞክሩ ስል ሃሳብ ሰጠሁ። ይህንንም ያልኩት 1ኛ/ ሰዎቹ በፖለቲካ ያላቸው ንቃት ይህንንም ያህል አለመሆኑ ስለተገለጸልን፣ ከሁሉ አስቀድሞ የሚታያቸው ነገር መፈንቅለ መንግሥት መሆኑን በመገንዘብ እና መኢሶን ደግሞ በዚህ ዓይነቱ አሰራር የማያምን መሆኑን ስለማወቅ፣ 2ኛ/ ከላይ ዶክተር ከበደ እንዳለው ሁሉ

ሰዎቹን ስለማናውቃቸው በእርግጥም ነገሩ ወጥመድ መሆን ስለሚችል፣ ለአብዮቱ በእርግጥ መሥራት ከፈለጉ በየሄዱበት ሁሉ በሕዝቡና በሠራዊቱ መሐከል አንድነትን ይመስርቱ በማለት ነበር። ነገር ግን ሞቲቫቸውና ሰዎቹ በደንብ ቢታወቁ ኖሮ፡- 1ኛ/ በሠራዊቱ ውስጥ በተደራጀ መንገድ የመኢሶንን የፖለቲካ መስመር እንዲያስፋፉ፣ 2ኛ/ እላይ እንደተባለው ሁሉ በሰፊው ሕዝብና በሠራዊቱ መሐከል የጠበቀ ወዳጅነት እንዲመሰርቱና በዚህም የአብዮታዊ ጦር ጠባይን እንዲያቀዳጁ እና 3ኛም ለረጅም ጊዜ ለሕዝባዊ አብዮታዊ ጦርነት እንዲዘጋጁ ለመሞከር ነበር። ከዚህም በተከታታይ አቶ ዳንኤል እዚሁ «ኩ ዴታ» ቢያደርጉ ኤርትራ ትገነጠላለች! ስለ ኤርትራ ምንድነው አቋማቸው? ኤርትራ ውስጥ አስተማማኝ ኃይል አላቸው ወይ? የሚል ጥያቄ ለስብሰባው አቀረበ። ለዚህ መልሱን የሰጠው ማን እንደሆነ ለጊዜው ትዝ ሳይለኝ የመልሱ ስሜት እነዚህ ሰዎች መንግሥትን ለመገልበጥ ተነስተው ከሆነ እኛ ምንም ለማድረግ እንደማንችል የተገለጸ ይመስለኛል» (ኃይሉ ፊዳ በተከሳሽነት ለደርግ ምርመራ ክፍል ከሰጠው ቃል ገጽ 62-63 የተወሰደ)።

ማታውን የማፈግፈጉን እርምጃ ልንወስድ ጥዋት በማለዳ ኃይሌ ፊዳ ወደ ኮሎኔል መንግሥቱ ቢሮ በመሄድ «ያው ለቁርስ ቢቀር ለምሳ ያደርጉኝ ይሆናል» በሚል የፌዝና የምር አነጋገር እየተናገረ ቢሯቸው ከደረሰ በኋላ የሚከተለውን የመጨረሻ ጊዜ ውይይት እንዳደረገ፣ እጃችን ተይዞ 4ኛ ክፍለ ጦር አብረን ታስረን በነበረበት ጊዜ ያጫወተንን የማስታውሰውን ያህል እንደሚከተለው አቀርባለሁ።

«ከሕብረቱም ሆነ የውጭ ጉዳይ ችግሮችን በተመለከተ ከመገለላችን የተነሳ ደርግ እንደመንግሥት የወሰዳቸውና በአዋጅ ደረጃ የተነገሩ ጉዳዮችን እንደ ሕዝቡ በራድዮና በቴሌቪዥን ስለምንሰማ ሃሳባችን ተቀባይነት እንኳን ባይኖረው መኢሶን በዚህ ጉዳይ ምን ያስባል? ብሎ የጠየቀን የለም። የሶማሌ ሰርጎ ገቦችን በተመለከተ ከሁለት ዓመት በፊት በቂ ዝግጅት እንዲደረግ፣ ሕዝቡ ላይም አመኔታ በማሳደር ማደራጀትና ማስታጠቅ እንደ ሚያስፈልግ፣ ይህ ሳይሆን ቀርቶ የሶማሊያ መደበኛ ጦር ቀደም ሲል ጀምሮ በሶቭዬት ሕብረትና ተባባሪዎቿ ባቀረቡለት ዘመናዊ የጦር መሣሪያ እየታገዘ የምሥራቁን የኢትዮጵያ ግዛት የወረረ እንደሆነ ያለውዴታችን ካሜሪካኖቹ እጅ ወጥተን በሶቭዬቶች ቁጥጥር ስር የመውደቅ አደጋ አለው ብዬ ለርሶም ነግሬዎት ነበር። ሶቭዬቶች ቀይ ባህርንና የሕንድ ውቅያኖስን ለመቆጣጠር የነበራቸውን ስትራቴጂካዊ ፍላጎት በቀላሉ በማሳካት ኢትዮጵያም ለሶቭዬቶች እንድትንበረከክ የሚያደርግ ነው ብዬ ስላቸው ከወንበራቸው ተነስተው እንደማቋረጥ አሉኝና መልሰው ወደወንበራቸው ተመልሰው «እስቲ ላስጨርስህ» በማለት እስከዚያን ጊዜ ድረስ አይቼባቸው የማላውቀውን ዓይነት እርጋታ አሳይተውኝ እኔም ንግግሬን በመቀጠል «ሶቭዬቶች ገላጋይና አደራዳሪ መስለው የቀረቡትና ኢትዮጵያን በመምከር ላይ ያሉትም ከሶማሊያ ጋር የግዛት ይዞታ ማስተካከል (territorial readjustment) እንድታደርጉና ይህም ደግሞ ኢትዮጵያ የኦጋዴንን ግዛት ለሶማሊያ እንድታካፍል በኢትዮጵያ ላይ ተፅዕኖ የሚያደርግ ለመሆኑ እኔ ራሴ ከውጭ ጉዳይ ሚኒስትሩ

ዶ/ር ፊለቀ ገድለ ጊዮርጊስ ሰምቻለሁ[50]። ኢትዮጵያም ራሷን የምትከላከልበት ዘመናዊ የጦር መሣሪያ ለማግኘት ሶቭዬቶችን በተደጋጋሚ ደጅ እስከመጥናት ደረሰች። ገና የሶማሌ መደበኛ ሰራዊት ሰርጎ ገብ በመምሰል ወዳገራችን ግዛት መግባት የመጀመራቸው ዜና እንደተሰማ ሕዝቡ ላይ አመኔታ በማሳደር የማስታጠቁና ከመደበኛው ሰራዊት ጋር በመደባለቅ መመከት ቢቻልና ኢትዮጵያም የራሷን ሰርጎ ገቦች ወደሶማሊያ በማስገባት ትርምስ ለመፍጠር ችላ ቢኖር፣ ካንዱ ኃያል መንግሥት ተላቀን ሌላውን ኃያል መንግሥት ተለማማጭና ጥገኛ እስከመሆን ባልደረስን ነበር። እኛ ኢትዮጵያውያን በውጭ አገር በተለይም በአውሮፓና በአሜሪካ ስንኖር በዓለም ከመጨረሻዎቹ ደሃ አገሮች አንዷ ከሆነች አገር መምጣታችንን በተለያየ አጋጣሚ የምናገኛቸው ሁሉ የሚያውቁትና ለእኛው ለራሳችን የሚነግሩን ሃቅ ነበር። ቢሆንም አንገታችንን ሳንደፋ ቀና ብለን በኩራት የምንመልስላቸው መልስ አገራችን በየትኛውም ባዕድ አገር ተገዥ ሆና የማታውቅ፣ ነፃነቷንና ብሔራዊ ክብሯን አስጠብቃ ለብዙ ሺህ ዓመታት የኖረች አገር ነች በሚል በተራችን እነርሱን አሸማቀቅንና አንገት አስደፍተን እንመልሳቸው ነበር። የኢትዮጵያ ሕዝቦች ገና የሰርጎ ገቦች

[50] ዶ/ር ተረፈ ወልደ ጻዲቅ ላጭር ጊዜ የትምህርት ሚኒስትር በነበረበት ጊዜና አቶ ዳንኤል ታደሰ የከተማ ልማት ሚኒስትር በነበረበት ዘመን በዚሁ የሶማሌ ወረራና የሶቭዬቶችን «ያደራዳሪነት ሚና» በተመለከተ በተደረገው የሚኒስትሮች ምክር ቤት ስብስባ ላይ ሶቭዬቶች ኢትዮጵያ ግዛቷን ቆርጣ በመስጠት የድንበር ሽግሽግ ውል ብታደርግ የሶማሊያ መንግሥት ሊቀበልና ወረራውም በሰላም ሊያልቅ ይችላል በሚል ኢትዮጵያ ላይ ተፅዕኖ ለማድረግ መሞከራቸውን የተመለከተ ጉዳይ በዚሁ በሚኒስትሮች ምክር ቤት ስብሰባ ላይ አነጋግሮ እንደነበር ለመኢሶን ጓዶች ሲያካፍሉ እኔም ሰምቼ እንደነበር እዚሁ ላይ ላክልበት እወዳለሁ። ችግሩ ግን የድንበር ሽግሽጉ ጉዳይ በእስጥ አገባ የሚያልቅና በ10 እና 20 ኪሎሜትር የሚያበቃ ሳይሆን ከ1000 ኪሎ ሜትር በላይ ያለውን መላውን የኦጋዴን ግዛት ዘልቆ እስከ ባሌ ሲዳሞና ኬንያ ድንበር ድረስ እስከሚደርሰው ሞያሌ ድንበር በመሆኑ እንኳንስ ለኢትዮጵያ ይቅርና ከሶቭዬቶችና ኩባ ሌላ በጊዜው በአደራዳሪነቱ ለገቡት የመጀመሪያው የታንዛንያ ፕሬዝደንት እንኳን የማይታሰብ እንደነበር ዛሬ ድረስ በሕይወት ያሉ ውስጥ አዋቂዎች ይመሰክራሉ።

ጉዳይ እንደተሰማ ወዲያውኑ ተገቢው እርምጃ ተወስዶ ቢሆን ኖሮ የሶማሌ ወረራን ጊዜው ይርዘም እንጂ ራሳቸውን ችለውና ከውጭ ኃይል ተፅዕኖና ቁጥጥር ነፃ ሆነው የተደፈረ ግዛታቸውንና ልዕልናቸውን ማስመለስ ይችሉ ነበር። ይህንን በራስ መተማመን ብሔራዊ ኩራትና ቅርስ ወደጎን በማድረግ 17,000 የኩባ ጦር፣ ቁጥር ስፍር የሌለው የሶቭዬት፣ ምሥራቅ ጀርመንና የደቡብ የመን ወታደራዊ ኃይል ባገራችን እንዲገባ ማድረግ ኢትዮጵያውያንን መልሶ አንገት የሚያስደፋ ነው ብዬ ስላቸው አንድም ጊዜ ሳያቋርጡኝ ያደመጡኝ ኮሎኔል መንግሥቱ ስቅስቅ ብለው የሚያለቅሱ መስለው ተመለከትኳቸው። ወዲያው «ምን ልናደርግ እንችላለን?። እኛም እኮ ቢቸግረን ነው። አሁንም «ኢፍ ኢት ኢዝ ኖት ቱ ሌት? (የእንግሊዝኛ ቋንቋ እየተጠቀሙ) ከቻያናዎቹ ጋር ለምን ግንኙነት አትፈጥሩልንም?። ሕቡዕ እንገባለን የምትሉትን ትታችሁ ለምን ከቻይናዎቹ ጋር አታነጋግሩንም?» ብለውኝ በዚህ ተለያየን። የኮሎኔል መንግሥቱን ውስብስብና ተለዋዋጭ ባህርይ ስለማውቀውና ሲፈልጋቸው ነብር ሆነው መደንፋትና መቆጣት፣ ወይም ደግሞ መለስለስ ሲያስፈልጋቸው እጅግ ትሁትና ተለማማጭ መስለው የሚቀርቡ፣ ማስለቀሱንም ማልቀሱንም የሚያውቁበት መሆናቸውን ስለማውቅ አልገረመኝም። በልባቸው ግን ይህን ጊዜ፣ እናቱን! ቆይ እሰራለታልሁ! ብለው ማድባታቸው እንደማይቀር፣ መሰሪነትና ቂመኛነትን ከቦዘኔ ባህርይ ጋር አዋህደው የያዙ ሰው መሆናቸውንና ወይ ቁርስ ወይ ምሳ፣ ካልሆነም ራት ከማድረግ የማይመለሱ ስለመሆናቸው ዕንባ እየተናነቃቸው የመለሱልኝ መልስ የአዞ ዕንባ እንደነበር አልተጠራጠርኩም በማለት ይህንን ሁኔታ ባስታወሰ ቁጥር ያነጋገራቸውና «ያለቃቀሳቸው» ጉዳይ

አሳዛኝም አስቂኝም (tragedy & comedy) ዓይነት ይመስል እንደነበር ደጋግሞ ያነሳ ነበር። የሆነውም ይኸው ነበር።

ብሔራዊ ነፃነትንና በራስ መተማመንን በተመለከተ የወጣውን የሰፊው ሕዝብ ድምፅ (ሰሕድ) ቁጥር 55 ያዘጋጀው ኃይሌ ስለነበር ከፍ ብዬ ከጠቀስኩት አዲስ ፋና ላይ ከወጣው ጋር ተመሳሳይነት እንደነበረው ከዚህ በታች እንደሚከተለው እጠቅሳለሁ፡-

> መኢሶን የውጭ እርዳታን በሚመለከት ረገድ ሁለት ነገሮችን መጠንቀቅ እንደሚያስፈልግ ያምናል። አንደኛው የውጭ ኃይሎች ድጋፍ፣ የዚችን ኩሩና ታሪካዊ አገራችንን ብሔራዊ ክብርና ነፃነት የማይነካ፣ ራስን ለመቻል የምታደርገውን ጥረት የሚያግዝ እንጂ የሚያደናቅፍ እርዳታ መሆን የለበትም። ሁለተኛ፣ ማንኛውም ሕዝብ በውጭ እርዳታ ላይ በመተማመን አብዮቱን ከግቡ ለማድረስ እችላለሁ ብሎ ካሰበ ራሱን ማታለሉ ብቻ ሳይሆን አብዮቱንም ብሔራዊ ነፃነቱንም ያጣል። ማንም ሕዝብ በተለይም ደግሞ እንደ ኢትዮጵያ ሕዝብ ኩሩና ባለታሪክ ሕዝብ ከሆነ ለገዛ ነፃነቱ፣ ለገዛ አብዮቱና ለገዛ ክብሩ ከሁሉም በፊት መተማመን ያለበት በራሱ መሆኑ መታወቅ አለበት። ስለሆነም የውጭ እርዳታን በሚመለከት ረገድ ብሔራዊ ክብርና ነፃነት እንደዚሁም ከሁሉ በፊት በራስ መተማመን የሚለው ዋናው መመሪያችን ይሆናል።

ይህ ከዚህ በላይ የጠቀስኩት ኃይሌ በዚሁ ጉዳይ ላይ ከኮሎኔል መንግሥቱ ጋር ያደረገውን የመጨረሻ የመለያየ ውይይት አሳጥሮ የሚገልጽ ነው።

ዛሬ ከ40 ዓመታት በኋላ በዚሁ በሶማሌ ወረራ ሳቢያ የሶቭዬቶችንና የኩባውያንን ወታደራዊ እርዳታ ሳሰላስለውና በተለይም ጠለቅ ያለ መረጃ በማመላከትና በጊዜው የኢትዮጵያን ሠራዊት አቅም በትክክል ለመገምገም ብቃት ከነበራቸው ውስጥ አዋቂዎች ጋር ስወያይ ይህ ጉዳይ እንዲህ ቀላል ሳይሆን ውስብስብና አስቸጋሪ እንደነበር ለመገንዘብ ችያለሁ። የሶቭዬቶች ሶማሊያን በዘመናዊ መሣሪያ የማስታጠቅ ጉዳይ «ኢትዮጵያን ለማስወረርና ገላጋይም መስሎ በመግባት ሁለቱንም አገሮች በቁጥጥራቸው ስር ለማድረግ፣ ይህ ሳይሆን ቀርቶ ሶማሊያ አልሰማ ብላ ወረራዋን ከቀጠለች ከሶማሊያ የተሻለችውንና በሕዝቧም ሆነ ስትራትጂካዊ አቀማመጧ ምቹ የሆነችውን ኢትዮጵያን የመምረጥ ስትራትጂካዊ ዓላማ ነበራቸው» የሚለው የጠርጣሪ መላ ምት (consipiratory theory) የማያስኬድና በማያወላውል መረጃም ሊደገፍ እንደማይችል በበኩሌ ለመረዳት ችያለሁ። ሶቭዬቶች ሶማሊያን ማስታጠቅ የጀመሩት ገና በቀዳማዊ ኃይለ ሥላሴ ዘመን እንደነበርና ይህም ኃያላኑ መንግሥታት (አሜሪካና ሶቭዬት ህብረት) በቀይ ባህርና ሕንድ ውቅያኖስ ከነበራቸው ፉክክር አካል እንደነበር የታወቀ ነው። በጂቡቲ ከተደረገው የመጀመሪያው ሬፌራንደም ጋር ተያይዞ ሙሉ ነፃነት እስከተከተለበት ዘመን ወዲህም ሶቭዬቶች ሶማሊያ እንደነበሩ፣ የሶማሊያም የግዛት ጥያቄ ገና የእንግሊዝና የጣሊያን ሶማሌ ላንድ ተዋህደው አንዲት ነፃ ሶማሊያ መንግሥት በተቋቋመ ማግስት እንደነበር ይታወቃል። በመጀመሪያው የአፍሪካ አንድነት የመመስረቻ ጉባኤ ላይ የመጀመሪያው የሶማሊያ ፕሬዝደንት አደን አብደላ ኦስማን ይህንን የግዛት ይገባኛል ጥያቄ አንስተው በጠቅላይ ሚኒስትር አክሊሉ ሃብተ ወልድ ሶማሊያ የተባበሩት መንግሥታትን

ድንጋጌ በማክበር፣ ከቅኝ አገዛዝ ነፃ የሚወጡ አገሮች ከቅኝ ገዥዎች የተረከቡትን ግዛትና ክልል ይዘው መመስረት እንጂ ያንን የሚያናጋና በጎሳና ሃይማኖት ላይ የተመሰረተ አዲስ ድንበር ለመፍጠር መሞከር ክፍለ ዓለሙን ትርምስ ውስጥ የሚከት መሆኑን የሚያስገነዝብ ተገቢ መልስ እንደተሰጣቸው ይታወሳል። የኢትዮጵያንም የማይገሰስ የግዛት አንድነት በመደገፍ በዚያው በመመስረቻ ጉባኤው ላይ በነበሩት የጊኒ (ሴኩ ቱሬ)፣ የማሊው (ሞዲቦ ኬይታ) እና የጋናው (ኩዋሜ ንኩሩማህ) ያደረጓቸው ንግግሮች ምስክር ነበሩ። ስለዚህም ሶማሊያ አመቺ ሆኖ ባገኘችው ጊዜ የኢትዮጵያን ዳር ድንበር ለመድፈር ያልተመለሰች መሆኗ ሲታወስ ይህ የመጨረሻው ወረራዋ ሶቭዬቶችን በቀጥታ የሚያስጠይቅና ሆን ብለው የገፋፉት የሚመስለው አቋም በመረጃ ሊደገፍ የሚችል ሆኖ አላገኘሁትም። ያለው መረጃም ሆነ በጉዳዩ ውስጠ አዋቂ ብቻ ሳይሆን «ኤክስፐርት» እውቀቱ ካላቸው ሰዎች ያገኘሁት ሶቭዬቶች የተቻለውን ያህል ሶማሊያን ተይ ለማለት መሞከራቸውን፣ በሶማሊያ መንግሥትና ባገሪቱ መሪ ዚያድ ባሬ «እስከ መሰደብና መዋረድ» ድረስ እንዳደረሳቸውና ከዚህም የተነሳ በዚያ በኩል የነበሩቱን የጦር አማካሪዎቻቸውን ይዘውና የኩባንም ጦር አስከትለው በኢትዮጵያ በኩል መቆም እንደተገደዱና በተለይም ኩባውያን ለኢትዮጵያ ዳር ድንበር መከበር እጅግ ውድ መስዋዕትነት መክፈላቸውን ነው። እርግጥ ሶቭዬቶች የሶማሊያን የጦር ኃይል መገንባት በጀመሩበት ዘመን ቀዳማዊ ኃይለ ሥላሴም የኢትዮጵያን የጦር ኃይል በዘመናዊ የምድር፣ የአየርና የባህር ኃይል ለማደራጀት አሜሪካኖቹን ደጅ ከመጥናታቸውም ባሻገር በተለያየ አጋጣሚ የኢትዮጵያን ልዑካን ቡድን ወደ ዋሽንግተን በመላክ አሜሪካኖችን ለመማፀን

ሙከራ እንዳደረጉ መረጃው ይገኛል። አሜሪካኖቹ ግን የረባ እርዳታ ሳያደርጉ በመቅረታቸው ቀዳማዊ ኃይለ ሥላሴም የመጨረሻው የአሜሪካ ጉብኝታቸው ውጤቱ ቅሬታን ያሳደረ በመሆኑ ከዋሽንግተን ጉብኝታቸው በቀጥታ ወደቻይና በመሄድ ይህንኑ ወታደራዊ እርዳታ መጠየቃቸውን የሚደግፍ መረጃ መኖሩን ልገነዘብ ችያለሁ። ቻይና ቀላል መሣሪያዎችን ካልሆነ በስተቀር ዘመናዊ ተዋጊ ጄቶችን፣ ታንኮችንና ተወርዋሪ ሚሳይሎችን ለመለገስም ሆነ በሽያጭ መልክ ለኢትዮጵያ ለመስጠት አቅሙ እንደሌላት መግለጿና ቀዳማዊ ኃይለ ሥላሴም በሶማሊያ በኩል ሊቃጣ ለሚችለው ትንኮሳም ሆነ ያገሪቷን ዳር ድንበር ለማስከበር የሚችል፣ ሶቭዬቶች ለሶማሊያ ካቀረቡላት ጋር የሚወዳደር እጅግ ዘመናዊ የጦር ኃይል በበቂ ለማዘጋጀት ሳይችሉ ቀርተው ደርግ በቦታው መተካቱን የሚመሰክሩ ሰነዶች እንዳሉ መገንዘብ ችያለሁ። ገና ሰርጎ ገቦች መታየት እንደጀመሩ መኢሶን ደጋግሞ እንደመከረው ሕዝቡን የማደራጀትና የማስታጠቅ ሥራ በቶሎ እንዲሰራ፣ ጎዴ የነበረው የኢትዮጵያ ሰራዊትም ወደሰሜን እንዳይዛወር፣ ይህ የሆነ እንደሆነ ሰርጎ ገቦችንም ሆነ ወራሪውን ጦር የተቻለውን ያህል ለመመከት እንዳንችል ያደርጋል የሚለው አቋም በጊዜው ሰሚ አላገኘም። ቢሆንም ሶማሊያ ካደራጀችው ዘመናዊ የምድርና አየር ሃይል አንጻር ሲታይ በትጥቁ ኋላ ቀርና ዘመናዊ ሆኖ ያልተደራጀው ጎዴ ላይ የነበረው የኢትዮጵያ ጦር ወረራውን ሊቋቋም አይችልም ነበር የሚል የአዋቂዎች ግምገማ ከብዙ ዘመን በኋላም ቢሆን መስማት ችያለሁ። ስለዚህም የሶማሌ ወረራ በሰርጎ ገብ አማካኝነት ተቀድሶ በዘመናዊ የጦር መሣሪያ እየታገዘና ኢትዮጵያ ከነበራት አሮጌ ታንክ፣ ተዋጊ ጄት አንጻር ሲወዳደር ሶማሊያ እጅግ ዘመናዊ በሆኑ ታንኮችና በሚግ ተዋጊ

ጄቶች የተጠናከረች ስለነበር ወታደራዊ የኃይል ሚዛኑ በምንም ዓይነት ተመጣጣኝ አልነበረም። በእግረኛ ጦርም በኩል ኢትዮጵያ በተዋጊነት ያዘጋጀችው 20 ሺህ ሠራዊት ሶማሊያ ካዘጋጀችው 200 ሺህ ሠራዊት ጋር የሚመጣጠን አልነበረም። ስለዚህም ኢትዮጵያ በሶቭዬቶች መዳፍ የመውደቋን ፍራቻ የገለፅንበትና ሶሽያል ኢምፔሪያሊዝምን በሚመለከት የወሰድነውን አቋም ተመልሼ ስመለከተው የርዕዮተ ዓለማዊ አፍቅሮ ካልሆነ በስተቀር በጊዜው ሶቭዬቶችና ኩባውያን፣ ወዳጅነታቸውንና ላገራችን ዳር ድንበር መከበር የከፈሉትን መስዋዕትነት ያገናዘበ አልነበረም ለማለት ያስደፍረኛል። የኢትዮጵያ ጦር ኃይልም ከሶቭዬት ዘመናዊ የጦር መሣሪያ ጋር ትውውቅ ስላልነበረውና አጠቃቀሙም ስልጠና ይጠይቅ ስለነበርና ለዚህም በቂ ጊዜ ባለመኖሩ የሶቭዬትና ኩባ ጦር መኮንኖችና ወታደሮች በጦርነቱ መማገድ ነበረባቸው። በዚህ በኩል ባለውለታችን መሆናቸውን በጊዜው ለማገናዘብ አለመቻላችን ደርግን በሚመለከት ብዙውን ጊዜ ርዕዮተ ዓለምንና ፕራግማቲዝምን እያገናዘብን እንወስድ ከነበረው አቋማችን ጋር አብሮ የሚሄድ አልነበረም። የሶማሊያ ወረራና የሶቭዬት ህብረትና የቃል ኪዳን አጋሮቻቸው ወታደራዊ ጣልቃ ገብነት ያገሪቱን ዳር ድንበር መከበር ያረጋግጥ እንጂ የዚህ ሌላው ገጽታ የኮሎኔል መንግሥቱን አምባገነንነትንና አረመኔነቱ ዕድሜ እንዲኖረው ማድረጉ የፈራነው መድረሱን ማረጋገጡ አልቀረም። በነኚህ የውጭ ኃይሎች በተገነባው ወታደራዊና የስለላ ተቋም በመተማመን፣ ከእኛም በኋላ በሲቪሉና በሠራዊቱ የነበሩትን ያገሪቱን ውድ ልጆች ሕይወት ከዝንብ ሕይወት ባነሰ መለኪያ ለመጨፍጨፍ ዕድሉን ሰጥቷቸዋል።ሌላው ላነሳው የምወደው ቀዳማዊ ኃይለ ሥላሴ

ከአሜሪካኖቹ በኩል የሚፈለገውን ያህል በቂ ድጋፍ ሳያገኙ ቀርቶ ፊታቸውን ወደቻይና ባዞሩበትም ወቅት ከአሜሪካኖቹ ጋር የነበራቸውን ወታደራዊ ስምምነት አላቋረጡም ነበር። ለእኛ እንደ ዱብ ዕዳ ሆኖ በሬድዮና በቴሌቪዥን የሰማነው ከአሜሪካኖቹ ጋር የነበረውን ወታደራዊ ስምምነት ለመሰረዝ የተደረገው የደርግ ውሳኔ አብዮቱ በርካታ ፀረ-ፊውዳልና ፀረ-ኢምፔሪያሊሲት ድሎችን በተጎናጸፈበት ወቅት አስፈላጊ እንዳልመሰለንና ለአብዮቱም ምንም የሚጨምርለት ቁም ነገር እንደሌለ ኃይሌ ለኮሎኔል መንግሥቱ ማቅረቡ ዛሬም ተመልሼ ሳስበው ተገቢና ትክክል ይመስለኛል።

እየተቃረቡ የመጡት የመጨረሻዎቹ ቀኖቹና ኃይሌ ፊዳ

ኃይሌ ፊዳ በቀድሞዋ ምዕራብ በርሊን ከተማ 1971 ዓ.ም

እንኳንስ እንደ መኢሶን ያለው ለጋ ድርጅት ይቅርና የረዥም ጊዜ ልምድ ያላቸው ኮሚኒስት ፓርቲዎች ለምሳሌ የግሪክ፣ የሱዳን፣ የኢንዶኔዢያ ኮሚኒስት ፓርቲዎች የፖለቲካ ስህተቶችን በማድረጋቸው ከፍተኛ ውድቀት ደርሶባቸዋል። ምናልባት የመኢሶንን ሁኔታ ከእነዚህ ፓርቲዎች የሚለየው እነሱ በፋሽስታዊ

ጁንታዎች እጅ ሲወድቁ መኢሶን ግን በማርክሲዝም ሌኒንዝም በሚያምን መንግሥት እጅ ወድቋል። ስለዚህም በእኔ ግምት ከእነዚያ የተሻለ ዕድል ያጋጥመዋል ብዬ አምናለሁ። በተረፈ ግን የኢትዮጵያን አብዮት በሚመለከት በኩል በልዩ ልዩ ጥያቄዎች ላይ መኢሶን የወሰዳቸው አቋሞች ትክክለኛ ናቸው ብዬ አምናለሁ። ይህ ከዚህ በላይ የተመዘገበው ቃሌ ለመሆኑ አንብቤ ፈረምኩ (ኃይሌ ፊዳ በተከሳሽነት ከሰጠው ተጨማሪ ቃል ገፅ 56 የተገኘ)

ከላይ የጠቀስኩት ቃል እርግጥ ሰፊ ትንተናና ከዚሁ የሚከተል መደምደሚያ ላይ ለመድረስ አያስችል ይሆናል። በእኔ እምነት ኃይሌ የመኢሶንን ውድቀት በተቀዳሚ በኢህአፓና ደርግ ወይም ደግሞ ከደርግ ጋር አብረው በመኢሶን ላይ በዘመቱ ወዝሊግ፣ ሰደድና ማሌሪድን በመሳሰሉ ድርጅቶች ላይ ከማላከክ መቆጠቡን ያሳያል። ከእነርሱም ጋር ባገራችን የውስጥ ጉዳይና በአብዮቱ ጣልቃ የገቡትን ኃያላን መንግሥታት በማዳመር እነርሱን ተጠያቂ ለማድረግ የሚሞክር ቃል አልተጠቀመም። ከላይ የጠቀስኩት ቃል ድርጅቱን ነፃ ለማውጣት የማይሞክርና ቀብሩን እንኳ በቅጡ ሳናሳምርለት ላለፈው ድርጅት ተጠያቂዎቹ እኛው ጭምር በሰራነው የፖለቲካ ስህተት እንደነበር ይመሰክራል። ከደርግ ጋር ለመሥራት ስንወስን ኃይሌ «ነብሩን ለማጥመድ ከዋሻው መግባት። ወይ ታጠምደዋለህ፣ ወይ ይበላሃል» የሚለውን ጥንታዊ የቻይናውያን አባባል ደጋግሞ ይጠቀም ነበር። ለኮሎኔል መንግሥቱም «ቁርስ፣ ምሳ፣ ወይም ራት» የመሆን ጉዳይ ከዚሁ ጋር አያይዞ ይናገር ነበር። የደረሰውም ይኸው ነው። በተገደለበት ዘመን እርሱም ቢሆን ገና የ37 ዓመት ጎልማሳ ነበር። በዘመን ብዛት፣ በአባላት ብስለትና የዕውቀት ደረጃ የተገመተ እንደሆነ ድርጅቱ

ገና ጨቅላ እንደነበርና ይህም ለጋ ድርጅት በቂ ዕድሜና ልምድ በማጣት ለውድቀት እንደተዳረገ ያመለክታል። በዚህም ሳይወሰን ማፈግፈጉ ሳይሳካ ቀርቶ በኮሎኔል መንግሥቱ እጅ የወደቁት አባላቱ አንድ ጊዜ በቁጥጥር ስር ከዋሉ በኋላ በሌሎች አገሮች እንደታየው በሥልጣን ላይ የነበሩት ፋሽስታዊ ጁንታዎች የፈጸሙት ዓይነት አረመኔያዊ ግድያ እንዳ ይፈጽምባቸው የሚማፀን ነበር። ኮሎኔል መንግሥቱም ከቺሊው ፒኖሼ፣ ከኢንዶኒዢያው ሱሃርቶና ከመሳሰሉት ፀረ-ኮሚኒስት ወታደራዊ ጁንታዎች ጋር የማይወዳደሩ፣ በማርክሲዝም የሚያምኑ ተራማጅና ሶሺያሊስት መሪ አድርገው በአደባባይ ስለራሳቸው ሲለፍፉና ሲለፈፍላቸው የነበሩ መሪ ስለነበሩ በቁጥጥራቸው ስር በማዋል በሥልጣናቸው ላይ ምንም ስጋት መፍጠር የማይችሉትን የመኢሶን መሪዎችና አባላት ቢበዛ በረጅም የእሥራት ቅጣት ከመቅጣት ያለፈ መረን በለቀቀ ጭካኔ በእሥራት ከቆዩ 2 ዓመታት ሊሆናቸው ምንም ያልቀራቸውን ኃይሌ ፊዳን፣ ዶ/ር ንግሥት አዳነንና ባለቤቷን ደስታ ታደሰን፣ ቆንጂት ከበደንና ኃይሉ ገርባባን በመግደል አስረው ካስቀመጧቸው እንደ አቡነ ቴዎፍሎስ፣ ብርሃነ መስቀል ረዳና ደጃዝማች ሃርጎት አባይ ከመሳሰሉ እስረኞች ጋር ባንድ ጉድጓድ ይጨምሩናል ብሎ አለማሰቡን ያመለክታል።

መኢሶን ያንን የመሰለ ጭፍጨፋ ደርሶበትና ድርጅቱም ሽንፈት ላይ በወደቀበት ሰዓት ተራው አይደርሳቸው ይመስል በወዝና ሰደድ እንዲሁም ማሌሪድ የተቃኘው ፀረ መኢሶን ፋከራ፣ በመገናኛ ብዙሃን የማንጓጠጡና የመሳለቂያው ጉዳይ ለኃይሌ በተለይ የሚገርም አልነበረም። ከኤርትራ ኮሚሽን ውስጥ በራሱ ፈቃድ ከመሰናበቱ በፊት በኤርትራ መሰራት የነበረበትን የቅስቀሳ ሥራና የመሳሰሉትን በመገናኛ ብዙሃን

ለማቀናበርም ሆነ አመራር ለመስጠት ተሳታፊ ከነበሩት መካከል ታዋቂው ጋዜጠኛ ሙሉጌታ ሉሌና አንጋፋው መምህርና ጋዜጠኛ ከበደ አኒሳ ይገኙበት ነበር። አቶ ከበደ ወለጋ መምህር በነበሩበት ዘመን ኃይሌ ተማሪያቸው ስለነበር በዚሁ የኮሚሺኑ ሥራ በፈጠረው አጋጣሚ ተገናኝተው ነበር። በተገናኙም ቁጥር ኃይሌ «ጋሼ ከበደ» በማለት ሞቅ ያለ ያክብሮት ሰላምታ ይለዋወጣሉ። ጊዜው በኢህአፓ ላይ በተገኘው ድል የሚሸለልበትና «ዲሞን በዲሞትፊር» እየተባለ ባደባባይ ሰልፍ የሚወጣበት ስለነበር ይህንኑ አጋጣሚ መነሻ በማድረግ ከልባቸው ይሁን ወይም የምፀት አነጋገር ሆኖ አቶ ከበደ አኒሳ ኃይሌን «መኢሶኖች እንኳን ደስ አላችሁ! ይኸው ትግላችሁ ድል አስገኘላችሁ!» በማለት ከኃይሌ ጋር መቃለድ መጀመራቸው የከነከነው ሙሉጌታ ሉሌ ወደእነርሱ ጠጋ ብሎ ኃይሌ የሰጠውን መልስ ያዳምጣል። አቶ ሙሉጌታ ሉሌ ከአባቴ ጋር የቅርብ ትውውቅ የነበረውና እሱም አባቴን «ጋሼ ተግባሩ» በማለት ይጠራው ስለነበርና ከኔም ሆነ ከእህቶቼ ጋር የቤተሰብ ያህል ግንኙነት ስለነበረን አሜሪካን አገር በስደት እያለ በአካል በተገናኘንበት ጊዜ ኃይሌ ለአቶ ከበደ አኒሳ የሰጠውን መልስ አጫውቶኝ ነበር። ይኸውም «ጋሼ ከበደ አይምሰልህ፣ ነገ ደግሞ በኢህአፓ የተሸለለና የተፎከረውን ያህል በኛ ላይ ደግሞ ሲሸለልና ሲፎከር እንሰማለን። አሸናፊው ወገን ሕዝብን ከማሳመን ይልቅ አስፈራርቶም ቢሆን ይህንን የመሳሰለውን ትርዒት ባደባባይ ማካሄዱ አይቀርምና በኛም ላይ ሲሸለል ትሰማ ይሆናል» ብሎ መመለሱን ከማጫወት ያለፈ ለኃይሌ ትልቅ አክብሮት እንደነበረው ገልጾልኛል። በአጋጣሚም ይህንኑ ጉዳይ ከልጅነት አብሮ አደጌ ዶ/ር አድማሱ ጣሰው ጋር አንስተን ነበር። እሱም ከአቶ ከበደ አኒሳ ጋር የቤተሰብ ትውውቅ ስለነበራቸው ይህንኑ ጭውውት አቶ

ከበደ ከቤተሰቡ አባል ከነበሩ ሰው ጋር ሲጨዋወቱ መስማቱን አረጋግጦልኛል። አቶ ከበደ አኒሳ የኃይሌ አስተማሪ ስለነበሩ በአካል አግኝቼ ስለኃይሌ የሚያስታውሱትን ያህል እንዲያጫውቱኝ ሙከራ አድርጌ ከዕድሜና ጤና ጉድለት ምክንያት ላገኛቸው አልቻልኩም። ኃይሌ እንዳለው በተራችን ኢህአፓ ላይ እንደተዘፈነው በእኛም ላይ መዘፈን ብቻ ሳይሆን «በአብዮቱ መንታ መንገድ የሚያመነታ፣ ቀኝ መንገደኛ በቀይ ሽብር ይመታ» እየተባለ ቀረርቶው በየአደባባዩና በየቀበሌው ተደርድሯል።

የታሰርንበት 4ኛ ክፍለ ጦር በርግጥ የማያመች ቢሆንም አብረን በቆየንባቸው ዓመታት መኢሶን በርካታ ስህተቶችን እንደፈጸመ በዙሪያው ከነበርነው ጓዶቹ ጋር ይወያይ ነበር። በተለይም የማፈግፈጉን ጉዳይ በተመለከተ በቂ ጊዜ አለመገኘቱና አንዳንድ ከቁጥጥራችን ውጭ በነበሩ ገጠመኞች ማፈግፈጉ በአጣዳፊ እንዲከናወን በመገፋፋቱ፣ በክፍለ ሃገር የነበረን የግንኙነት መስመር፣ ዝግጅቱና ቅንጅቱ እጅግ የተዝረከረከ እንደነበር ኃይሌ ይናገር ነበር። እኔም በዚህ ውስጥ ስለነበርኩ እኔም ራሴ ምስክር ነኝ። በተለይም ሃይላችንን በመከፋፋል በየክፍለ ሃገሩ የማስወጣቱ ጉዳይ በዚያ መልክ መወሰኑ ተመልሶ ሲያስበው ይገርመው ነበር። ለማፈግፈግ («ፍርጠጣ» የከሳሾቻችንን ቋንቋ ለመጠቀም) የወሰንባቸውን ምክንያቶቻችንን የሚያውቁት ኮሎኔል መንግሥቱ መኢሶንን ለመምታት ያዘጋጁቸውን ስውር ነፍሰ ገዳዮች ተዉ በማለት፣ ሁኔታውን ከማርገብ ይልቅ፣ አገሪቱ በተወረረችበትም ሰዓት ቢሆን መኢሶንን ከማጥፋት አይመለሱ ይሆናል የሚል ግምት ማሳደሩን ገልጾልኛል። እንደገና ወደ እርቅና ድርድር ማምራቱ እንደሚሻል ሳያምኑበት ቀርተው የማሳደዱና የመጨፍጨፉ

ሁኔታ የተከሰተ እንደሆነ፣ የተበታተነውን ሃይላችንን በተናጠል ለመምታት እንዳያመች ቀደም ሲል ዝግጅት ይደረግበት ወዳልነውና ለቀይ ባህርና ሕንድ ውቅያኖስ አካባቢ ወይም ደግሞ ለኬኒያና ሱዳን ድንበር ቅርብ በሆኑ አካባቢዎች ቦታ ይፈለግና ሰዎቻችንን ሳንበታትን ወደዚሁ አካባቢ እናውጣ የሚል ሃሳብ ሰንዝሮ እንደነበር አጭውቶኛል። የከፋም ሁኔታ ቢገጥመን በጋራ ለመመከትና የሚደርስብንን ጉዳት ለመቀነስና ካልሆነም አፈግፍገን ካገር ለመውጣት ዕድሉ ይኖረናል የሚል ሃሳብ አቅርቤ ነበር ማለቱን አስታውሳለሁ። ስለዚህ እልቂት ጉዳይ ከፕሮፌሰር ሽብሩ ተድላ ጋር ስንጨዋወት «የድርጅት ዲሲፕሊን ሆኖበት በዚህ ዓይነት ለመሸሽ መሞከር እልቂት ሊያስከትል እንደሚችል ኃይሌን የመሰለ ኢንተለጀንት ሰው ይጠፋዋል ብዬ አላስብም» ብለው ነግረውኛል።

ፍራሻችንን ዘርግተን የምንውልና የምንተኛው ጎን ለጎን ስለነበር እንዲሁ አልፎ አልፎ ከደርግ ጋር በ«አብዮታዊ ሂስ» ወይም «ሂሳዊ ድጋፍ» በሚል ስም የገባንበት ሕብረት መልሶ መጥፊያችን እንደነበርና በዚያን ጊዜ ከዚያ የተሻለ አማራጭ ለማየት አለመቻላችንና (በርግጥ መኖሩንም ከ40 ዓመታት በኋላ መናገር ይቀል ይሆናል) በቀን ተቀን ትግል መጠመዱ በራሱ ለረጅም ጊዜ ራስን ችሎ ጠንካራ ተቃዋሚ ሆኖ ለመውጣት አለመቻላችን the unfortunate and unforeseen consequences of critical support እንደነበር ይናገር ነበር። ይህም በዓለም የታወቀው የሶሲዮሎጂ ፕሮፌሰርና ተመራማሪ አንቶኒ ጊድንስ ዝመናን (modernism) በተመለከተ የተጠበቀውን በጎ ሕልምና ውጤት ብቻ ሳይሆን ያልተጠበቀውንና ያልታሰበውን ጎጂ ውጤት ጭምር ሊያስከትል እንደሚችል በዝመና ውስጥ የሚካተቱ ርዕዮተ ዓለማዊ የለውጥ ህልምና ተስፋዎችን

ከማጥናትና የተጠበቁና ያልተጠበቁ ውጤቶቻቸውን ከመመርመር ተነስቶ ከተናገረው ጋር ይመሳሰላል[51]።

መኢሶን አቋሞቹን ሕዝብ እንዲያውቀው ለማድረግ የዲሞክራሲ መብቶች መለቀቅ እጅግ ወሳኝ ሆኖ ሳለ የተረቀቀውና ለደርግ ጠቅላላ ጉባኤ ቀርቦ ከፀደቀ በኋላ የዚህ የዲሞክራሲ አዋጅ ተጠቃሚ መኢሶን ብቻ እንደሆነ ተደርጎ በመታየቱ ሳይታወጅ መቅረቱን ሕዝቡ ስለማያውቅ፣ ሕብረቱ በዚሁ ሰፊ ሕዝብ ፊት ጥቂት ድርጅቶች ሆነን በጀርባው የዶለትንበት አድርጎ ቢመለከተን የሚያስገርም እንዳልሆነ ኃይሌ በተደጋጋሚ ይናገር ነበር። በተለይም ከመገደሉ በፊት ለመጨረሻ ጊዜ ተጨማሪ ቃል በሰጠበት መዝገብ ውስጥ ቀደም ሲል በሰጠው ቃል «የቤተ መንግሥት ዱለታ» በሚል የተጠቀመበት ቃል ኮሎኔል መንግሥቱንና የሕብረቱን አባላት በማስቆጣቱ እንደገና ቃሉን በመስጠት እንዲያብራራ ያነጋገሩት የደርጉ ደህንነትና ቋሚ ኮሚቴ አባል ኮሎኔል ተካ ቱሉ ነበሩ። ይህንኑ ቃል አብራርቶ ተጨማሪ ቃል በሰጠበት መዝገብ ላይ እንደ ሚከተለው አስፍሮታል[52]።

> «ሕብረቱ የቤተ መንግሥት ዱለታ ይመስላል ያልኩት የቤተ መንግሥት ዱለታ የሚለው ከእንግሊዝኛው ፓላስ ኢንትሪግ የሚለውን ለመተርጎም የተወሰደ ሲሆን ይህም

---

[51] Anthony Giddens 1990: The Consequences of Modernity. Cambridge. Polity Press.

[52] ይህንን አባሪ ቃል ሰጥቶ ከጨረሰና ከፈረመበት በኋላ እዚያው ምርመራው ክፍል ድረስ መጥተው ቃል የሰጠበትን መዝገብ ተቀብለው «እንግዲህ ለሊቀመንበሩ አቀርባለሁ» ብለውት የሄዱት እኚህ ኮሎኔል ተካ ቱሉ እንደነበሩ በዚያች ቃሉን ሰጥቶ በተመለሰባት ቀን ነግሮን ነበር። በማግሥቱ ተጠርቶ ሄደ። አልተመለሰም። የመጀመሪያው ቀን ተጠርቶ ሲሄድ ወደሞት የሚሄድ መስሎት ነበር። ምንግዜም የማይለየውን መነፅሩን አውልቆ ትቶት ሊሄድ ሲል የረሳው መስሎን መነፅሩን ብንሰጠው ሆን ብሎ መተው መፈለጉን ነግሮን ሄደ። እርግጥ የዚያን ቀን ተመልሶ ቢመጣም በማግስቱ ተወስዶ አልተመለሰም።

ማለት በጥቂት ግለሰቦች መካከል ብቻ የሚደረግ ውይይትና ስምምነት እንጂ ባደባባይ በሰፊው ሕዝብ ፊት ክርክር የማይደረግበት ነበር ለማለት ነው። ሕብረቱ ያካሄዳቸው ስብሰባዎች አጀንዳቸውም ሆነ የውይይቶቹ ይዘት እንደዚሁም እያንዳንዱ ድርጅት በልዩ ልዩ ጥያቄዎች ላይ የወሰዳቸው አቋሞች ሊላው ቢቀር በየድርጅቱ ልሣን እንኳን ወጥተው ውይይት የማይካሄድባቸው ስለነበሩ በእርግጥም የቤተ መንግሥት ዱለታ ይመስላሉ። ለምሣሌ ስለ ዲሞክራሲያዊ መብቶች ወ.ዘ.ተ. እያንዳንዱ ድርጅት የወሰዳቸው አቋሞች በይፋ ተገልጸው ለሰፊው ሕዝብ ውይይት አልቀረቡም፤ በዚህ በኩል ለምሣሌ የደቡብ የመንን 3 ፓርቲዎች ምሣሌ ብንወስድ ሕብረትን ለመፍጠር የቻሉት ለሦስቱም ፓርቲዎች ነፃ የሆነና እኩል መድረክ ተከፍቶላቸው በሬድዮም በጋዜጣም በሰፊው ሕዝብ ፊት ግልጽ የሆነ ውይይትን ካካሄዱ በኋላ ነበር። የኢትዮጵያን ማርክሲስት ሌኒኒስት ድርጅቶች በሚመለከተው በኩል እንኳንስ የዚህ ዓይነቱ ዲሞክራሲያዊ ሁኔታ ሊፈጠርላቸው ቀርቶ ድርጅቶቹ ሕጋዊ ሰውነት እንኳ የላቸውም። ይህም ሕብረቱን ከላይ እንዳልኩት የቤተ መንግሥት ዱለታ አስመስሎታል» (ገጽ 60-61)

ከላይ እንዳልኩት 4ኛ ክፍለ ጦር እስር ላይ እያለን እንደ ድርጅት የተደረገውን ስህተት ሰብሰብ ብሎ ማሰላሰል የሚሞክር አልነበረም። ሁኔታውም አይፈቅድም ነበር። ኃይሌ ይበልጡን ጊዜውን የሚያሳልፈው መጽሐፎችን በማንበብና በመተርጎም፣ ሌሎች ጓዶችንና የፖለቲካ እስረኞችን ፈረንሳይኛና ጀርመንኛ በማስተማር፣ እሱ ራሱ ደግሞ ትግርኛ፣ አረብኛና በተለይም ደግሞ የላቲን ቋንቋ አስተማሪው ከነበሩት አባ አውጉስቲኖ ተድላ ጋር በመዋልና ወይም ደግሞ ቀደም ሲል ጀምሮ

የነበረውን የሥዕል ተሰጥዖ መልሶ ለማንሰራራት ሥዕል በመሥራት ነበር። አባ አውጉስቲኖ ተድላ በኢትዮጵያ መንግሥትና በኤርትራ ተገንጣይ ድርጅቶች መካከል እርቅ እንዲወርድ ለሽምግልና ቢላኩ ተገንጣይ ድርጅቶቹ በመካከላቸው ያላቸውን ልዩነት አስወግደው አንድ እንዲሆኑ አስማምተው ተመልሰዋል በሚል ከተከሰሱት አንዱ ነበሩ። ኃይሌም የኤርትራን ጉዳይ በሰላም ለመጨረስ የግንቦት 8ቱን የዘጠኝ ነጥብ የፖሊሲ ውሳኔ ካዘጋጁትና የኤርትራ ኮሚሽን አባል ስለነበር ከእኚሁ የቫቲካኑ መነኩሴ ጋር በቀን ሁለት ጊዜ ለ30 ደቂቃ ያህል በሚፈቀደው የእረፍት ሰዓት እግራቸውን ለማፍታታት አብረውን በታሰርንበት እስረኛ ክፍል ቁጥር 4 መካከል ባለው ስፍራ አዙሪት ይዞሩ ስለነበር ከእኚህ መነኩሴ ጋር ስለኤርትራ ጉዳይ በመከራከርና የላቲን ቋንቋ ትምህርቱን ከእሳቸው ጋር በመለማመድ ያሳልፍ ነበር። አባ አጉስቲኖ ተድላ ተፈተው እኔም ከሳቸው በኋላ ተፈትቼ ለሕክምና ወደስዊድን አገር ከመሄዴ በፊት ታላቅ እህቴ ቤት ማረፌን አንድ ዓይናለም የሚባል ከጦር ኃይሎች መገናኛ ታስሮ የነበረ ኤርትራዊ ባጋጣሚ ነግሯቸው እሳቸውም እኔን ለመጠይቅ እህቴ መኖሪያ ድረስ መምጣት መፈለጋቸውን በእሱ በኩል አሳውቀውኝ ነበር። ይህም አፓርትሜንት ከራስ ሼል ጎን ከቴሌ ፊት ለፊት ከካቶሊክ ቤተ ክርስትያን ጎን ለጎን ካለው ቴሌ ሕንፃ በመባል በሚታወቀው ስለነበርና አባ አውጉስቲኖ ተድላም እዚያው አጠገብ ያለውን የካቶሊክ ቤተ ክርስትያን ተጠግተው ይኖሩ ስለነበር ያለሁበት የታላቅ እህቴ አፓርትሜንት ሕንጻ ድረስ መጥተው ጠይቀውኝ ነበር። ካነሳናቸው ጉዳዮች አንዱ ስለ ኃይሌ ፊዳ ነበር። እሳቸውም እሱን የመሰለ አእምሮው ክፍት፣ በሚገርም ፍጥነት የላቲን ቋንቋን በቀላሉ መማር የቻለ

ሰው አላገጠመኝም። አስተዋይነቱና ጭምተኛነቱ ለእውቀት ያለው ጉጉት ከሚገርሙኝ ሰዎች አንዱ ነበር። ስለኤርትራ ያቀረበውን ሃሳብ ደርግ ሰምቶት ቢሆን ኖሮ ገና ቀደም ብሎ በኤርትራ ሰላም ይወርድ ነበር። እኛን ግንባሮቹን አስታርቃችሁ ተመለሳችሁ በሚል 7 ዓመት ታሰርን። ኃይሌስ ደርግን ይመክር የነበረ ሁሉንም በኤርትራ ያሉ ድርጅቶች ነጣጥሎ ሳይሆን ለሁሉም እኩል የሰላም ጥሪ ይደረግ ማለት ግንባሮቹ ተስማምተው ለድርድር የሚበጅ የጋራ ዓላማ ይዘው እንዲቀርቡና በተናጠል አንዱን ወገን አግልሎ ካንዱ ወገን ጋር ብቻ እስማማለሁ ማለት ቀዳማዊ ኃይለ ሥላሴ እንዳደረጉት ሌሎች ከሰላሙ ጥሪ የተገለሉ ወገኖች እንዲሸፍቱ ያደረገውን ሁኔታ መድገም እንዳይሆን ማሰቡ እኛም ካሰብነው የተለየ አልነበረም። እኔ መነኩሴ ነኝ። እናንተ የምታምኑበትን ሶሺያሊዝምና ኮሚኒዝም አልወድም። ቢሆንም ያንን የመሰለ አዋቂና አስተዋይ፣ አገሪቱን በብዙ ሊጠቅም የሚችል ሰው ከብዙ ዓመታት እሥራት በኋላ መግደል እጅግ የሚያሳዝን ግፍ ነው ብለውኝ መለያየታችንን አስታውሳለሁ።

ኃይሌ ለመጨረሻ ጊዜ ከመወሰዱ በፊት የመጀመሪያ ልጁን የሣራን ሥዕል (portrait) በመሥራት ላይ ነበር። እንደተለመደው እየቀለደ «እስቲ ኮሎኔል መንግሥቱ ለቁርስ ያሰቡንን ራት አደረግናቸው፣ ለምሳ ያሰቡንን ቁርስ፣ ለራት ያሰቡንን ደግሞ ምሳ አደረግናቸው እንደሚሉት እኔንም ቁርስ፣ ምሳ ወይም ራት ሳያደርጉኝ በፊት እስቲ የልጄን ሥዕል ሰርቼ ልጨርስ! እያለ እንዳጋጣሚ የሣራን ሥዕል ሰርቶ ጨርሶ የመጨረሻ ልጁን የዮዲትን ሥዕል መሥራት እንደጀመረ ተጠርቶ ተወሰደ። አልተመለሰም። ከ40 ዓመታት በኋላ የሚያስታውሰኝ ዎሌ ሶይንካ (Wole Soyinka) የተባለውን በሥነ ጽሑፍ የኖቤል

ተሸላሚ (Noble Prize) ናይጄሪያዊ የጻፈውን «ለካስ ያ ሰው ሞቷል!» («The Man Died: Prison Notes») የሚለውን መጽሐፉን ነው[53]። ይህ ታላቅ የሥነ ጽሑፍ፣ የዴሞክራሲና ሰብዓዊ መብት ተከራካሪ በቢያፍራ የርስ በርስ ጦርነት ወቅት ምንም እንኳን እሱ የዩርባ ብሔር ተወላጅ ቢሆንም ነፃ መንግሥት አውጀው በነበሩት የኢቦ ሕዝቦች ላይ የናይጄሪያ ወታደራዊ ጁንታ የፈጸመውን፣ በዘር ማጥፋት ተጠያቂ የሚያደርግ የጅምላ (indiscriminate) ጭፍጨፋ በመቃወም ታስሮ በነበረ ጊዜ እጅግ ልብ በሚነካ መልክ የራሱን ማስታወሻ (diary) ከዚህ ከላይ በጠቀስኩት ርዕስ ጽፎ ነበር። ከሚያስታውሳቸውም መካከል በብሔርና ዘር ከርሱ ጋር ምንም ግንኙነት ባልነበራቸው የራሱ የግል ጓደኞች በነበሩ ኢቦያውያን የቢያፍራ ሰዎች ላይ የተፈጸመውን አረመኔያዊ ግድያ ሲሆን የኃይሌና የሌሎችም ዕጣ ምን እንደነበር ያስታውሰኛል።[54]

ዎሊ ሶይንካ ዕድለኛ ሆኖ፣ ነፃ ሰው ሆኖ ለሰው ልጆች ሰብዓዊና ባህላዊ መብት በሙያው ለመከራከርና የራሳቸው ድምፅ ለሌላቸው ድምፅ ለመሆን ችሏል። ኃይሌ ግን ይህንን ዕድል አላገኘም።

ኃይሌ ፊዳ የብዙ ጓደኛና ወዳጅ ጌታ የነበረውን ያህል የሚጠሉትና በክፉ ዓይን የሚያዩት እንደነበሩ ጥርጥር የለውም።

---

[53] Wole Soyinka, The Nobel Prize-winning African writer, Wole Soyinka, was imprisoned without trial by the federal authorities at the start of the Nigerian Civil War. Here he records his arrest and interrogation, the efforts made to incriminate him, and the searing mental effects of solitary confinement.

[54] የተጠናቀቀው የሣራ ሥዕል በሳምንት አንድ ቀን (ሐሙስ) ከእኛ ወደቤተሰብ የሚላክ መልዕክት የሚላክበት ስለነበር ለኃይሌ ስንቅ ያቀብል በነበረው ወድ ጓደኛውና ባለውለታው አቶ ታዬ ወርቁ (በደርግ ዘመን ለተወሰነ ጊዜ የኢኮኖሚ ልማትና ፕላን ኮሚሽነር) በኩል ለቤተሰቡ እንዲደርስ የተላከ ይመስለኛል።

እሱም ራሱ ፖለቲካውና የድርጅት ትስስሩ ቢቀር ጓደኝነታቸውን ከሚናፍቃቸው መካከል አቶ ሽፈራው ጃሞንና ደሳለኝ ራህመቶን ያነሳ ነበር። ከመኢሶን በገዛ ፈቃዳቸው ከወጡት መካከል እስከ መጨረሻው ከጓደኝነት ያለፈ ይቆረቆርለትና ይጨነቅለት የነበረውን መለሰ አያሌውን ደጋግሞ ያነሳው እንደነበር አስታውሳለሁ። ከአዲስ አበባ ዩኒቨርስቲ ጀምሮ የቅርብ ጓደኛሞች ከመሆናቸውም ባሻገር ሕዝብ ድርጅት ጽ/ቤት አብረው በሚሰሩበት ጊዜ በፖለቲካ አቋም ባይጣጣሙም ጥዋት ጥዋት መለሰ አያሌው ይኖርበት ከነበረው ቅዱስ ዮሴፍ ት/ቤት ፊት ለፊት ከሚገኘው መኮንን እንዳልካቸው ሕንፃ በመሄድ ከቤቱ ወደ ቢሮው በማመላለስ እኔም አብሬ በሾፌርነቱ አግዝ ስለነበረ በጥዋት በተገናኘን ቁጥር እንደታናሽና ታላቅ ወንድም ያጭቃጭቃቸው የነበረውን ጉዳይ አልዘነጋውም። ኃይሌ 4ኛ ክፍለ ጦር በታሰረበትም ዘመን እስከተገደለበት ቀን ድረስ የሚያስፈልጉትን መጽሐፍ ይልኩለት ከነበሩት ጓደኞቹ መካከል መለሰ አያሌው አንዱ ነበር። የቀድሞው ኢዙና መሪዎች የነበሩት እነ መለሰ አያሌው፣ ደሳለኝ ራህመቶና ሐጎስ ገ/የሱስ ከመኢሶን ለመውጣትና በኃይሌ ላይ ቅሬታ ያሳደሩበትን ምክንያት ሲያስታውስ፡-

> እርግጥ እነ ደሳለኝ የእነ ብርሃነ መስቀልን ደጋፊና ጭፍራ በተመለከተ «እነኚህን ግራ ቀደሞች ዛሬ ፊት ሰጥታችኋቸው በድርጅትም ደረጃ ዕውቅና ብትሰጧቸው ነገ እናንተ ራስ ላይ መውጣታቸው አይቀርም ብለውን ነበር። ያ በሎስ አንጀለስ የተደረገው 19ኛው የኢዙና ጉባዔ እጅግ የተመረዘና በስም ማጥፋት ዘመቻ ላይ የተመሰረተ ነበር።

ቢሆንም እነኚህ ግራ ቀደሞች የትም አይደርሱም ብሎ በፓተርናሊስቲክ ስሜት የማህበሩን ጠቅላላ ጉባዔ ጥለው ከመውጣት ይልቅ እስከመጨረሻው በመታገል የማህበሩን አመራር ከእጃቸው እንዳይወጣ ማድረግ ነበረባቸው። እኛም ተመሳሳይ የሆነ እጅግ መርዘኛ የሆነ ጉባዔ ሃኖቨር ላይ 13ኛውን የአውሮፓ ኢትዮጵያ ተማሪዎች ማህበር ዓመታዊ ጉባዔ አካሂደን ተመሳሳይ ወከባንና ስም የማጥፋት ዘመቻውን ተቋቁመን ማህበሩን በእጃችን በማድረጋችን ግራ ቀደሙ ወገን አሜሪካ ያገኘውን ድል አውሮፓ ማግኘት ባለመቻሉ ማህበሩን ጥሎ በመውጣት በዓለም አቀፍ ፌዴሬሺን ሊሰባሰብ ቻለ

በማለት ያለፈውን ታሪክ በዚህ መልክ ያስታውስ ነበር[55]። ይህም ሆኖ ኃይሌ ከቀድሞው ኢዙና መሪዎች የመኢሶንም መሥራች አባሎች ስለነበሩ ድርጅቱን ጥለው ከወጡ በኋላም ቢሆን ጓደኝነታቸውን ማጣት ከማይፈልጉት ሰዎች አንዱ ነበር። ይህም ከመለሰ አያሌው ጋር የነበረው ወዳጅነትና ለዚህም ታላቅ ምሁር የነበረው የተለየ፣ የመቆጨትና እንክብካቤ ያልተለየው ግንኙነት ምስክር እንደነበር ራሴ አስተውዬ ነበር።

[55] እንዳጋጣሚ ይህንን ጀርመን አገር በሃኖቨር ከተማ በ1973 (በፈረንጅ) የተደረገውን 13ኛ የአውሮፓ ተማሪዎች ማህበር ዓመታዊ ጉባኤ በሊቀ መንበርነት የመራሁት እኔ ስሆን ምን ያህል የተመረዘና ወከባ የበዛበት ጉባኤ እንደነበር በዚያ ጉባኤ የተሳተፉ ሁሉ ያስታውሱታል።

ኃይሌና ብርሃነ መስቀል

የኃይሌንና ብርሃነ መስቀልን ግንኙነት ከየትና እንዴት እንደጀመረ፣ መለያየቱና መከፋፈሉ ለምን እንደነበረና በመጨረሻም ተለያይተው በተለያዩ ድርጅቶች በመሪነት ዓይን እስከመታየት መድረሳቸውን በሰፊው አውግቻለሁ። ከዚህ በታች ደግሞ መጨረሻቸውን ለማውሳት ሞክሬአለሁ።

ጊዜውን በትክክል ባላስታውስም አንድ ቀን አብሮን በእስር ላይ የነበረ ጓዳችን ኢንጂነር ታምሩ በሻህ ወደደርግ ጽ/ቤት ተጠርቶ ሄዶ ነበር። አንዲት ሌሊት አድሮ ሲመለስም የብርሃነ መስቀልን ከመርሃ ቤቴ አካባቢ መያዝና ደርግ ጽ/ቤት በምርመራ ላይ መገኘት አጫወተን። ብርሃነ መስቀልን ባካል ባያገኘውም በተከሳሽነት ሰጠ የተባለውን ቃልና እዚያው ደርግ ጽ/ቤት በምርመራ ላይ የነበሩ የፖለቲካ እስረኞች ከብርሃነ መስቀል ከራሱ ሰማን ያሉትን የነብርሃነ መስቀልንና ጌታቸው ማሩን አቋም ለታምሩ በሻህም አካፍለውት ኖሮ እሱም በተራው ለኛ አካፍሎን ነበር። ብርሃነ መስቀል ይመራው የነበረው የኢህአፓ እርምት ንቅናቄ (ወይም በነተስፋዬ ደበሣይ፣ ዘሩ ክሽንና ክፍሉ ታደሰ አጠራር አንጃ በመባል የሚታወቀው) የከተማውን አመፅ፣ ፋሺዝም በኢትዮጵያ ነገሰ የሚለውን፣ የጊዜያዊ መንግሥት ጥያቄን ይቃወሙ እንደነበር፣ ከደርግ ጋር ከመኢሶን ጋር ተመሳሳይ በሆነ አቋም አብሮ የመሥራት ፍላጎት እንደ ነበራቸው፣ የዲሞክራሲ መብቶች የመለቀቅ ጉዳይ መኢሶን ባነሳው ዓይነት እነሱም የጊዜው ጥያቄ አድርገው ማንሳታቸውንና

ራሱን መኢሶንን በሚመለከት እንደ ኢህአፓ እኩል በማርክሲስት ሌኒኒስት ድርጅትነት ሊታይና ግንኙነትም በመፍጠር አብሮ ለመሥራት መሞከር አለበት የሚል አቋም ይዘው በድርጅታቸው ውስጥ ይከራከሩ እንደነበር ታምሩ በሻህ ሊያጫውተን ችሎ ነበር። ኃይሌ ይህንን ሁሉ እንደእኛው ሲያዳምጥ ቆይቶ ያቋማችን መልሶ መግጠሙ ላይ አስተያየት ከመስጠት ይልቅ ከሁሉም እጅግ የተከፋበትን ጉዳይ «የሚያሳዝነው የሁላችንም መጨረሻ በነዚህ ሰዎች እጅ መውደቃችን ነው። እንደማንም ተራ ወንጀለኛ በዚህ መልክ መያዝ የሚገባው ሰው አልነበረም» በማለት ተናገረ። በመጨረሻው የአቋማችን መመሳሰል ያስተከዘው በሚመስል ገጽታ «እዚህም ድረስ ባልተዳረስንም ነበር» ከማለት በስተቀር ሌላ የጨመረው ነገር አልነበረም። እርግጥ ያቋም መመሳሰልን በተመለከተ ብርሃነ መስቀል በተከሳሽነት የሰጠውን ቃል በማገላበጥ እውነተኛነቱን ማረጋገጥ ይቻላል[56]። ብዙም ሳይቆይ ኃይሌም ወደ ደርግ ጽ/ቤት ተወስዶ የዕለቱ ለት ይመለስ እንጂ በማግስቱ ተመልሶ ሲወሰድ ለካስ ከብርሃነ መስቀል ጋር ባንድ ጉድጓድ የመግቢያው የመጨረሻው ቀን ኖሯል።

በዚሁ ጉዳይ ላይ እንደገና ለመመለስ አራተኛ ክፍለ ጦር እያለን አንድ ቀን ከሰዓት በኋላው ላይ የእሥር ቤቱ ምክትል አስተዳዳሪ መቶ አለቃ አሻግሬ ከዋናው የእስር ቤት አስተዳዳሪ ሻምበል ገብሩ ተለይቶና በሌሎች አውቶማቲክ መትረየስ የታጠቁ አጃቢዎቹ እንደተከተሉት ወደ እኛ እሥር ክፍል ቁጥር 4 መጣ። አንድ በፍቃኔው በታሪክ ወይም በልበ ወለድ

---

[56] ብርሃነ መስቀል ረዳ ወልደ ሩፋኤል የተከሳሽነት ቃል ቀን 11/10/71 ዓ.ም. ዶሴ 6/ቁ/26/71 በአገር አስተዳደር ሚኒስቴር ለአጠቃላይ መረጃ ማ/ማ/ ኮሚቴ አዲስ አበባ

መጽሐፍ ውስጥ ካልሆነ በስተቀር በሕይወት እከሌ ተብሎ አቻ ከማይገኝለት የእስረኛ ሕክምና ክፍል ሃላፊ አስር አለቃ ጥላሁን ደግሞ የፖሊስና እርምጃው ጋዜጣ በእጁ ይዞ ተከትሏቸው ወደ እኛ የታሰርንበት የእሥር ክፍል ቁጥር 4 በመምጣት ተደባለቃቸው። ወዲያው የእስር ቤቱ ምክትል አስተዳዳሪ መቶ አለቃ አሻግሬ አንድ ከመሃላችን ለእስረኛው ጋዜጣ ለማንበብ ጥሩ ድምጽና ችሎታ ያለው ሰው ከእናንተ መካከል ማነው ሲል ጠየቀን። ወዲያው አንድ የእኛው ጓድ የነበረ ስሙ ፈቃዱ ሽፈራው የሚባል የወለጋ ክፍለ ሃገር የሕዝብ ድርጅት ጽ/ቤት ካድሬና የንባብና ድራማ ችሎታ የነበረው ተጠቆመ። የእስር ቤቱም አስተዳዳሪ አሥር አለቃ ጥላሁን ያየዘውን ፖሊስና እርምጃው ጋዜጣ አንድ አምድ ለእስረኛው ሁሉ ድምፁን ከፍ አድርጎ እንዲያነብ ሰጠው። እስከዚያች ደቂቃ ድረስ በፖሊስና እርምጃው ላይ ያለው ዜና ምን እንደሆነ ማንኛችንም አላወቅንም ነበር። ውሎ አድሮ ጋዜጣም ሆነ መጽሐፍ እንደተፈለገው ያህልም ባይሆን ለማስገባት የተፈቀደ ቢሆንም ይህ ጉዳይ እንግዳ ስለሆነብን ሁላችንም በጉጉት መጠበቃችን አልቀረም። ከመነበቡ በፊት የጋዜጣውን ዓምድ ለሁላችንም ከፍ ብሎ እንዲታይ የእስር ቤቱ አስተዳዳሪ ሻምበል ባዘዘው መሠረት ከፍ ተድርጎ እንድናየው ሲደረግ ያን ጊዜ የሚነበብልን ዜና ስለማንና ስለምን እንደሆነ ተገለጸልን። ለካስ በብርሃነ መስቀል ረዳ ላይ የተፈረደውን የሞት ፍርድ የሚያትት ዓምድ ኖሯል። የብርሃነ መስቀል ረዳ ፎቶግራፉና እንደ ተራ ወንጀለኛ ስሙ የተጻፈበትን ፕላካርድ ባንገቱ ላይ እንዳነገተ የሚታየው የጋዜጣ ዓምድ ሁላችንም እንድናየው ከተደረገ በኋላ ያለውዴታችን የተከሰሰበትን ዝርዝር ወንጀልና በሞት እንዲቀጣ የተፈረደውንም ፍርድ እንዲነበብልን ካደረጉ በኋላ ጋዜጣውን

ትተውልን ወደመጡበት ተመለሱ። በዚያኑ ጊዜ ብርሃነ መስቀል ላይ የሞት ቅጣቱ ሲፈፀም እንደ እሱ በፓሊስና እርምጃው ሐተታው አይውጣ እንጂ ለካስ ይህንን የሞት ፅዋ አብሮ የተቃመሰውና ባንድ ጉድጓድ ከብርሃነ መስቀል ጋር የገባው ኃይሌ ፊዳ ጭምር ኖሯል።

እነብርሃነ መስቀል አንጃኞች ተብለው በአክራሪው የኢህአፓ አመራር በክህደት ከመከሰስ ያለፈ በሕይወታቸው በሚፈለጉበት ሰዓት እኛም ደርግ ወደ እኛ በመዞር ላይ መሆኑን በማስተዋል ከነብርሃነ መስቀል ጋር ለመቀራረብ የውስጥ ለውስጥ መሰመር ዘርግተን ነበር። ኮሎኔል መንግሥቱም የራሳቸውን የውስጥ ግንኙነት በመፍጠር በእኛ ጀርባ እነብርሃነ መስቀልን ለመጋበዝና አብሮ ለመሥራት የመሞከራቸው መረጃ እንደነበረን ሲታወቅ ምናልባት የኛም ሙከራ ድንገት ኮሎኔል መንግሥቱ ጆሮ የደረሰ እንደሆነ በሚል ግንኙነቱን አልገፋንበትም። ይሁን እንጂ ኮሎኔል መንግሥቱ አብሮ ለመሥራት የሞከሩትን ሰው በዚያ ዓይነት እንደተራ ወንጀለኛ በፖሊስና እርምጃው ላይ በማውጣት ሕይወቱ እንዲያልፍ መወሰኑ ሁላችንንም ያሳዘነ ነበር። ከጥቂት ቀናት በኋላ የተመሳሳይ ዕጣ ቀማሹ ኃይሌ ነበር። የመጀመሪያው ቀን ተወስዶ ሲመለስም ብርሃነ መስቀል በሞት እንዲቀጣ ይፈረድበት እንጂ የሞት ቅጣቱ እንዳልተፈጸመበትና እዚያው ደርግ ጽ/ቤት እንደነበረ፣ እሱ ግን በአካል እንዳላገኘው፣ ከብርሃነ መስቀል ሌላ በኮሎኔል መንግሥቱ ላይ የተቃጣውን ግድያ ለማስተባበር ከሻዕቢያ ተልኮ የነበረውን ሰው ጭምር እዚያው ደርግ ጽ/ቤት እንዳገኘው አጫውቶን ነበር። በዚያች አንዲት ቀን ደርግ ጽ/ቤት ያገኛቸው እስረኞችም ከብርሃነ መስቀል ጋር የተገናኙና እሱም በተከሳሽነት ከሰጠው ቃል ያጫወታቸውን

ለኃይሌ ገልፀውለት እንደነበር፣ ይህም በደርግና በአብዮቱ በርካታ ጥያቄዎች ላይ የእነብርሃነ መስቀል ኢሀአፓ እርምት ንቅናቄ ወይም አንጃ አቋም ከመኢሶን ጋር ተመሳሳይ ነበር በሚል እንዳጫወቱት የነገረንና ኢንጅነር ታምሩ በሻህም የነገረን ተመሳሳይ ሆኖ አገኝነው። ስለዚህም ብርሃነ መስቀል ተናገረ የተባለው ማመሳከሪያ እንደተገኘለት ቆጠርነው።

በዚህ ጽሑፍ ውስጥ ቀደም ብዬ እንደገለፅኩት በማግስቱ ኃይሌ ወደደርግ ጽ/ቤት ተጠርቶ የሄደው ከካሳሁን ብርሃኑ ጋር ሲሆን ካሳሁን ሲመለስ ኃይሌ አልተመለሰም። ለካስ ያቺ ዕለት ወይም ሰሞን ኃይሌና ብርሃነ መስቀል ባንድ ጉድጓድ የመግባታቸውን ዋዜማ የምታመለክት ነበረች። ከብርሃነ መስቀል የሚለየው የኃይሌ ዜና በፓሊስና እርምጃው ቀርቶ እስከዛሬም የተፈጸመበትን ግድያና አሟሟቱን የተመለከተ ይፋ መግለጫ አለመሰጠቱ ነው። ዕልባት ያላገኘ ጉዳይ በመሆኑ ለልጆቹና ለባለቤቱ፣ በሕይወት ላሉት እህቶቹና ወንድሙ እንዳሳዘነ ይኖራል።

እኔም ብርሃነ መስቀል በ11/10/71 በተከሳሽነት የሰጠውን 99 ገጾች ላይ የሰፈረውን ቃል ስመረምር እጅግ መሰረታዊና ዋና ዋና የአብዮቱ ጥያቄዎች ላይ ተመሳሳይ አቋም እንደነበረን ለማንበብ መቻሌ ብቻ ሳይሆን ያንን የመሰለ የርስ በርስ መተላለቅ ለማስቀረት በብርሃነ መስቀልና ጌታቸው ማሩ በኩል የተደረገውን ያልተሳካ ጥረት መገንዘብ ችያለሁ። ይህም እንዲህ የሚል ነበር፡-

> «ጥር 17 ቀን 1979 ዓ.ም. ከፓርቲው ኮሚቴዎች ከተገለልን በኋላ (በማዕከላዊ ኮሚቴው ውሳኔ መሠረት) በእኔ በኩል ክሊኩ ካስቀመጠኝ ቦታ ማለትም ከሰባ ደረጃ

> አካባቢ በመሰወር ግንኙነት አቋረጥሁ። ከዚህ በኋላ ዋናው ተግባሬ የእርምት ንቅናቄውን ማስፋፋት ሲሆን ከጥር 18 ቀን 69 ዓ.ም. ጀምሮ ክሊኩ ሊወስዳቸው ያቀዳቸውን ፋሽስታዊ የግድያና የኃይል ርምጃዎች መቃወምና በተግባርም ማክሸፍ ነበር። በዚህ አቅጣጫ ለአ/አ ፓርቲ መዋቅር ያስተላለፈው ፊሽስታዊ መመሪያ ደረሰኝ። መመሪያው የደረሰኝም ከእርምት ንቅናቄው መሥራቾች አንዱ የሆነው .... የአ/አበባ ዞን 1 ኮሚቴ ፀሐፊ ስለነበረ በርሱ አማካኝነት ነበር። መመሪያው የሚለው ባንዳዎች በሙሉ ጠቋሚዎች ሆነዋልና ማንኛውንም ባንዳ አደገኛ ነው ወይስ አይደለም ሳትሉ በሁሉም ላይ ርምጃ ውሰዱባቸው የሚል ነበር። ይህ መመሪያ ፋሽስታዊና ፀረ ሰብ ከመሆኑም ሌላ ፊት በነበረኝ ጥርጣሬ ላይ (ክሊኩ አንድ አይነት ኩ ዴታ ውስጥ ፓርቲውን ሊጨምረው ይፈልጋል የሚል) ተጨማሪ ምልክት ስለመሰለኝ በከፍተኛ ደረጃ ተመለከትኩት። ስለሆነም የእርምት ንቅናቄው አባሎች በሙሉ ይህንን መመሪያ በመቃወም በፓርቲውና በወጣት ክንፉ ውስጥ ቅስቀሳ እንዲካሄድና መመሪያው በሥራ እንዳይተረጎም የተቻለውን ያህል የማደናቀፍ እርምጃ እንዲወሰድ ጌታቸው ማሩና ሌሎቻችን ተስማማን» (ገጽ 34)[57]።

ይህ ሙከራ ሳይሳካ መቅረቱ በትውልድ ሲያስቆጭ የሚኖር ጉዳይ ነው። በበኩሌ ብርሃነ መስቀልም ሆነ ኃይሌ ፊዳ እንደማንም ሰው የራሳቸው ድክመቶችና ስህተቶች እንደነበሯቸው ሳይካድ በብዙ መንገድ እጅግ የተሚሉ አብዮታውያን እንደነበሩና በሕይወት ቢቀር ባንድ ጉድጓድ

[57] ብርሃነ መስቀል ረዳ ወልደ ሩፋኤል የተከሳሽነት ቃል ቀን 11/10/71 ዓ.ም. ዶሴ 6/ቁ/26/71 በአገር አስተዳደር ሚኒስቴር ለአጠቃላይ መረጃ ማ/ማ/ ኮሚቴ አዲስ አበባ ገጽ 34።

በመግባት አንድ መሆናቸውን በመቀበል ከመጽናናት በስተቀር ብዙም የሚጨምር ነገር ማከል አልቻልኩም። የእነዶ/ር/ ተስፋዬ ደበሳይ፣ ዘሩ ክሸንና ክፍሉ ታደስ የተመራውና በእነብርሃነ መስቀል ቋንቋ «ክሊክ» በሚል ይጠሩት የነበረው የኢ.ሕአፓን አመራር በማነቅ ለሽብርና የተሳሳተ ፀረ አብዮት አቋም የዳረገውና እነብርሃነ መስቀል ተጠያቂ የሚያደርጉት ይህ ቡድን አሁንም ድምፅ አለው[58]። ይህም ድምፅ ምንም ዓይነት መፀፀት የማይታይበት በመሆኑ በታሪክ እንዴት መታወስ እንደሚፈልግ ከራሱ በስተቀር የሚያውቅ የለም። እንዴት መታወስ እንደሚገባው ደግሞ ከዚህ ድርጅት መካከል ራሳቸውን ለመገምገምና ሃቀኛ ምስክርነት በመስጠት ተጠያቂነትን በማያወላውል መንገድ መተግበር የቻሉት እውነተኞቹ የኢ.ሕአፓ ልጆች ያሉ ይመስለኛል። በተረፈ ከነብርሃነ መስቀል

[58] በዚሁ ብርሃነ መስቀል የተከሳሽነት ቃል በሰጠበት መዝገብ «ክሊክ« በሚል የሚጠራቸው የኢህአፓን አመራር አፍኖ የያዘው የነተስፋዬ ደበሳይ፣ ዘሩ ክሸንና ክፍሉ ታደሰ ቡድን ጌታቸው ማሩን የከሰሰበትንና ከፓርቲው ተወግዶ እስከመታሰር ያደረሰውንና ከዚያም ሁላችንም እንደሰማነው እስከመገደልና አስከሬኑንም በአሲድ ከአንገቱ በላይ ተቃጥሎ ወደ ሰሜን ማዘጋጃ ቤት የተጣለበትን ጉዳዮች ያነሳል። ከነዚህም መሃል ምናልባት ዋናውና የከህደት ወንጀል ፈጸመሃል የተባለበት ፓርቲው ሳያውቀው ከመኢሶን ጋር ግንኙነት ፈጥረሃል የሚል ሳይሆን አይቀርም የሚል ግምት ሊያሳድርበት የቻለውን ጉዳይና ይህም ጉዳይ እውነት ይሁን አይሁን ጌታቸው ማሩን በአካል የማግኘት እድል ሳይገጠምው ቀርቶ ሳይጠይቀው መቅረቱን ይገልጻል። ጊዜው መቼ እንደሆነ በትክክል ማረጋገጥ አለመቻሉ ይሆናል እንጂ፣ ወይም ደግሞ ጌታቸው ማሩ ከሌሎችም የመኢሶን ሰዎች ጋር ግንኙነት ለመፍጠር ሞክሮ ሊሆን ይችላል የሚል ግምት በማስቀመጥ በጣምራ ሰርጎ ገብነት ወይም ደግሞ ኢህአፓ ሆን ብሎ በመኢሶን ውስጥ ሰርጎ ሳያስገባው አይቀርም የሚል ጥርጣሬ በነበረን ሰው አማካኝነት ሁለት ጊዜ እኔና ጌታቸው ማሩን ይህ ሰው አገናኝቶን እንደነበረና ይህም ስሙን ልጠቅሰው የማልፈልገውና ዛሬ አሜሪካን አገር በሕይወት የሚገኝ ሰው ያገናኘን መሆኑንና ውይይታችንንም በተመለከተ ለዶ/ር ከበደ መንገሻ ሪፖርት አቅርቤአለሁ። በነዚያ ሁለት (ሁለተኛው እጅግ አጭርና የመቻኮል ብቻ ሳይሆን የጭንቀት የሚመስል ገፅታ በጌታቸው ላይ ያየሁበት ነበር) ግንኙነቶች በአቋም ደረጃ ልዩነት እንደሌለን ለኢህአፓ አባላትና ደጋፊዎች በተለይም ለወጣቱ የመኢሶን ሰዎች የክርክር ቋንቋና አቀራረብ «ፓተርናሊስትና ኤሊቲስት፣ ያገርቤቱ ታጋይም ራሱን በዝቅተኝነት የተመለከቱት አድርጎ በመቁጠሩ የመኢሶንን ክርክር ከማዳመጥ ይልቅ ኢሪቴትድ የመሆን ችግር የፈጠረ» (የራሱንና የማስታውሰውን ቋንቋ ለመጠቀም) መሆኑን አጫውቶኝ ነበር (ብርሃነ መስቀል በተከሳሽነት የሰጠውን ቃል ቀን 11/10/71 ዓ.ም. ዶሴ ቁጥር 6.ቁ/26/71 ገጽ 36 ይመልከቱ)።

ቡድን ጋር ለመነጋገር ያደረግነው ሙከራ ተሳክቶ ቢሆን ኖሮ በጋራ ለመሥራት፣ በተለይም ያንን የመሰለ እልቂት ለማስቀረት ከእነኚህ ሁለት መሪዎች የተሻለ የመደመጥ ዕድሉ የነበረው ማንም አልነበረም።

ፕሮፌሰር ሽብሩ ተድላ ስለኃይሌ ሲመሰክሩ ከተቃዋሚዎቹም ጋር ቢሆን ባንድ ጠረጴዛም ሆነ ማዕድ ቀርቦ ለመነጋገርም ሆነ ለመብላትም ችግር ያልነበረው፣ ቂምና ኩርፊያ የማያውቅ ስልጡን ሰው እንደነበር እሱንና ዶ/ር እሸቱ ጮሌን ቤታቸው ምሳ ጋብዘዋቸው በነበረ ጊዜ በሁለቱ መካከል የነበረውን የባህርይ ልዩነት እንደምን እንደታዘቡ በመጽሐፋቸው ያሰፈሩትን[59] ሳስታውስ ኃይሌ ከነዶ/ር ተስፋዬ ደበሣይ ጋር ከፖለቲካው ጭቅጭቅ በኋላ በቡናና ሻይ ዙሪያ ሌላ ዓይነት ማህበራዊ ውይይት ከማድረግ የማይገደው ሰው እንደነበር እኔም የምስክርነት ቃሌን እዚሁ ላይ ላክል እወዳለሁ። ከነብርሃነ መስቀልና ጌታቸው ማሩ ጋር ሞክረነው የነበረው ግንኙነት በሁኔታዎች ለውጥ ተቀድሟል። ጌታቸው ማሩ በነተስፋዬ ደበሣይ ክሊክ ባይገደልና ብርሃነ መስቀልም ተመሳሳይ ዕጣ እንዳያጋጥመው ከምርጫ ማጣት ወደ መርሃ ቤቴ በመሸሽ እነመንግሥቴ ደፋርን የመሳሰሉ ሽፍቶች ጊዜያዊ መጠጊያ እንዲሰጡት ከመቀላቀል በስተቀር ሌላ ምርጫ አልነበረውም። ኃይሌና ብርሃነ መስቀል ባካል ተገናኝተው ቢሆን ምናልባት ድርጅቶቻችንና በተለይም አብዮቱ የተሻለ ዕድል ይገጥመው ነበር። ኃይሌም የብርሃነ መስቀል ዕጣ ደርሶታል። የገቡትም ባንድ ጉድጓድ ሳይሆን እንዳልቀረ ይነገራል። አስከሬን ተገኝቶ የመጨረሻውን ሥርዓትና ወግ በመከተል ስንብቱ ያልተከናወነ

---

[59] ሽብሩ ተድላ «ከጉሬዛም ማርያም እስከ አዲስ አበባ፡፡ የሕይወት ጉዞ እና ትዝታዬ» 2008 አዲስ አበባ፡፡

በመሆኑ ዕልባት ሳያገኝ እንዲሁ እንዳሳዘነና ልብ እንዳንጠለጠል ይኖራል።

ፕሮፌሰር ሽብሩ ስለኃይሌ አሟሟት እንዴት ሊሰሙ እንደቻሉ ሲገልጹ «ስለ ኃይሌ ከዚያ ወዲያ የሰማሁት በሰላሌ አካባቢ ተይዞ ወደ እስር ቤት መግባቱን፤ ከዚያም እስር ቤት እንዳለ የባለቤቴ ታናሽ እህት፣ አዜብ ፍሥሐ፣ ሁለት ቀኖች ይመስለኛል «ማእከላዊ እስር ቤት በነበረችበት ጊዜ፣ ከወሬ ወሬ ሰምታ፣ ከድብደባ ብዛት በጣም ተጎሳቁሎ እንደነበር አውግታኛለች፤ ከዚያም መገደሉን ሰማሁ» (ከጉሬዛም ማርያም እስከ አዲስ አበባ፣ ገጽ 328-329)። አገዳደሉንም በተመለከተ እጅግ ውስጥ አዋቂ ነን ከሚሉ ሰዎች እንደሰማሁት ከሆነ እጅግ በሚዘገንን ዓይነት የተፈጸመ በመሆኑ እዚህ ላይ ከማንሳት ተቆጥቤአለሁ።

ኃይሌ ፊዳና ሽብሩ ተድላ አራት ኪሎ ካምፓስ እ.አ.አ.1964

ለመሆኑ ኮሎኔል መንግሥቱ ምን ይላሉ?

ለመሆኑ ኮሎኔል መንግሥቱ ምን ይላሉ የሚል ጥያቄ ለራሴ አንስቼ ነበር። ገነት አየለ አንበሴ «የሌተና ኮሎኔል መንግሥቱ ኃይለ ማርያም ትዝታዎች» « በሚል ርዕስ በ1994 በሜጋ አስታሚ ድርጅት ካሳተመችው መጽሐፍ የተሻለ መረጃ አላገኘሁም። ኃይሌን በሚመለከት ከዚህ በታች ያሉትን ጥያቄዎች ለእኚሁ ሰው አቅርባላቸው እሳቸውም የሚከተለውን መልሶች ሰጥተዋታል።

<u>ገነት</u>፡- ኃይሌ ፊዳስ? በነሐሴ ወር 1970 ተይዞ ከአንድ ዓመት በኋላ ነበር ነገር ከበረደ፣ ሁሉ ነገር ከተረጋጋ በኋላ ነው የተገደለው። በዚያን ጊዜ የኃይሌ ፊዳ በሕይወት መኖር መንግሥትን ያሰጋ ነበር?

<u>መንግሥቱ</u>፡- መቼ ነው የሞተው ኃይሌ ፊዳ?

<u>ገነት</u>፡- በሐምሌ 1971

<u>መንግሥቱ</u>፡- ማን ገደለው?

<u>ገነት</u>፡- እኔ ምን አውቃለሁ። አስከሬኑ ከቀድሞው የራስ አሥራት ካሣ ግቢ ነው ተቆፍሮ የወጣው። እዚያ ነው የተገኘው።

<u>መንግሥቱ</u>፡- ኃይሌ?

<u>ገነት</u>፡- አዎን፣ ኃይሌ ፊዳ

<u>መንግሥቱ</u>፡- እዚያ ምን ሲሰራ?

<u>ገነት</u>፡- እዚያ ነው አስከሬኑ የተገኘው

<u>መንግሥቱ</u>፡- እኔ አላውቅም

ገነት፡- መሞቱንም አያዉቁም? እሱንም እዚህ ከመጡ ነው የሰሙት?

መንግሥቱ፡- መኢሶኖች እኮ ጥለውን ሄደዋል። የሶማሊያ ጥቃት አይሎ ሲመጣ የሻዕቢያዎች ጎራ ስለጠነከረ ከዚህ ከደከመ መንግሥት ጋር ምን እናደርጋለን ብለው አይደል እንዴ ጥለው የነጎዱት፣ በነሱ ሃሳብ እኛ በመዳከማችን ወደፊት ከኛ ጋር መቀጠል የሥልጣን ጥማታቸውን የሚያረኩበት መንገድ ስለማይኖር ልዩ ልዩ ምክንያት ሲያቀርቡ ቆይተው በመጨረሻ ፈርጥጠዋል። በዚያን ጊዜ ... ገበሬ ነው የከሰከሳቸው (ስርዝ የተጨመረ)[60]።

ገነት፡- እርስዎ የሚያውቁት ኃይሌ ፊዳ በገበሬዎች መገደሉን ነው?

መንግሥቱ፡- አዎን» (ከገጽ 207 -209)

እኚህ ቀባጣሪ ያፈሰሱት ደም ናላቸው ላይ ወጥቶ ሰላም የነሳቸው የሚመስል አነጋገር እንደሚከተለው ይናገራሉ፡-

«ለምሳሌ ያህል እኔ ለኃይሌ ፊዳ ትልቅ አክብሮት አለኝ። ይሄ ምንም ጥያቄ የለውም። የሰከነ፣ ያነበበ፣ ጥሩ ማርክሲስት ነበር። ጥሩ ጭንቅላት ያለው፣ በጽሑፍ፣ በንግግር ቢባል ጥሩ የፓርቲው ምሶሶ ነበር። በሁሉም መንገድ እንከን አይወጣለትም። ...... ሶማሌ በወረረን ጊዜ እንዴት ጥለው ይሄዳሉ በማለት የሕዝቡ ዒላማ በመሆናቸው በየገጠሩ እየተመቱ ወድቀዋል። እኔ የማውቀው ይሄንን ነው። አሥራት ካሣ ቤት ለምንና እንዴት እንደተወሰዱ አላውቅም። ለመጀመሪያ ጊዜ አሁን መስማቴ ነው» (ገጽ 210-211)

---

[60] «የከሰከሳቸው» የሚለው ቃል አመራረጥ በራሱ የሚገርም ነው። ከአንድ ርዕሰ ብሔር ይቅርና መለስተኛ ሰብዓዊነት የማይጠብቅ የዱርዬ ቋንቋ ይመስለኛል።

ለኃይሌ ብቻ ሳይሆን በእጃቸው ለጠፉት ሌሎችም በሥልጣናቸው ላይ ምንም ስጋት የማይፈጥሩና በቁጥጥራቸው ሥር ለነበሩ ሁሉ መፀፀትን በማሳየት ይቅርታ መጠየቅ ሲገባ ከዚህ ይልቅ ሽፍጥና ልበ ደንዳናነት ያለቀቃቸውን መንግሥቱ ኃይለ ማርያም ይቅር ለማለት እንኳን ቢሞከር በቅድሚያ ስህተታቸውን የማመንና ፍትሃዊ ለሆነ ዳኝነት ራሳቸውን ማስገዛት ይገባቸዋል። ለዚህ ደግሞ ፈቃደኝነት አላሳዩም። በየዘመኑ የሚሰጡት ቃለ ምልልስና እሳቸው ጻፉቸው እየተባለ የምናነባቸው መጣጥፍ የዛሬ 40 ዓመትም ሽፍጥ፣ ዛሬም ሽፍጥ፣ በወጣትነታቸውም በሽምግልና ዕድሜያቸውም የሰው ሕይወት ምንም የማይመስላቸው ሰው መሆናቸው የሚገርም ነው። ምክንያቱ ምን ይሆን የሚል ጥያቄ ለራሴ አንስቼ ከራሴ ጋር ስነጋገርና ጡረታ ወጥቼ ከነበርኩበት አገር ታንዛንያ፣ ጓዜን አንስቼ አገሩን ለመልቀቅ ስዘጋጅና እስከዚህ ቀን ድረስ በአእምሮዬ ያኖርኩትን ይህንን መጽሐፍ ለማዘጋጀት በኮምፑዩተሬ የነበሩን በርካታ ማስታወሻዎች በማገላበጥ ላይ ሳለሁ አንድ ደረጀ ኃይሌ በሚባል ጋዜጠኛ «ለካስ ሌተና ኮሎኔል መንግሥቱ ኃይለ ማርያም እንዲህ ዓይነት ሰው ናቸው» በሚል ርዕስ በፋና የዜና ማዕከል የተዘጋጀና በYouTube የተለቀቀ አንድ የሚደንቅ ኢንተርቪው ያለውዴታዬ የግድ አዳመጥኩ። ይህ ኢንተርቪው ከላይ ስሙን የጠቀስኩት ጋዜጠኛ ከኮሎኔል መንግሥቱ ታናሽ እህትና ወንድም ጋር በሰፊው የተወያየበት ነበር። የጋዜጠኛው ተልዕኮ (ሞቲቭ) ባገራችን የነገሰውን፣ በከፍተኛ የመንግሥት ኃላፊነት ላይ ያሉና የነበሩ ሰዎች የተዘፈቁበትን ያለአግባብ ሃብት ማካበት፣ መረን የለቀቀ ሙስና፣ በፖለቲካ ድርጅት፣ በብሔርና በመሳሰሉት መተሳሰር የርስ በርስ መጠቃቀም በተዘዋዋሪ ለመተቸት በሚል

የቀድሞውን ያገሪቱ መሪ ታናሽ እህትና ወንድም የቃለ ምልልሱ እንግዶች ያደረገ ይመስላል። የቃለ ምልልሱ አዘጋጅ ጋዜጠኛ ደረጀ ኃይሌ፣ ያንን የመሰለ ጭካኔ ከየት እንዳመጡትና ይህንንስ ባህርያቸውን በሚመለከት የሚሰጡት አስተያየት ይኖር አይኖር እንደሆነ እህትና ወንድማቸውን አልጠየቀም። ለመጠየቅና ምላሽ ለማግኘት አስቸጋሪ እንደሚሆንና በብዙሃን መገናኛም ሆነ በሕግ ፊት ተጠያቂው ራሳቸው ኮሎኔል መንግሥቱ ኃይለ ማርያም እንጂ ስለሳቸው ግፍ እህትና ወንድሞቻቸው ተጠያቂ እንደማይሆኑ የቃለ ምልልሱ አዘጋጅ ተገንዝቦ ከሆነ ተገቢ ነው እላለሁ። ይህንኑ ጥያቄም ለራሴ ማንሳቴና ማብላላቴ አልቀረም። ለራሴ ያገኘሁለትን ምላሽ በዚህች አጭር የኃይሌ ፊዳ መታሰቢያ ውስጥ ቦታ ያላገኘሁለት በመሆኑ በዚሁ ጉዳይ ሌላ በሌላ አጋጣሚ መመለስና ሰፊ ውይይትን የሚጋብዝ ጽሑፍ ማቅረብ የሚሻል ሆኖ አግኝቼዋለሁ።

ኮሎኔል መንግሥቱ ባካበቱት አረመኔያዊ አገዛዝ የውስጥ አዋቂና ታዛቢ የነበረው ዘነበ ፈለቀ (ገስፅ ተጫኔ) በ1996 «ነበር» በሚል ርዕስ ባሳተመው መጽሐፍ ገጽ 278 ኃይሌ ፊዳን ምን በመሰለ ቋንቋ እንደገለጸው መጥቀስ እፈልጋለሁ፡-

> «አቶ ኃይሌ በሰውነት አቋሙ፣ ረጅም የማይባል ለግላጋ ተክለ ሰውነት ያለው፣ መልኩ ቀይ፣ መልከ መልካም፣ ፀጉሩ ጥቁር ዞማ፣ ዐይኖቹ ሰከክ ብለው የሚያተኩሩ፣ ገበርጋታን የተላበሰ፣ ድምፁ ወፈር ያለ ለጆሮ የማይሻክር፣ ዕድሜው ወደ ሠላሳዎቹ መጨረሻ ላይ ቢሆንም እንደ አረጋዊ የረጋ፣ ከመናገር ይልቅ ወደማድመጥ የሚያዘነብል፣ በሳል፣ አርቆ አስተዋይና ሰላማዊ ሰው ነበር»

ኮሎኔል መንግሥቱ በቁጥጥራቸው ሥር ካደረጉትና ዘመኑም ሁለት ዓመታት ሊሆነው ወራት ያህል ሲቀረው ከታሰረበት 4ኛ ክፍለ ጦር አስወስደው በግፍ የገደሉት ሰው ምን እንደሚመስል የራሳቸው ካድሬና የማስታወቂያና ፕሮፓጋንዳ መዋቅራቸው አገልጋይ የነበረ ሰው ስብዕና በሚታይበት ቋንቋ የኃይሌን ተክለ ሰውነትና ብስለት ከፍ ብዬ በጠቀስኩት መልክ ገልጾታል።

መደምደሚያ

በኃይሌ ፊዳ ስም የሰየምኳት፣ የግሌን ትውስታ ያሰፈርኩባት መጽሐፍ በብዙ መንገድ ያልተሟላች ልትሆን ትችላለች። ቢሆንም ኃይሌን በማሰይጠን ጅራትና ቀንድ ባለው ዲያቢሎስ ተመስሎ ሲዘመትበት ከነበረው ትረካ (narrative) የተለየና ማንነቱን በሚመለከት ምናልባትም እስካሁን ያልተወሱ ገጽታዎቹን፣ ከርሱ ጋር በነበረኝ ቅርበት አንጻር የማስታውሰውን ለማቅረብ ሞክሬአለሁ። ይህ ለየት ያለ ትረካ (counter narrative) ኃይሌ እንከን ያልነበረው ሰው ነበር የሚል ስሜት ለማሳደር ፍላጎት የሌለው መሆኑን አንባቢ እንዲያወቅልኝ እጠይቃለሁ። ይህንን የመሰለ ስህተተኛ ድፍረት ቢቃጣኝና በሕይወት ኖሮ ቢሆን የመጀመሪያው ተቃዋሚዬ ኃይሌ ራሱ እንደሚሆን እርግጠኛ ነኝ። ስለራሱ መናገር የማይወድ እንደነበርና በተለይም ሙገሳን ይጠላ እንደነበር በዚህች መጣጥፌ ውስጥ ይህንኑ የሚደግፉ መረጃዎች ማቅረቤን አንባቢ ልብ እንዳለው አምናለሁ[61]። ገና የሰላሳ ሰባት ዓመት ጎልማሳ ሳለ የተቀጨ በመሆኑ በሕይወት ቢኖር ብዙ ሊጸጸትባቸው የሚችሉ ወይም

[61] አንድ ጊዜ ለገለጻ ሚኒስትሮች ምክር ቤት ተጠርቶ በዚያን ጊዜ የሚኒስትሮች ምክር ቤት ሲኒየር ሚኒስትር የነበሩት አቶ ኃይሉ ይመኑ ለተሰብሳቢዎቹ ሚኒስትሮች ኃይሌን ለማስተዋወቅ «ዶ/ር ኃይሌ ፊዳ...» ብለው ሲጀምሩ ኃይሌ ንግግራቸውን አቋርጦ ጣልቃ በመግባት «አይ እኔ ዶክተር አይደለሁም። የዶክትሬት ዲግሪ አልተቀበልኩም» ብሎ እዚያው መልሶላቸው ነበር። እሳቸውም ከገለጻው በኋላ በተሰጣቸው መልስ ተከፍተው እንደሆነ ለማወቅ እንዳነጋገራቸው አጫውቶን ነበር። በእምቅ ችሎታውና ፍላጎቱ ቢኖረው ወይም ለአካዳሚክ ስኬቱ ቅድሚያ በመስጠት አተኩሮ ቢሆን ኃይሌ እንኳን አንድ የዶክተርነት ዲግሪ ይቅርና በተለያዩ የምርምር ዲስፕሊኖች ሁለትና ሶስት ባለዶክትሬት መሆን ይችል እንደነበር አልጠራጠርም።

ደግሞ በምንም መንገድ የማይፀፀትባቸው ጉዳዮች ሊኖሩ እንደሚችሉ መገመት እችላለሁ። በየትኛውም ጉዳይ ቢሆን እርግጠኛ ሆኖ መናገር የሚቻለው እሱ ራሱ በሕይወት ኖሮ ምስክርነት ለመስጠት ቢችል ነበር።

ኃይሌ መኢሶን ገና ለጋ ድርጅት በመሆኑ ብዙ ስህተቶችን እንደፈጸመና ለደረሰበትም ውድቀት በቅድሚያ በማንም ላይ ለማመካኘት እንዳልሞከረ የሰጠውን የተከሳሽነት ቃል በመጥቀስ ለማሳየት ሞክሬአለሁ። ይህም የነበረውን ሃቀኛነትና ተጠያቂነት የሚመሰክር ታሪካዊ ጠባሳ (legacy) ትቶ ያለፈ ሰው ለመሆኑ በራሱ ይናገራል ብዬ አምናለሁ። የመኢሶን ስህተቶች ሁሉ የኃይሌ ስህተቶችና እሱን ብቻ በነቂስ የሚያስጠይቀው አይደለም። አመራሩ ሃላፊነት መውሰድ እንደሚገባው ሁሉ እሱም የአመራሩ አካል በመሆኑ የተጠያቂነት ኃላፊነት አብሮ እንደሚጋራ አብረን 4ኛ ክፍለ ጦር እስረኛ በነበርንበት ዘመን ደጋግሞ ይናገር ነበር። ኃይሌ የጠቀሰው የድርጅቱ ለጋነት በጊዜው የብዙዎቻችንን ለጋነትና ጨቅላነት የሚመሰክር ለመሆኑ ጥርጥር የለውም። ከህብረቱ ከመገለል ጋር ተዳምሮ በኮሎኔል መንግስቱ ስውር ነፍሰ ገዳዮች የተቃጣብን የማሳደድና ግድያ ደባ አቋማችንን ከማለስለስ ይልቅ የከረረ በማድረግ፣ በሕይወት ለተረፉት የመኢሶን መሪዎች መጠጊያና ደብቀው ካገር እስከማስወጣት ድረስ ውለታ የዋሉልን የሶቭዬት ህብረት ቃል ኪዳን አጋሮችን እስከማስቀየም የሚደርስ ስህተት የሰራን ይመስለኛል። ከመረጃ ጉድለትና ጠለቅ ያለ ምርምር ለማድረግ በነበረብን ችግር አላስፈላጊና በብሔራዊ ነጻነት፣ ራስ መተማመንና ሶሺያል ኢምፔሪሊያሊዝምን በተመለከተ በድርጅቱ ውስጥ የነበርነውን ሁላችንንም እኩል ለማስማማቱ እርግጠኛ የማልሆንባቸው ጉዳዮች ላይ የወሰድነው አቋም ሙሉ

በሙሉ ትክክል ነበር ለማለት አልደፍርም። እርግጥ ከ40 ዓመታት በኋላ ይህንን ለማለት ቀላል ቢሆንም ዝም ብሎ ከማለፍ ተናግሮ ማለፍን መርጫለሁ።

ከላይ ደጋግሜ እንደገለጽኩት ይህ ጽሑፍ ከኃይሌ ፊዳ ጋር የነበረኝን ትዝታ የሚያስታውስ እንጂ መኢሶንን በጥልቀት ለመመርመር የሚቃጣ አይደለም። ቢሆንም ነገሮች መነካካታቸው ስለማይቀርና ለመለየትም ስለሚያስቸግር አንዳንድ ጉዳዮችን ማንሳቴ አልቀረም። ሆኖም ማተኮር ያለብኝ ዋናው የተነሳሁበት ጉዳይ ላይ በመሆኑ ኃይሌን በሚመለከት ጥራዝ ነጠቅ ማርክሲስት እንዳልነበረና ከስህተት ለመማር ምንም ዓይነት ችግር የሌለበት ሰው እንደነበር መመስከር እችላለሁ። ኩሩ ኦሮሞና ለየትኛውም የኢትዮጵያ ብሔር/ብሔረሰቦች እኩል የሚጨነቅና አብሮ በሰላም ለመኖር ሶሺያሊስታዊ የእኩልነት ሥርዓት መመስረት እንደሚገባው የሚያምን ሰው ነበር። ትቶት ያለፋቸው በርካታ ሥራዎቹ ለዚህ ምስክር ናቸው። ከጠባብ ብሔርተኛነት ጋር ለማነካካት የሚሞክሩ ቢኖሩ የማያውቁትና የሚዛናዊነት ችግር ያለባቸው ይመስሉኛል። ለዚህም ፕሮፌሰር ሽብሩ ተድላ «ከጉሬዛም ማርያም እስከ አዲስ አበባ» በሚል መጽሐፋቸው ከወገናዊነት በጸዳና በግል ጓደኛና ወንድማማችነታቸው ብቻ ተመስርተው የሰጡትን የምስክርነት ቃል ማንበብ ይበቃል።

ከዛሬ 40-50 ዓመታት ገደማ ከበቀሉ የፖለቲካ ድርጅት መሪዎች ጋር ሲነጻጸር ኃይሌ በኢትዮጵያውያንም ሆነ በውጭ ሰዎች ስለኢትዮጵያ የተጻፉ መጽሐፍቶችንና ጥናቶችን በማገላበጥና በመመርመር አቻ የማይገኝለት መሪ ነበር። የዚያኑ ያህል ደግሞ ስለ ቻይና ጥንታዊ ስልጣኔና ባህል፣ ብሔራዊ

ነጻነቷንና ልዕልናውን ጠብቃ ለኖረችው ታላቋ ቻይና የነበረው መመሰጥ የሚደንቅ ነበር። በምዕራቡ ስልጣኔና ዝመና (modernism)፣ ይኸ ዝመና ካበረከተው የፍልስፍና፣ የሶሽያልና ፖለቲካል ቲዎሪ፣ ሥነ ጽሑፍ፣ አርትና ሙዚቃ የነበረው ፍቅርና ትውውቅ በድርጅትም ሆነ በግል ካገኘኋቸው ምሁራን እጅግ ጎልቶ ይታይ ነበር ብል ማጋነን አይሆንም። ለቋንቋ የነበረው ፍቅርና አዲስ ቋንቋም ለመማር የነበረው ክፍትነት የሚገርም ነበር። 4ኛ ክፍለ ጦር በእስር ላይ በነበረንበት ዘመን ዓረብኛውን የበለጠ ለማጎልበት፣ ላቲን ደግሞ ከአባ አጉስቲኖ ተድላ ከሚባሉ የቫቲካን መነኩሴ ባጭር ጊዜ ለመማር መሞከሩ ለቋንቋ የነበረውን የተለየ ፍቅር ያሳያል። በተለይም ቻይናን በሚመለከት አፈ ታሪኳ (mythologies)፣ ጥንታዊው የአባባል ዘዴዎቿ (proverbs) ይጥሙት ስለነበር በያጋጣሚው ያስታውሳቸው ነበር። ለምሳሌም ያህል የኮሎኔል መንግሥቱ ነገር በተነሳ ቁጥር በጊዜው የተሻለ አማራጭ ሆኖ የተወሰደውን አብዮታዊ ሂስ/ጊዜያዊ ትብብር በተመለከተ «ነብሩን ለማጥመድ ከዋሻው መግባት አለብህ፣ ወይ ታጠምደዋለህ፣ ወይ ይበላሃል» የሚለውን ያነሳ እንደነበረ በዚህች መጣጥፍ አንስቻለሁ። ስለመጽሐፍት የነበረውን ፍቅር በተመለከተ «መጽሐፍ ማለት ከኪስህ የማይለይ፣ ጣዕመ ሽታው የሚማርክ ሮዝ አበባ ይዞ የመጓዝ ያህል ነው»፣ «ካለፈው ስህተት መማር ወደፊት እንዳይደገም ይረዳል» የሚሉትን የጥንታዊቷን አገር ቻይናን አባባሎች ያነሳ ነበር። ይህች ታላቅ አገርና ሕዝቦቿ በማኦ ሴቱንግ በተመሰረተው ኮሙኒስት ፓርቲ ተመርታ በልማት የት እንደደረሰችና በዓለም አቀፍ መድረክም የምትከበር፣ ያለውዴታ የምትደመጥና የምትፈራ አገር ለመሆን የመብቃቷ ጉዳይ ይመስጠው ነበር። ለኢትዮጵያም እንደ ሕልሙ አድርጎ

በመውሰድ ማርክሳዊ ሌኒናዊ የማኦ ሴቱንግ መስተማርን ለኢትዮጵያ ታሪክ፣ ለሕዝቦቿ ከነበረው ያገር ፍቅር ጋርና በእኩልነት ላይ ለሚመሰረተው ሕዝባዊ ዴሞክራሲያዊ ሪፑብሊክ የሚጣጣምበትን ጥናትና ምርምር ምርኩዝ በማድረግ አማራጭ ማቅረብ እንደሚያስፈልግ ያምን ነበር። ገና በፈረንጅ 1960ዎቹ መጀመሪያ ጀምሮ ስለቻይና የነበረውን መመሰጥ ትቶት ያለፋቸውም ሥራዎቹና ፕሮፌሰር ሽብሩ ተድላ በመጽሐፋቸው አባሪ ያደረጓቸው የደብዳቤ ልውውጦቻቸውን መመልከት ይቻላል። ስለሠራተኛው መደብ የነበረው ፍቅርና ከብዝበዛና ጭቆና ለመላቀቅ ያደረጋቸው ዓለም አቀፋዊ ትግሎች ያማልሉት እንደነበር ጥርጥር የለውም። በዚህም አጋጣሚ «ፓሪስ ኮሙን» በመባል የሚታወቀው የመጀመሪያው የሠራተኛው ሕዝብ አመፅ ከተደመሰሰ በኋላም ኮሙናውያን ተስፋ ባለመቁረጥ የደረሱትን «ሪፑብሊኳን እስክንመሰርት ትግላችን ከቶ አይገታም» (La Republique) በሚል የሚታወቀውንና ኃይሌ ከፈረንሳይኛ ወደ አማርኛ የተረጎመውን ማስታወስ እወዳለሁ። የወዛደሩንና የቀረውን ጭቁን ሕዝብ በእኩልነት ላይ የተመሰረተ ሶሻሊስታዊ ሪፑብሊካዊ ተስፋ ጊዜው ይርዘም እንጂ ተመልሶ መቀስቀሱና ድል እስከሚገኝም ድረስ ሕዝባዊ አመፅም ሆነ አልገዛ ባይነትን ማነሳሳቱ አይቀሬ እንደሆነ የሚቀኘውን መዝሙር እሥር ቤትም እያለን በጋራ መዘመራችን ኃይሌ የተስፋ መቁረጥ ነገር በውስጡ እንዳልነበር ያስረዳል። ካርል ማርክስ በፓሪስ ኩሚዩን ሽንፈት የተናገረውን «ኩሚዩን በፓሪስ ሊሸነፍ ችሏል። ቢሆንም የኩሚዩን መንፈስና ተስፋ ሊደመሰስ የማይችል ዘላለማዊ ኃይል ነው። የሠራተኛው ሕዝብ የመብትና እኩልነት ትግል በፓሪስ አደባባይ ይሸነፍ እንጂ ወደ ሌላው ዓለም መጋዙ አይቀሬ ነው። ተመልሶም

በፓሪስ መደገሙና የሠራተኛውን ሕዝብ ነፃ ማውጣት አንድ ቀን ማብሰሩ አይቀርም» የሚለውን የሚያስታውስ ነበር[62]። ይህም ሕዝባዊ ሬፑብሊካዊ አማራጭ በአፍሪካና መካከለኛው ምሥራቅ፣ ውሎ አድሮም በዓለም አቀፉ መድረክ እንደ ቻይና የምትፈራ፣ የምትከበርና የምትደመጥ፣ ልዕላዊነቷ በማንም ኃያል መንግሥት የማይገሰስ፣ በእኩልነት ላይ የቆመች ሶሺያሊስት ኢትዮጵያን የመሰለች እናት አገር የሚጨምር ተስፋ ነበር። ይህ ህልሙ በእሱ ዘመንም ሆነ በተከታታይ በሚመጣው ተተኪ ትውልድ ሕያው ይሆናል ብሎ ለማሰብ አስቸጋሪ ነው። እንዲያውም አጠያያቂ ደረጃ ላይ የደረሰ ይመስላል ቢባል የስጋትና ተስፋ መቁረጥ ሊመስል ይችል ይሆናል። ነገር ግን ኢትዮጵያና ኢትዮጵያውያን የወደፊት ዕድላቸውን ለየት ባለ ዲሞክራሲንና የሕግ የበላይነትን ላካተተ ፍትሃዊ አብሮ የመኖር ዕድልና ተስፋ ትግላቸውን መቀጠላቸው አይቀርም። ይህ ደግሞ የግለሰቦችን ርዕዮተ ዓለማዊ ወገናዊነትና በፖለቲካም ሆነ ማህበራዊ ሕይወት ልዩ መሆንን እንደማይከለክል ግልፅ ነው። ኃይሌ ፊዳ ግን በኢትዮጵያ ሕዝቦች የነፃነትና በሶሺያሊዝም ላይ ለቆመ የእኩልነት ሥርዓት የነበረው ሕልም በታሪክ ተመራማሪዎችና ለትውልድ ሕያው ሆኖ ይኖራል።

የግሌን ትዝታ በሚመለከትና በቅርብ የሚያውቁትም ይስማሙበታል ብዬ የምጨምረው ሃቅ ቢኖር ኃይሌ በመረጃ ላይ የተመሰረተ፣ ከትምክህተኛነት የጸዳ፣ ነገሮችን በተናጠል

[62] «If the Commune shall be destroyed in Paris, it will make *le tour du monde*. The commune is eternal and indestructible. It will present itself again and again until the working classes are liberated». Kar Marx. Speech on the 1st Anniversary of the Fall of the Paris Commune 1872.

ከማየት የተቆጠበና የሰለጠነ ትንተና ለማድረግ የሚያስችል፣ ከሁሉም በላይ ሁላችንንም ለማስተማር እንጂ አንዳችን ሌላችንን በመርገም ጠቀሜታ የሌለው ውይይትና ክርክር ውስጥ ከመግባት እንድንቆጠብ ተፅዕኖ አሳድሮ ያለፈ ሰው ነው። በምርምርና ጥናት ላይ ተመስርተው ለሚቀርቡ ሃሳቦች የነበረውን ክፍትነት፣ ለመቀበልና ራሱን ለማስተማር ጨርሶ የማይገደውና ከየትኛውም ዓይነት ትምክህተኛነት የተላቀቀ ሰው እንደነበር ስለማምን ገንቢ የሆኑ ሂሶችን ለመቀበል ያልሆኑትን ደግሞ በጥሞናና በትዕግሥት ለማዳመጥ የሚገደው ሰው አልነበረም። በነበረው ትሁት ቋንቋ መልስ በመስጠት ራሱን መከላከል ይችል እንደነበርም እርግጠኛ ነኝ። ከሁሉም በላይ በሕይወት የሌለና ከመቃብር ተነስቶም ራሱን መከላከል በማይችልበት ሰዓት ከ40 ዓመታትም በኋላ አንዲት ነጠላ ጉዳይን በነቂስ በማውጣት፣ ይህንኑ ጉዳይ ተገቢም ሆነ ተገቢ ባልሆነ መንገድ በማንሳት ክስና ወቀሳ በማቅረብ ላይ የሚገኙ በርካታ ሰዎች እንዳሉ የታወቀ ነው። ክርክሩና ውይይቱ ባልከፋ። ሞራልና ስብዕና የተላበሰ ቢሆን ርስ በርስ ለመማማር የሚያበረክተው አስተዋፅዖ በቀላሉ የሚገመት ባልሆነ ነበር። ኃይሌም ሆነ ሌሎች በትግሉ የወደቁ፣ በተቃራኒው በኩል የነበሩ የሌሎች ፓለቲካ ድርጅቶች መሪዎች እንደ እኛ ዕድል አግኝተው ለመኖር ቢችሉ ምናልባት ሁላችንም ልንፀፀትባቸው የቻልንባቸው ጉዳዮች ካሉ የማይፀፀቱበት ምክንያት አይኖርም የሚል ቅንነትና ደግነትን ማስቀደም ተገቢ ይመስለኛል። አብረን ተጠያቂ የሆንባቸውንና የምንሆንባቸው ጉዳዮች ላይ ማተኮር ቢቀድም ይጠቅማል። ዛሬ ባገራችን ያሉት አጣዳፊ የፖለቲካም ሆነ የሰላም፣ የመቻቻልም ሆነ የፍትህና የልማት ችግሮችም የተለያዩ የመፍትሄ አማራጮችን ለውይይት

እንድናቀርብ የሚማጸኑበት ነው ማለት ይቻላል። እነኚህን ጉዳዮች በማስቀደም ስለላፌው ለመወያየትም ሆነ ትምህርት ለመቀሰም ያለንን የመናገርና የመጻፍ መብት የሞራል ሃላፊነት በተሞላው መንገድ መጠቀም ይጠበቅብናል። ይህንን ማድረግ ካልቻልን እንደገና መልሰንና መላልሰን የምናገላብጠው (re-cycle የምናደርገው) ያንኑ ቂምና ቁርሾ፣ ያንኑ አሮጌ ባህልና ልማድ ከሆነ አጥፊ እንጂ አልሚ አይሆንም። በመረጃና ጥናት ላይ የተመሰረተ ሃሳብ ለመሰንዘርም ለመጠየቅም ሆነ ለመጠየቅ እንዳንችል የተረገምን ሆነን የተፈጠርን ትውልድ ነን ወይ የሚል ጥያቄ እስከ ማንሳት መድረስ የለበትም።

መጽናኛ ሆኖ ያገኘሁት ያ በደርግም ሆነ ደርግም ካለፈ በኋላ የነበረው ኃይሌን የማሰይጠን ባህል እየተቀረፈና የመገናኛ ብዙሃንም ድምፀ አልባ ሆኖ ለቆየው ወገን ዕድል መስጠት መጀመራቸው ነው። ስለ ኃይሌ ምስክርነት ለመስጠት የፈቀዱ የፖለቲካም ሆነ የድርጅት ንክኪ ያለነበራቸውንና እንደሱ መኢሶንን በመመስረት አብረውት በትግል አጋርነት ቆመው የነበሩትንም መኢሶናውያን በሚዲያው በመጋበዝ ያንን የጥላቻና ቂም ቁርሾ በመጠኑም ቢሆን ለመቅረፍ አስተዋፅዖ ያደረጉት ጋዜጠኞችና የመገናኛ ብዙሃን ማህበረሰብ አባላት ሊመሰገኑ ይገባል። የምደመድመውም አንዳርጋቸው አሰግድ «ባጭር የተቀጨ ረጅም ጉዞ» በሚል ርዕስ የመኢሶንን ታሪክ በተመለከተ የበኩሉን ባበረከተበት መጽሐፍ ይህንን የመሰለው ቀን አንድ ቀን መምጣቱ እንደማይቀር የተነበየበትን እንደሚከተለው በመጥቀስ ነው፡-

> ኃይሌ ከትንሹም ከትልቁም ተቀላቅሎ የሚጫወት፣ የዚያኑ ያህል ግን አጠንክሮ የሚገሥፅ፣ ሲገሥፅም የራሱን

ስሕተት የሚያምን ምሁር ነበር። ከጥቅሶቹ መካከል የሚወዳት «ከየት እንደመጣ የማያውቅ፣ ወዴት እንደሚሄድ አያውቅም» የምትለውን የግራምቼን አባባል ነበር[63]። ... ኃይሌ አንድነቷ ከተጠበቀ ዲሞክራቲክና ነፃ ኢትዮጵያ በስተቀር፣ ሌላ የሚመኘው ነገር አልነበረም። በመሆኑም፣ የኢትዮጵያ ብሔሮችና/ብሔረሰቦች ተፈቃቅደው፣ በአንድነትና በእኩልነት እንዲኖሩ ሲታገል የኖረ ምሁር ነው። እንደዚሁም፣ የኤርትራ ጥያቄ የፖለቲካ መፍትሔ እንዲያገኝና በኤርትራ ሠላም እንዲሠፍን ሲያስተምርና ሲታገል የነበረ ሰው ነው (ገጽ 286-287)።

ካለ በኋላ በመቀጠልም

የኃይሌ ጓደኞች አቅም በፈቀደ ጊዜ፣ የኃይሌ ፊዳን ጽሑፎች አስጠርዞ የማውጣት ግዴታ አለባቸው። በዚያን ጊዜ፣ ኦሮሞው ኃይሌ ፊዳ፣ እንዴት ዓይነቱ ኢትዮጵያዊ ኦሮሞና ስለነገይቱ ኢትዮጵያም የነበረው ራዕይ (vision) የቱን ያህል የተሟላና የላቀ እንደነበር፣ ለማንም ግልጽ እንደሚሆን እንተማመናለን። ኃይሌ ብሩህ ምኞት የነበረውና «የሚመኛት አዲሲቱ ኢትዮጵያ እንድትመሠረት እስከ መጨረሻው ለመታገል ቆርጦ የተነሣ» ሰው በመሆኑ ብቻ አልነበረም። ነገሮችን አገናዝቦና አገናኝቶ ለማየት፣ የሂደታቸውን አዝማሚያና አቅጣጫ ከወዲሁ አገናዝቦና ውስብስብ ጉዳዮችን በጣም

---

[63] እኔ ደግሞ ከማስታውሳቸው የኃይሌ ተወዳጅና ይጠቅሳቸው ከነበሩት የአንቶንዮ ግራምቼ ስብስብ ሥራዎች መካከል «አሮጌው ሥርዓት በመሞት አዲሱ ሥርዓት ደግሞ በመወለድ ትንንቅ ላይ ናቸው። በዚያ መካከል ያለው ጊዜ ደግሞ የጓጉንቸሮች ነው» (The old world is dying and the new world struggles to be born, now is the time of monsters) Selected Prison Writings of Antonio Gramci). Selections from the Prison Notebooks.

> ግልጽ በሆነ መንገድ በጽሑፍ የማቅረብ ከፍተኛ ችሎታ የነበረው ምሁር ነበር። በቅርብ የሚያውቁት ጓደኞቹም ሆነ ወዳጆቹ ለዚህ ችሎታው ሥፍራ ሳይሰጡ ያለፉበትን ጊዜ ላለማስታወስ እጅግ አስቸጋሪ ይሆናል። በተረፈም ሥነ-ጽሑፍን፣ ኪነ-ጥበብንና ሙዚቃን እጅግ አድርጎ የሚያፈቅርና በብዙ የሚያነብ፣ የሚመለከትና በርጋታ የሚያዳምጥ ምሁር ነበር (ገጽ 287-288)።

በመጨረሻም ይህች የግሌ ትዝታ በሚል ለአንባቢ ያቀረብኳት አጭር መታሰቢያ በርካታና ልደርስባቸው ያልቻልኩባቸውን የኃይሌን ሥራዎችና በደግም ሆነ በክፉ የሚያስታውስቱንም በርካታ ሰዎች ያላካተተ እንደሆነ አውቃለሁ። ይህም ሆኖ እንደ እኔ በዘመን ብዛት ሳይሆን በገጠመኞች (events) ስፋትና ጥልቀት (intensity) እንዲሁም እጅግ በመተሳሰብ ላይ የተመሰረተውን ውድ (intimate) ቅርበታችንንና አመኔታውን መሠረት በማድረግ ይህችን ማስታወሻ አቅርቤአለሁ።

መጠቁም

... ሀ (ሐ) ...

ሃረጎት አባይ፦ 193
ሃገሬ ምህረት፦ 16፣18
ሃኖቨር፦ 203
ሄንሪ ለ ፌቨር፦ 84
ሆ ቺ ሚን፦ 3
ሆሴ ማርቲን፦ 31

... ለ ...

ለገሠ አስፋው፦ 114፣115፣169
ሉዊ ዴላ ፑዋንቴ፦ 31
ላቀች ዳኜ፦ iii
ላይላ ካሊድ፦ 128፣129፣130፣131
ሌኒን፦ 3፣36፣45፣68፣88፣165
ልዑል መኮንን፦ 13

... ሐ ...

ሐምሌት፦ 74፣75፣76
ሐጎስ ገብረ የሱስ፦ 16፣202
ሕይወት ተፈራ፦ 15
ሕዝብ ድርጅት ጽ/ቤት፦
4፣5፣10፣76፣104፣108፣109፣111፣113፣114፣
115፣117፣118፣121፣122፣140፣143፣145፣149፣
151፣152፣159፣171፣172፣173፣177፣202፣207

... መ ...

መለሰ አያሌው፦ 16፣202፣203
መለስ ተክሌ፦ 30
መኢሶን፦ iii፣vii፣xii፣1፣2፣3፣4፣10፣14፣
19፣25፣26፣28፣29፣30፣34፣40፣54፣57፣
75፣76፣77፣80፣81፣82፣83፣87፣88፣89፣
91፣92፣103፣105፣106፣107፣108፣109፣110፣
113፣114፣115፣116፣117፣118፣119፣122፣123፣
124፣134፣135፣140፣143፣144፣145፣155፣
158፣159፣160፣161፣168፣169፣170፣172፣
173፣174፣178፣179፣180፣181፣182፣184፣
187፣191፣192፣193፣195፣197፣202፣203፣
205፣206፣209፣211፣222፣ 223፣228
መስፍን ካሱ፦ 118፣179
መንግሥቱ ኃይለ ማርያም፦ i፣iii፣xii፣
xiv፣xv፣11፣63፣76፣84፣85፣88፣113፣114፣
115፣117፣122፣125፣136፣137፣143፣144፣151፣
152፣153፣154፣156፣157፣158፣159፣161፣
168፣170፣173፣180፣183፣188፣189፣192፣
193፣195፣208፣215፣216፣217፣218፣219፣224
መንግሥቱ ንዋይ፦ 40፣79
መንግሥቱ ደፋር፦ 212
መኮንን እንዳልካቸው፦ 101
መኮንን ደምሰው፦ 72
ሙሉጌታ ሉሌ፦ 194
ማሌሪደ፦ 177፣192፣193
ማልኮም ኤክስ፦ 14
ማኦ ሴ ቱንግ፦ 3፣5፣16፣21፣23፣33፣
45፣60፣68፣88፣89፣115፣165፣167
ማርክስ፦ 3፣36፣75፣76፣89፣225
ማርክስና ኤንግልስ፦ 4፣5፣23፣45፣68፣
88
ማርካኪስ፦ 84
ማርታ መብርሃቱ፦ 24
ምስራቅ ጀርመን፦ 168፣173፣183
ምዕራብ ጀርመን፦ 61፣95፣98፣203

ምኒልክ ፡- 69፣76፣85
ምትኬ ፈዳ፡- 71
ሞዛርት፡- 23
ሞዲቦ ኬይታ፡- 186
ሞገስ ወልደ ሚካኤል፡- 116፣117፣123፣124፣125፣158፣170፣171

… ሰ (ሠ) ….

ሰ(ሠ)ናይ ለኬ፡- 114፣115፣119፣120፣121፣168
ሰደድ፡-72፣114፣115፣118፣119፣121፣122፣123፣139፣143፣149፣159፣168፣169፣177፣192፣193
ሰርጎ ገብ፡- 106፣171፣182፣187፣211
ሰፊው ሕዝብ ድምፅ፡- x፣54፣55፣57፣87፣140፣174፣184
ሲሳይ ሃብቴ፡- 116፣149፣150፣151፣152፣153
ሲሳይ ፈዳ፡- 71
ሲሳይ ታከለ፡- i፣118፣179
ሲ. አይ. ኤ.፡- 164፣172፣232
ሳ(ማ)ራ፡- 60፣64፣65፣66፣200፣201
ሴኩ ቱሬ፡- 186
ስታሊን፡- 28፣78
ስፔንሰር፡- 82
ሶሺያሊዝም፡- 3፣14፣17፣150
ሶቭዬት፡- 3፣14፣17፣19፣23፣78፣89፣150፣163፣164፣166፣167፣168፣169፣170፣172፣173፣174፣181፣ 185፣188፣222

… ሸ …

ሸዋንዳኝ በለጠ፡- 119
ሻዕቢያ (ኢ.ፒ.ኤል.ኤፍ)፡- 55፣56፣141፣142፣ 143፣144፣152፣208፣217
ሼክስፒር፡- 74፣75፣75፣76
ሽብሩ ተድላ፡- ii፣v፣x፣xi,፣11፣60፣72፣73፣74፣196፣212፣213፣223፣225
ሽመልስ ሃብቴ፡- 17
ሽፈራው ጃሞ፡- 202
ሾፐን፡- 23

… ቀ …

ቀዳማዊ ኃይለ ሥላሴ፡- ix፣xv፣4፣14፣26፣27፣41፣59፣72፣75፣98፣141፣163፣176፣185፣187፣188፣200
ቆንጂት ከበደ፡- 161፣193

… ረ …

ረጋሣ ጂማ፡- 143
ሪፐብሊክ፡- 17፣35፣225

… በ ….

በለጠ ተፈራ ፋንታዬ፡- 14
በራስ መተማመን፡- xi፣111፣163፣171፣174፣177፣183፣184
በርናዴት ኃይሌ ፈዳ፡- iv፣11፣23፣59፣60፣61፣62፣ 63፣64፣95
በቀለ ወርዶፋ፡- 41
በቀለ ወዳጄ፡- 43፣44፣49
በዓሉ ግርማ፡- 75
በርሊን፡- 19፣22፣56፣57፣81፣82፣191
ቤትሆቨን፡- 23፣35፣67
ብሔራዊ ነፃነት፡- xi፣163፣164፣170፣174፣175፣176፣184
ብሔር/ብሔረሰብ፡- xi፣16፣40፣43፣45፣46፣47፣54፣99፣141፣201፣216፣217፣223
ብርሃነ መስቀል፡- 16፣18፣24፣25፣27፣42፣43፣44፣45፣48፣80፣116፣117፣123፣124፣193፣205፣206፣207፣208፣209፣210፣211፣212
ብርሃኑ ባይህ፡- 74፣149፣150
ብርሃኑ ነጋ፡- 30፣116

ብርሃኔ ተክለ ማርያም፡- 4፡122
ብርሃኑ ተክለ ማርያም ክፍሎም፡- 108

... ቭ...

ቪክቶር ሁጎ፡- 74
ቫሎዲያ ሽራዬቭ፡- 163፡164፡165፡166፡167

... ተ...

ተስፋዬ ደበሳይ፡- 116፡122፡123፡124፡125፡205፡211፡212
ተስፋዬ ታደሰ፡- 122፡150
ተካ ቱሉ፡- 197
ተካልኝ ጎዳና፡- vii፡viii፡ix
ተረፈ ወልደ ጻዲቅ፡- 118
ተራማጅ፡- 9፡14፡30፡41፡54፡55፡57፡61፡87፡105፡118፡119፡129፡130፡135፡139፡142፡144፡167፡193
ተፈሪ በንቲ፡- 151
ታምሩ በሻህ፡- 206
ታምራት ፈረደ፡- 114፡169
ታሪኩ ደብረ ፀዮን፡- 15፡16፡17
ታዬ ወርቁ፡- 201
ታደሰ ገሠሠ፡- 19፡21፡32
ታደሰ ፊዳ፡- 71፡72
ታደለች ኪዳነ ማርያም፡- 24፡26
ታደሰ ግዛው፡- 16፡17
ታደሰ በዛብህ፡- 92
ቴዎድሮስ፡- 85፡86
ቴክንሺያን ደምሰው፡- 169
ቶልስቶይ፡- 75

... ቸ ...

ቾለንጅ፡- 16፡82
ቾይኮቭስኪ፡- 23
ቼ ጉቬራ፡- 3፡14፡31

... ገ ...

ሀይሉ ገርባባ፡- 161፡193
ሀይሉ ይመኑ፡- 221
ጉሩይ ተድላ ባይሩ፡- 73፡77

... ነ ...

ነገደ ጎበዜ፡- i፡ix፡2፡3፡4፡5፡16፡19፡20፡22፡23፡24፡34፡65፡66፡67፡79፡87፡104፡105፡107፡108፡118፡119፡120፡121፡122፡152፡157፡159፡172
ኒሜሪ፡- 145
ኒክራማህ፡- 77፡186
ናዚዝም፡- 79
ንግሥት ዐዳነ፡- 161፡193

... አ...

አለማየሁ አበበ፡- 61
አለማየሁ ሀይሌ፡- 30፡116፡117፡123፡125፡158፡170፡172
አለን ፓተን፡- 77
አልበርት አንስታይን፡- 14
አልጀሪያ፡- 25፡27፡42፡44፡46፡47፡48፡49፡62፡63፡80
አምበርብር በላይ፡- 160
አሰፋ እንደሻው፡- 135
አበራ የማነ አብ፡- i
አብዬ ሰይፉ፡- 73
አብዮት፡- v፡vi፡ix፡xii፡xiii፡xiv፡1፡3፡4፡6፡7፡9፡28፡29፡30፡31፡33፡43፡46፡50፡51፡53፡54፡55፡77፡81፡82፡83፡84፡86፡96፡98፡113፡119፡129፡130፡135፡55፡159፡163፡164፡165፡167፡168፡170፡175፡192፡211
አደን አብደላ ኡስማን፡- 185
አዲስ ፋና፡- x፡1፡2፡6፡7፡9፡10፡34፡50፡51፡53፡54፡104፡109፡110፡127፡128፡129፡130፡141፡153፡174፡175፡176፡177፡184
አዲስ ዘመን፡- 9፡82፡90፡104፡118
አድማሱ ማሰው፡- ii፡135፡136፡194
አብዱላሂ ዩሱፍ፡- 75፡82፡92፡98፡99፡100፡101፡103፡105፡106፡108፡110፡160፡171
አክሊሉ ሃብተ ወልድ፡- 185

237

አሰፋ አባተ፦ 23
አሰፋ ገብረ ማርያም ተሰማ፦ 75
አስፋው ወሰን፦ 4፣122
አባ ብያ አባ ጀበል አባ ጅፋር፦ 24
አማኑዔል ገ/የሱስ፦ 25
አንዳርጋቸው አሰግድ፦ 2፣3፣5፣25፣80፣82፣87፣99፣100፣101፣103፣105፣106፣108፣109፣110፣111፣ 118፣137፣156፣174፣228
አንቶኒ ጊድንስ፦ 196
አውጉስቲኖ ተድላ፦ 198፣199፣224
አቡበከር አባስ፦ 16
አቡበከር አብዱል መጂድ፦ 89
አብዮታዊት ኢትዮጵያ፦ 5
አዶልፍ ሂትለር፦ 78
አሚር፦ 82
አንጄሎ ዴል ቦካ፦ 82
አሳፍራቸው ገ/ሚካኤል፦ 110
አዜብ ፍስሃ፦ 213
አሌክሳንደር ዱማስ፦ 110
አውሮፓ ኢትዮጵያ ተማሪዎች ማህበር (አኢተማ)፦ x፣12፣19፣40፣80፣86፣203
አብዱል ፈታህ፦ 16
አይድ አህመድ፦ 16፣18
አብዱል ሃፊዝ ዩሱፍ፦ 16
አብዩ ኤርሳሞ፦ 16፣18
አቡነ ቴዎፍሎስ፦ 161፣193
አሚልካር ካብራል፦ 3
አደፍርስ፦ 4
አለሙ ፊዳ፦ 71፣72
አፀደ ፊዳ፦ 71
አሥራት ደስታ፦ 167
አሥራተ ካሣ፦ 216
አፀድ፦ 63
አዜብ ወርቁ፦ iii፣11፣60፣95
ኢህአፓ፦ vii፣xv፣2፣3፣4፣5፣14፣17፣29፣30፣36፣40፣56፣57፣69፣86፣87፣88፣89፣104፣107፣108፣109፣110፣116፣117፣118፣119፣120፣121፣122፣123፣125፣128፣131፣133፣134፣135፣136፣137፣147፣158፣167፣169፣171፣193፣194፣195፣205፣206፣208፣209፣211
ኢምፔሪያሊዝም፦ 15፣42፣77፣78፣111፣156፣157፣169፣170፣172፣188
ኢንተርናስዮናል/ኢንተርናሽናል፦ 34፣36
ኢትዮጵያ ትቅደም፦ 83፣84፣85፣88
ኢ.ኤል.ኤፍ (ጀበሃ)፦ 141፣142፣144፣146
ኢዙና፦ 202፣203
ኢሳይያስ አፈወርቂ፦ 142፣144
ኤሚል ዞላ፦ 74
ኤድጋር ስኖው፦ 31
ኤርትራ፦ 6፣7፣40፣41፣50፣54፣55፣57፣111፣139፣140፣141፣142፣143፣144፣145፣146፣147፣149፣150፣151፣157፣180፣193፣199፣200፣229
ኤፍሬም ዳኜ፦ 4፣89
እዝራ ገ/መድህን፦ 98፣99፣100፣101
እልሁ ፈለቀ፦ 73
እሸቱ አራርሶ፦ 118
እሸቱ ጮሌ፦ 212
እንዳለ ተሰማ፦ 169
እንድርያስ እሸቴ፦ 16
እንጉዳይ በቀለ፦ i
እውነቱ ዘለቀ፦ 6
Edith Piaf፦ 36
Eugene Poitier፦ 34

... ከ ...

ከበደ ሃብቴ፦ 69
ከበደ አኒሳ፦ 194፣195

ከበደ መንገሻ፡- 29፣103፣118፣122፣158፣160፣179፣211
ከበደ ውብሸት፡- 14
ከድር መሃመድ፡- 3
ኩባ፡- 21፣31፣173፣182፣183፣189
ኪዳኔ ተካ፡- 110
ካሳ ወልደ ማርያም፡- 79
ካሳ ተሰማ፡- 23፣66፣67
ካሣሁን ብርሃኑ፡- i
ኬ.ጂ.ቢ.፡- 165
ክላፕሃም፡- 82
ክፍሌ ታደሰ፡- 123፣205፣211
ክፍሌ ጀንጆስ፡- 89፣122፣122
ክንፈ አስፋው፡- 89
ክፍሌ ወዳጆ፡- 151
ኮሙኒስት፡- 45፣61፣62፣63፣77፣115፣169፣224
ኮንግረስ ቤተ መጽሐፍት፡- 132፣135

... ወ ...

ወርቁ ፈረደ፡- 2፣29፣117፣118
ወሰኑ ዲዶ፡- 36፣67
ወዝ ሊግ፡- 73፣109፣114፣115፣118፣119፣120፣123፣143፣149፣168
ዊልያም ሂንተን፡- 31
ዎሊ ሶይንካ፡- 200፣201

... የ ...

የዛሬይቱ ኢትዮጵያ፡- 1፣82፣85፣90፣104
ያዕቆብ ኃይለ ማርያም፡- 24
ይርጋ ተሰማ፡- 121
ዮዲት፡- 64፣66፣200
ዮሐንስ (አፄ)፡- 85
ዮሐንስ ኀኑይ፡- 102፣111፣156

... ዘ ...

ዘለቀ በየነ፡- 106፣171
ዘላለም ኀበዜ፡- i
ዘነበ ፈለቀ (ገስዕ ተጫኔ)፡- 219
ዘሩ ክሸን፡- 24፣123፣205፣211
ዘገዬ ድረሴ፡- 73
ዘውዱ በላይ፡- 16፣18
ዚያድ ባሬ፡- 166፣172፣186
ዝመና (ሞደርኒዝም)፡- 36፣71፣196፣224

... ደ ...

ደበበ መንግሥቱ፡- 73
ደቡብ የመን፡- 20፣169፣173፣183፣198
ደመቀ ኃረገ ወይን፡- 4
ደምሴ ቡልቶ፡- 143
ደምሴ ደሬሣ፡- 30
ደረጀ ኃይሌ፡- iii፣1፣60፣95፣218
ደሳለኝ ራህመቶ፡- 16፣202
ደስታ ታደሰ፡- 161፣193
ዱ ቡዋ፡- 77
ዴሞክራሲ፡- 85፣88፣97፣140፣201
ዶስቱዩቭስኪ፡- 75
ዳንኤል ታደሰ፡- 29፣160፣179፣182
ዳንኤል አደራ፡- 73፣77
ድራር መሃመድ፡- 16
ድንቁ፡- 169

... ጀ ...

ጁልየስ ኔሬሬ፡- 142
ጄነራል ዊንጌት፡- xiii፣72፣73፣74፣75፣77፣78፣150፣176
Jean-Claude Gibbon፡- 89

... ገ ...

ገበያው ተመስገን፡- 167

ገነት አየለ፦ 215፣216
ገብሩ መርሻ፦ 30፣116፣121
ገብረ እግዜብሄር ተስፋዬ፦ 4፣89፣122
ገብረ እግዜብሄር ሃጎስ (አብዱል)፦ 4
ገርማሜ ንዋይ፦ 40፣79
ጉዲኒ ደጋ፦ 71
ጋይም ክብረ አብ፦ 18
ጌታቸው ማሩ፦ 14፣15፣16፣17፣18፣21፣23፣27፣28፣29፣30፣124፣205፣209፣210፣211፣212
ጌታቸው ናደው፦ 151፣153
ጌታቸው ዚነግዴ፦ 89
ግደይ ገብረ ዋህድ፦ 30
ግሪን ፊልድ፦ 82
ግራምሺ (ቺ)፦ 229
ግርማ በሻህ፦ 82፣83፣98፣99
ግርማ ንዋይ፦ 121
ግርማቸው ለማ፦ 17
ጎህ፦ 2፣3፣4፣127፣128፣129
ጎሹ ወልዴ፦ 75፣176፣177፣178፣179

... ፀ ...

ፀጋዬ ገ/መድህን (ደብተራው)፦ 15፣21
ፀሐይ ፊዳ፦ 71

... ፊ...

ፊለቀ ገድለ ጊዮርጊስ፦ 181
ፊቃዱ ሽፈራው፦ 207
ፊዳ ኩማ፦ 71
ፊደል ካስትሮ፦ 14
ፋሽዝም/ፋሽስታዊ፦ 1፣85፣90፣125፣191፣193፣210
ፋንታ በላይ፦ 160
ፍስሃ ደስታ፦ 151፣153
ፍስሃ ገዳ፦ 155
ፍቅረ ሥላሴ ወግደረስ፦ 30፣114፣115፣120
ፍቅሬ መርዕድ፦ 73፣89፣108፣119፣121፣122፣125፣126፣128፣131፣132፣135፣136፣137
ፍስሃ ባይህ፦ 74፣150
ፍራንስ ፋኖን፦ 3፣14፣77
ፍሬደሪክ ኤንግልስ፦ 75፣89

... ፐ...

ፓሪስ ኮሙን፦ 225
ፓትሪክ ጂልክስ፦ 143
ፕኖሼ፦ 193

www.ingramcontent.com/pod-product-compliance
Lightning Source LLC
Chambersburg PA
CBHW071829220226
40094CB00045B/1157
* 9 7 8 9 1 6 3 9 6 2 7 4 5 *